എന്റെ പരദൈവങ്ങൾ

stories

•

ente paradaivangal

•

s v venugopan nair

•

first chintha edition
may 2018

•

published
chintha publishers, thiruvananthapuram

•

typesetting
star communications, thiruvananthapuram

•

cover
vinod

വിതരണം

ദേശാഭിമാനി ബുക്ക് ഹൗസ്

H O തിരുവനന്തപുരം-695 035
phone: 0471-2303026, 6063026
www.chinthapublishers.com
chinthapublishers@gmail.com

ബ്രാഞ്ചുകൾ

ഹെഡ്ഡാഫീസ് ബ്രാഞ്ച് കുന്നുകുഴി • സ്റ്റാച്യു തിരുവനന്തപുരം • കെ എസ് ആർ ടി സി ബസ് സ്റ്റേഷൻ ആലപ്പുഴ • കെ എസ് ആർ ടി സി ബസ് സ്റ്റേഷൻ എറണാകുളം • മച്ചിങ്ങൽ ലെയ്ൻ തൃശൂർ • ഐ ജി റോഡ് കോഴിക്കോട് • മാവൂർ റോഡ് കോഴിക്കോട് • എൻ ജി ഒ യൂണിയൻ ബിൽഡിങ് കണ്ണൂർ • സെൻട്രൽ ബസ് ടെർമിനൽ കോംപ്ലക്സ് താവക്കര കണ്ണൂർ

CO - 2853 / 4617
ISBN - 978-93-87842-22-9

എന്റെ പരദൈവങ്ങൾ
(കഥകൾ)

എസ് വി വേണുഗോപൻ നായർ

ചിന്ത പബ്ലിഷേഴ്സ്
തിരുവനന്തപുരം-695 035

എസ് വി വേണുഗോപൻ നായർ

1945 ൽ നെയ്യാറ്റിൻകരയിൽ ജനിച്ചു. അച്ഛൻ: പി സദാശിവൻ തമ്പി. അമ്മ: ജെ വി വിശാലാക്ഷിയമ്മ.

തിരുവനന്തപുരം യൂണിവേഴ്സിറ്റി കോളേജ്, കേരള സർവ്വകലാശാല എന്നിവിടങ്ങളിൽ വിദ്യാഭ്യാസം പൂർത്തിയാക്കി. മലയാള സാഹിത്യത്തിൽ എം എ, എം ഫിൽ, പി എച്ച് ഡി ബിരുദങ്ങൾ നേടി. 1965 ൽ നാഗർകോവിൽ സ്കോട്ട് ക്രിസ്ത്യൻ കോളേജിൽ അദ്ധ്യാപകനായി. തുടർന്ന് വിവിധ എൻ എസ് എസ് കോളേജുകളിൽ അദ്ധ്യാപകനായി. മഞ്ചേരി, ഒറ്റപ്പാലം, ധനുവച്ചപുരം എൻ എസ് എസ് കോളേജുകളിൽ പ്രിൻസിപ്പലായിരുന്നു. കഥ, നാടകം, പഠനം, സംഗൃഹീതപുനരാഖ്യാനം എന്നീ വിഭാഗങ്ങളിലായി ഇരുപതോളം കൃതികൾ പ്രസിദ്ധീകരിച്ചിട്ടുണ്ട്.

കൃതികൾ: *ആദിശേഷൻ, മൃതിതാളം, ഗർഭശ്രീമാൻ, ശാഖയില്ലാത്ത ഒരാൾ, തിക്തം തീക്ഷ്ണം തിമിരം, ഒറ്റപ്പാലം, ഭൂമിപുത്രന്റെ വഴി, കഥകളതിസാദരം, എന്റെ പരദൈവങ്ങൾ, വീടിന്റെ നാനാർത്ഥം, കാമതീർത്ഥം, വരുമ്പോൾ ഞാനെന്തു പറയും?* (കഥകൾ) *ഐ സി സിപ്പു, ജിംപ്രഭു* (സംഗൃഹീത പുനരാഖ്യാനം) *ചുമന്ന അകത്തളത്തിന്റെ കിനാവ്, ആ മനുഷ്യൻ* (വിവർത്തനം), *ബുദ്ധിജീവികൾ, സ്വദേശാഭിമാനി* (നാടകം) *ഹാസ്യം നോവൽ ശില്പത്തിൽ, വാത്സല്യരസം സി വിയുടെ ആഖ്യായികകളിൽ, ദേവതാത്മാവിന്റെ മടിത്തട്ടിൽ* (പഠനം).

ഇടശ്ശേരി പുരസ്കാരം (1984), കേരള സാഹിത്യ അക്കാദമി അവാർഡ് (1990), അബുദാബിശക്തി പുരസ്കാരം (2000), പത്മരാജൻ പുരസ്കാരം (2003), ഡോക്ടർ കെ എം ജോർജ്ജ് ട്രസ്റ്റിന്റെ ഗവേഷണ പുരസ്കാരം, ബാംഗ്ലൂരിലെ കലാരംഗം പുരസ്കാരം (2008), ലളിതാംബിക അന്തർജ്ജനം ജന്മശതാബ്ദി പുരസ്കാരം (2009), അബുദാബി മലയാളം സമാജം അവാർഡ് (2015), എന്നിവ നേടിയിട്ടുണ്ട്. 'ഭൂമിപുത്രന്റെ വഴി' എന്ന കഥയെ ആസ്പദമാക്കി കൈരളി നിർമ്മിച്ച *സത്യവാൻ സാവിത്രി* ടെലിസീരിയലിന് മികച്ച കഥാകൃത്തിനുള്ള അവാർഡ് (2000) ലഭിച്ചു.

ഭാര്യ : വത്സല
മക്കൾ : ശ്രീവത്സൻ, ഹരിഗോപൻ, നിശാഗോപൻ
വിലാസം : ശ്രീ. ധനുവച്ചപുരം, പി ഒ 695503
ഫോൺ : 0471-2232662, 9447402412
Email : venugopansv@rediffmail.com

ഉള്ളടക്കം

വെള്ളപ്പൊക്കത്തിൽ 7

തടശിലകൾ 15

പശുപതി 25

ഒരു തെക്കൻ ഗാഥ 32

സ്ത്രീപർവ്വം നവം 39

ദൃഷ്ടിദോഷം 50

കൊപ്ലൻ 57

ഓണാഘോഷം 64

എന്റെ പരദൈവങ്ങൾ 73

വേനൽമഴ 82

ഖാണ്ഡവം കത്തുമ്പോൾ 91

വൈരം 100

പിതൃകാമേഷ്ടി 105

മണ്ടൻ ദശരഥൻ 115

സൗരസ്നാനം 117

മണ്ണിൽ കളിക്കാത്ത ഉണ്ണി 128

സ്മൃതിലഹരി 137

ഒരു കാരൂർകഥ 145

പ്രസാധകക്കുറിപ്പ്

പ്രശസ്തകഥാകൃത്തായ വേണുഗോപൻ നായരുടെ മികവാർന്ന ചെറുകഥകളിൽനിന്നും തെരഞ്ഞെടുത്ത 18 കഥകളാണ് *എന്റെ പരദൈവങ്ങൾ* എന്ന ഈ ഗ്രന്ഥത്തിന്റെ ഉള്ളടക്കം. ഗ്രാമീണ പശ്ചാത്തലത്തിൽ രചിക്കപ്പെട്ടതാണ് ഇതിലെ കഥകൾ. കാലത്തിനു മായ്ക്കാനാവാത്ത അനുഭവങ്ങളുടെ ആവിഷ്കാരമാണ് എല്ലാ കഥകളും.

ഈ കഥാസമാഹാരത്തിന്റെ പുതിയ പതിപ്പ് ഇറക്കാനായതിൽ ഞങ്ങൾക്കു സന്തോഷമുണ്ട്. മലയാള വായനാലോകം ഇരുകൈകളും നീട്ടി ഇതിനെ സ്വീകരിക്കും എന്ന പ്രതീക്ഷയോടെ.

ചിന്ത പബ്ലിഷേഴ്സ്

വെള്ളപ്പൊക്കത്തിൽ

ഇടവപ്പാതിയുടെ കേളികൊട്ടു കേട്ടപ്പോൾ വേദമാണിക്യത്തിനൊരാഹ്ലാദം, എണീറ്റു പുറത്തുചെന്നു നോക്കാനൊരാവേശം. ഉച്ചയ്ക്കു ചോറു കൊണ്ടുവന്ന കൊച്ചുമോളോടു പറഞ്ഞു. "മോളേ ഭവാനിക്കുട്ടി, അപ്പൂപ്പനെ ഒന്നു പിടിച്ചെണീപ്പീര്."

മൂത്രമൊഴിക്കാൻപോലും കിടക്കവിട്ടെണീക്കാൻ മടിക്കുന്ന അപ്പൂപ്പനിതെന്തുപറ്റിയെന്ന് ഭവാനി വിസ്മയിച്ചു. "ഇപ്പോ എന്തിനാ എണീക്കണെ? ഈ പാത്രത്തിലങ്ങു കൈ കഴുകിയാപ്പോരേ?"

"എന്നെ ഒന്നെണീപ്പീര് മക്കളേ." വൃദ്ധൻ കെഞ്ചി.

അവൾ അനുസരിച്ചു.

"അപ്പൂപ്പനെ ആ ജനാലേരെ അടുത്തു കൊണ്ടുവിട്."

ജനാല തുറന്നാൽ പുലഭ്യം പറയാറുള്ള കിളവൻ. ഈ അറയുടെ പുറത്തുകടക്കുക മാസങ്ങൾ കൂടുമ്പോഴാണ്.

വൃദ്ധൻ ചോറിനെ ഗൗനിക്കാതെ വേച്ചുവേച്ചു നടന്നു തുടങ്ങി. അവൾ പിറകേ ചെന്നു കൈപിടിച്ചു.

വേദമാണിക്യം ജനാലഴികളിൽ പിടിച്ചു പുറത്തുനോക്കി. മഴ ചാറുന്നു. ആകാശം കാർമൂടിക്കിടക്കുന്നു. ഇടയ്ക്കിടെ ഇടിയും മിന്നലും. വൃദ്ധൻ മോണകാട്ടി ചിരിച്ചു രസിച്ചു നിന്നു.

അപ്പൂപ്പൻ ചിരി മറന്നുപോയെന്നാണ് ഭവാനി കരുതിയിരുന്നത്. പരിഭവവും ദേഷ്യവുമില്ലാതെ മറ്റെന്തെങ്കിലും ഭാവം അടുത്തകാലത്തൊന്നും ആ മുഖത്ത് അവർ കണ്ടിട്ടില്ല.

"കണ്ടോ മഴയുടെ വരവു കണ്ടോ? ഇന്നു തകർത്തുവാരി പെയ്യും കേട്ടോ, ആ ഐശ്വര്യം കണ്ടാലറിയാം." വൃദ്ധൻ കുട്ടികളെപ്പോലെ തുള്ളി.

"രണ്ടു ദെവസമായല്ലോ മഴ തൊടങ്ങിയിട്ട് ഇതിലെന്താണിത്ര രസം?"

"പാവം പെണ്ണേ ഇദു നീ കണ്ടിട്ടൊള്ള മഴയൊന്നുമല്ല. നോക്കിക്കോ. വെള്ളം ഓടിയോടി വന്നു നെറയും. അറയും പുരയുമൊക്കെ മുങ്ങും. തൊണ്ണൂറ്റിഒൻപതിലെപ്പോലെ..."

"അപ്പൂപ്പൻ വന്നു ചോറുണ്ണ്..."

"ഒരു ചോറുകാരി!"

ഭക്ഷണത്തിന് വിനാഴിക വ്യത്യാസം വന്നാൽ അലമുറയിടുന്ന ഈ മനുഷ്യന്റെ കുടലിലെ തീയും മഴയിൽ കെട്ടുപോയെന്നോ!

അവൾ കൈ പിടിച്ചുവലിച്ചു. വൃദ്ധൻ നീരസം കാട്ടിയെങ്കിലും ഭവാനി വിട്ടില്ല. അയാളെ അന്നത്തിനു മുന്നിൽ കൊണ്ടിരുത്തിയിട്ട് അവൾ പോയി.

എച്ചിൽപ്പാത്രമെടുക്കാൻ അവൾ വന്നപ്പോൾ വൃദ്ധൻ ചോറുരുളയുമായി ജനാലയ്ക്കപ്പുറത്തെ ആകാശം നോക്കി ഇരുപ്പാണ്. പെണ്ണ് ലഘു വായൊന്നു ശാസിച്ചപ്പോൾ വേദമാണിക്യം ഉരുള തിരികെ ഇട്ടു. "കൊണ്ടു പോടീ എനിക്കു വിശപ്പില്ല."

കൈ കഴുകിയിട്ട് അയാൾ വീണ്ടും കെഞ്ചി. "നീ എന്നെ ജനാലയ്ക്കടുത്ത്..."

അവൾ ഒന്നും മിണ്ടാതെ പാത്രങ്ങളുമെടുത്തു നടന്നു. വൃദ്ധനിൽ സങ്കടവും കോപവും ഇരമ്പി. അയാൾ കൈകാൽ തല്ലി വിളിച്ചുകൂവി. ഇതൊക്കെ ഇടയ്ക്കിടെ പതിവുള്ള കലാപരിപാടികളായതുകൊണ്ട് ആരും ഗൗനിച്ചില്ല.

പുറത്തു മഴ കനത്തു കഴിഞ്ഞിരുന്നു. മഴയുടെ ഹുങ്കാരത്തിലും ഇട വിടാതെയുയരുന്ന ഇടിമുഴക്കത്തിലും വൃദ്ധന്റെ ആക്രോശങ്ങൾ മുങ്ങിപ്പോയി.

അത്താഴവുമായി ഭവാനി എത്തിയപ്പോഴേക്കും വൃദ്ധൻ കട്ടിലിലിരുന്ന് ജനാലയ്ക്കപ്പുറത്തെ മഴ ആസ്വദിക്കുകയാണ്. അവളെ കണ്ടപാടെ അയാൾ ചോദിച്ചു: "വെള്ളം പടിവരെ എത്തിയോടീ?"

വൃദ്ധന്റെ പ്രസന്നഭാവം കണ്ട് അവൾ മുഖം കനപ്പിച്ചു നിന്നു. ഇതേ കണക്കിൽ പെയ്യുകയാണെങ്കിൽ പുലരുംമുമ്പ് ഇറയത്തു വെള്ളം കയറുമെന്ന് അവൾ ഭയത്തോടെ ഓർത്തു.

വൃദ്ധൻ വഞ്ചിപ്പാട്ടിന്റെ ഈണത്തിൽ പറഞ്ഞുതുടങ്ങി: "കേട്ടോടീ, പണ്ട് വർഷാവർഷം താമ്റ വർണ്ണിയാറങ്ങു നെറയും. ആറു നെറഞ്ഞാലോ വെള്ളം കരയിലോടിച്ചാടിക്കയറും. കുടിലും കൊട്ടാരവും മുങ്ങും. അന്ന് എല്ലാ വീട്ടിലും വള്ളമൊണ്ടോരുന്നെടീ, ഓടിവള്ളവും ചുണ്ടനും ചങ്ങാടോം, എനിക്കോ, കൊഴുകൊഴുത്ത ചെറുപ്പം. വള്ളത്തിക്കേറി ചെറുബാല്യക്കാര് ഞങ്ങള് ഊരുചുറ്റും. വാഴക്കൊലയും കൊലകൊലങ്ങാത്തേങ്ങയും പാക്കും വെട്ടി വള്ളത്തിലിടും. വെള്ളം വിഴുങ്ങിയ ഭൂമിക്ക് അതിരോണ്ടോ, വരമ്പോണ്ടോ? തലേല് വട്ടക്കെട്ടും കെട്ടി, പാട്ടുംപാടി ഞങ്ങളങ്ങനെ ചുറ്റിയടിക്കും. ഇപ്പോ കന്നം തിരിഞ്ഞ കാലത്ത് വെള്ളവുമില്ല. വള്ളവുമില്ല..."

ഈ അർദ്ധവിരാമത്തിലെത്തിയപ്പോഴാണ് ഭവാനി സ്ഥലംവിട്ട കാര്യം

വേദമാണിക്യം അറിഞ്ഞത്. അതുകൊണ്ട് സ്വാഗതം കൂട്ടിച്ചേർത്തു... "കണ്ടില്ലേ. കെട്ടിക്കാറായ പെണ്ണിന്റെ ഇടതിരിവ്. ഇവളൊക്കെ ജലദേവതയെ കണ്ടിട്ടൊണ്ടോ... ആ ഇളകിയാട്ടം കണ്ടിട്ടൊണ്ടോ.."

അയാൾ ആ രാത്രി ഉറങ്ങിയില്ല. ആഞ്ഞടിക്കുന്ന കാറ്റിന്റെ താളവും കോരിച്ചൊരിയുന്ന വർഷത്തിന്റെ സംഗീതവും കേട്ട്, അതിന്റെ ലഹരി നുണഞ്ഞ് കൺമിഴിച്ചു കിടന്നു. ഇടയ്ക്കിടെ ഓർമ്മയുടെ താളിയോലകളിൽനിന്ന് ഈരടികൾ മൂളി.

വെളുപ്പാൻകാലമായപ്പോൾ അറയ്ക്കു പുറത്ത് ബഹളം. വെള്ളം ഇറയത്തും പടിപ്പുരയിലുമെല്ലാം കയറിക്കാണും. വളരെനാൾകൂടി കിഴവൻ മനം നെറഞ്ഞു ചിരിച്ചു. 'ചട്ടീം കലവുമൊക്കെ പെറുക്കിമാറ്റുകയാണ്. കാലാടുമായിരുന്നെങ്കില് എണീറ്റു ചെന്നൊന്നു നോക്കായിരുന്നു.' അയാൾ ഭവാനിയെ വിളിച്ചു. പിന്നെ മകനെ വിളിച്ചു. പുറത്തെ ശബ്ദകോലാഹലത്തിനിടയിൽ ആ ചിലമ്പിച്ച ഒച്ച നുരഞ്ഞുചെന്നില്ല. എങ്കിലും വൃദ്ധൻ വിളിച്ചുകൊണ്ടേയിരുന്നു. ആയംകൂട്ടിക്കൂട്ടിത്തുഴയുംപോലെ.

ഒടുവിൽ, മകൻ വാതില്ക്കൽ ഒഴുകിയെത്തി. "എന്തുവേണം അച്ഛന്?" അസഹ്യത വിങ്ങിനില്ക്കുന്ന ചോദ്യം.

"എടാ മോനേ, നിന്റെ തന്തയെ ഒന്നു പുറത്തുകൊണ്ടുപോടാ. ആ എറയത്തു കൊണ്ടിരുത്ത്."

"അവിടൊക്കെ വെള്ളംകേറി. വല്യ തണുപ്പും."

"അപ്പോ ഞാനിവിടെ കെടന്നു ചാവട്ട്. അല്യോടാ?"

അതു ശരിയാണല്ലോ എന്നു മകനു തോന്നി. അറയ്ക്കുള്ളിലും ഉടനെ വെള്ളമെത്തും. വയസ്സന്മാർക്കാണല്ലോ മരണഭയമേറെ.

അവൻ പിതാവിനെ താങ്ങി എണീല്പിച്ചു.

ഇറയത്തു ചെന്നപാടെ അയാൾ വിളിച്ചുകൂവി. "എടീ ഭവാനീ, ആ കസേര ഇങ്ങെടുത്തോടീ, ഞാനൊന്നിരിക്കട്ടെ."

ന്യായമായ ആവശ്യം എന്നേ എല്ലാവരും കരുതിയുള്ളൂ.

ചൂരൽകസേരയിൽ ചാരിയിരുന്ന് വൃദ്ധൻ ജലത്തെ നോക്കി പഴയ ചങ്ങാതിയോടെന്നപോലെ പുഞ്ചിരിച്ചു. "മക്കളേ, ഈ വെള്ളത്തിന്റെ ഒരു സന്തോഷം കണ്ടോ. കൂടു തുറന്നുവിട്ടപോലെ." അയാൾ ഓളങ്ങളോടു പാടി., "ഓടിവാ കള്ളീ, ചാടിവാ കള്ളീ, ചീമപ്പെണ്ണേ വാടീ, വാടീ.."

പരിഭ്രാന്തരായ മറ്റുള്ളവർ അമർഷം കുടിച്ചിറക്കി സാധനങ്ങൾ മച്ചിലേക്കു കയറ്റുന്ന ജോലി തുടർന്നു.

വട്ടിയും കുട്ടയും പാത്രങ്ങളും കോഴിയും ആടുംവരെ മച്ചിലെത്തിക്കഴിഞ്ഞു. കിഴക്കുനിന്ന് ഒരു കാറ്റടിച്ചു. കെട്ടിടത്തിന്റെ മോന്തായം കുലുങ്ങി. കുട്ടികൾ നിലവിളിച്ചു.

ചുറ്റിനും മരക്കൊമ്പുകൾ ഒടിയുന്ന ശബ്ദം. കൊന്നത്തെങ്ങുകൾ നിലംപറ്റെ താണു പൊങ്ങി.

അയൽപക്കങ്ങളിൽനിന്നും ധാരമുറിയാതെ അലമുറ ഉയർന്നുകൊണ്ടിരുന്നു.

മുറ്റത്ത് അരയോളം വെള്ളത്തിൽ വന്നുനിന്ന് അങ്ങേതിലെ വറീത് വൃദ്ധന്റെ മകനോടു ചോദിച്ചു: “ഇനിപ്പോ എന്താ ചെയ്ക?”

“ഞങ്ങള് എല്ലാം തട്ടിൻമോളിൽ കയറ്റുകാ.”

“എന്റെ വീടിന് മച്ചുമില്ല...”

“അതുംകൂടെ ഇവിടെ കേറ്റാമെന്നുവച്ചാല് തുലാം താങ്ങൂലാ. എല്ലാം ചെത്തും പൊടിഞ്ഞും ഇരിപ്പല്യോ. നീ പുത്തൻ പുരക്കാരോട് പറ.”

മഴയിരുട്ടിനെ ഭേദിച്ചുകൊണ്ട് ഒരു മിന്നൽപ്പിണർ. ആകാശം രണ്ടായിപ്പിളർന്നു ചൊരിഞ്ഞപോലെ കണ്ണുമങ്ങിപ്പോയെങ്കിലും വൃദ്ധൻ ആവേശപൂർവ്വം വീണ്ടും അങ്ങോട്ടു നോക്കി. സർവ്വചരാചരങ്ങളെയും ഞടുക്കിക്കൊണ്ട് ഒരു ഇടിവെട്ട്. ആ ഞടുക്കത്തിൽനിന്നും മുങ്ങാംകുഴിയിട്ടു പൊങ്ങി വേദമാണിക്യം പാഞ്ഞു. “ബലേ ഭേഷടാ ദേവേന്ദ്രാ, ബലേ, ഇദുപോലെ ഒന്നുകൂടി ഇങ്ങുപോരട്ട്... ഒന്നൂടി, ആ വാളെടുത്ത് ആഞ്ഞൊന്നു വീശൂട്. ചൊണ കാണട്ട്...”

നാലഞ്ചു നിമിഷം കഴിഞ്ഞ് അത്ര തീക്ഷ്ണമല്ലാത്ത ഒരു മിന്നൽ. ദുർബ്ബലമായ ഒരിടമുഴക്കം.

കിഴവൻ പറഞ്ഞു: “ഛേ! മോശം, നാണക്കേട്, നീ ആൺപിള്ള ശിങ്കമല്ലേടാ.. ഒന്നുകൂടി വീശൂട്... കാണട്ട്...”

മകൻ വന്നു പറഞ്ഞു. “അവളും പിള്ളേരുമൊക്കെ തട്ടിൽക്കയറിക്കഴിഞ്ഞു. താഴെ ഇനി ഒരു വസ്തുവും ഇല്ല. അച്ഛൻ എണീറ്റാട്ടേ...”

മറ്റൊരയൽക്കാരനായ സുദേവൻ ഓലക്കുടയും ചൂടി മുറ്റത്തുവന്ന് അറിയിച്ചു. “സർക്കാർ വള്ളവും കുടിയാൻ വള്ളങ്ങളും എത്തീട്ടൊണ്ട്. അങ്ങേക്കരക്കാരെ അതിലു കേറ്റുകാ... എല്ലാരേം കുന്നുംപുറത്തെ സ്കൂളിലേക്കാ കൊണ്ടുപോണെ. ഉടനെ ഇങ്ങു വരും.”

മകൻ പറഞ്ഞു: “സുദേവാ, നീ ഇങ്ങു കേറിവാ. അച്ഛനെ മോളിൽ കൊണ്ടുപോണം. ഒന്നു താങ്ങ്.”

കാൽവണ്ണയ്ക്കു ചുറ്റും വട്ടംകറങ്ങുന്ന വെള്ളത്തിനോട് കിന്നാരം പറഞ്ഞും കാലിട്ടിളക്കിയും രസിച്ചിരിക്കുന്ന വൃദ്ധൻ ആ ഭാഷണം ശ്രദ്ധിച്ചില്ല.

അവരിരുവരും ചേർന്ന് ചൂരൽക്കസേര പൊക്കിയപ്പോൾ അയാൾ അവരുടെ മുഖത്തു നോക്കി, എന്തിനാണീ പുറപ്പാടെന്ന അർത്ഥത്തിൽ.

മകനോതി: “വെള്ളം ഇരച്ചുകേറുകാ. മോളിൽ പോകാം.”

കിഴവൻ പ്രതിഷേധിച്ചില്ല. അയാളെ തട്ടിന്റെ ഇരുളിൽ പ്രതിഷ്ഠിച്ചിട്ട് സുദേവൻ പോയി.

ഒരു മൂലയിൽ കത്തിക്കൊണ്ടിരുന്ന മുട്ടവിളിക്കിന്റെ വെട്ടത്തിൽ വൃദ്ധന് ക്രമേണ മച്ചകമാകെ വ്യക്തമായി. നായ് അയാളെ വലംവച്ചു മുരണ്ടുനടന്നു.

ഇത്തിരിക്കഴിഞ്ഞ് അയാൾ മകനോടു പറഞ്ഞു. “എടാ മോനേ, എനിക്ക് ശ്വാസം മുട്ടുന്നു. എന്തൊരു വേവ്. രണ്ടുവരി ഓല മാറ്റെടാ. ഞാൻ തല മോളിലിട്ട് കാറ്റുപിടിക്കട്ടടാ.”

"കാറ്റ്! പെരുംമഴയാ. കണ്ണും മൂക്കുമില്ലാത്ത മഴ."

"ഞാൻ ചത്തുപോകുമെടാ. മഴ നനഞ്ഞാലും കുറ്റമില്ല. എടാ പൊന്നു മോനേ..." വൃദ്ധൻ അലമുറയിട്ടു.

ഗത്യന്തരമില്ലാതെ മകൻ പിറുപിറുത്തുകൊണ്ട് ഒരു വരി ഓല നീക്കി. വൃദ്ധന് ആകാശം ഒരു ദീർഘചതുരമായി കാണാമെന്നായി. മകന്റെ ഭാര്യ. കെഴവന് ഭ്രാന്താണെന്ന് നിറുത്താതെ അലച്ചുകൊണ്ടിരുന്നു.

"എന്നെ ഒന്നെണീപ്പീരെടാ."

വൃദ്ധൻ കരഞ്ഞുതുടങ്ങിയപ്പോൾ, മകൻ ആ മോഹവും നിറവേറ്റി ക്കൊടുത്തു.

വേദമാണിക്യം കഴുക്കോലിൽ പിടിച്ചുകൊണ്ട് ഒരു നിമിഷം കഴുത്തു കുനിച്ചു നിന്നു. തലയിൽ വീഴുന്ന മഴത്തുള്ളികൾ അയാൾ അമൃതധാര പോലെ ഏറ്റുവാങ്ങി. വൃദ്ധൻ കഴുക്കോലിൽ പിടിമുറുക്കി നിവർന്നു നിന്ന പ്പോൾ മകൻ കൈയയച്ചു. കുഴപ്പമില്ലെന്നു കണ്ട് അവൻ താഴെക്കിറങ്ങി.

വൃദ്ധൻ ഒരു കൈകൊണ്ട് ഒരുവരി ഓലകൂടി വലിച്ചുതാഴ്ത്തി. പിന്നെ സാഹസപ്പെട്ട് തല പുറത്തേക്കു നീട്ടി. കണ്ടുനില്ക്കേ വെള്ളം പൊങ്ങി പ്പൊങ്ങി വരികയാണ്.

"ഭവാനീ, ഇപ്പഴൊരു വള്ളം കിട്ടിയിരുന്നേല്, ഈ അപ്പൂപ്പൻ കാണി ച്ചുതരാമായിരുന്നെടീ."

ആരും പ്രതികരിച്ചില്ലെങ്കിലും അയാൾ പലവട്ടം അതുപറഞ്ഞു.

വളരെ അകലെക്കൂടി വള്ളങ്ങൾ തിരക്കിട്ടു പോകുന്നു. "മേത്തുവ ന്നിടിച്ചിട്ടും അവന്മാർക്ക് തേങ്ങം വേണ്ടാ, കരിക്കുംവേണ്ട, പ്രാന്തൻമാര്." വൃദ്ധൻ മുറുമുറുത്തു.

മകൻ മറ്റേ മൂലയിൽ കൂര പൊളിച്ചു തല പുറത്തിട്ടു. അകലെക്കൂടി പോകുന്ന വള്ളങ്ങളെ കൂവി വിളിച്ചു.

വള്ളങ്ങളിൽ കന്നുകാലികളും ആളുകളും ജംഗമസാധനങ്ങളും പൊയ്ക്കൊണ്ടിരുന്നു. ചിലർ തിരിഞ്ഞു നോക്കിയില്ല. മറ്റു ചിലർ കൈ കാണിച്ചിട്ടു കടന്നുപോയി.

"ഒരുത്തനും ഇങ്ങോട്ടുവരുന്ന കോളില്ല." മകൻ പിറുപിറുത്തു. പിന്നെ ആ സങ്കടം അടുത്ത വീടിന്റെ കൂരയ്ക്കുമേലെ കണ്ട മനുഷ്യമുഖത്തോടു ചൊല്ലി. ആ മനുഷ്യനും നിറുത്താതെ കൂവിക്കൊണ്ടിരുന്നു. നാലുപാടും നിന്നുയരുന്ന ശബ്ദമേളം വേദമാണിക്യത്തിനൊരു ഹരമായി. കളരിപ്പയ റ്റിന്റെ നാലു ചുവടു ചവിട്ടാൻ ഉടൽ തരിച്ചു.

"ഇന്നു രാത്രീം കൂടെ മഴയിങ്ങനെ നിന്നാല് നമ്മുടെ കൂരേം മുങ്ങും." മകന്റെ ഭാര്യ തേങ്ങി.

ഭവാനിയുടെ ഇളയ പൈതങ്ങൾ ആരോഹണാവരോഹണങ്ങളോടെ കരഞ്ഞുകൊണ്ടേയിരുന്നു. പൂച്ച വട്ടിക്കുള്ളിൽ ചുരുങ്ങിക്കൂടിയിരുന്നു തേങ്ങി. ആടിന്റെ ചിണുങ്ങലിനും മുറിവുണ്ടായില്ല.

മകൻ ഇടയ്ക്കൊന്നു തല പിൻവലിച്ചപ്പോൾ നായ് പുരമുകളിലേക്കു കുതിച്ചുകയറി. ഓളങ്ങളെ നോക്കി ഓലിയിട്ടു. മകൻ വീണ്ടും വള്ളങ്ങൾ

ക്കായി തലയും നാവും നീട്ടി.

ഒരു മലമ്പാമ്പ് ആ കൂരയ്ക്കുനേരെ തിരക്കിട്ടൊഴുകിവന്നു. നായ് മുന്നോട്ടു നീങ്ങി അതിനുനേരെ കുരച്ചു. പാമ്പ് തലപൊക്കി ചീറി. നായ് ഒന്നു മൂത്രമൊഴിച്ച് പിൻവാങ്ങി. മകൻ ഒരുവടി വലിച്ചെടുത്തു. വെള്ളത്തിൽ തല്ലി. ഫണീന്ദ്രൻ വൃദ്ധനു നേരെ നീങ്ങി. കിളവൻ അതിനെ തലയാട്ടി സ്വാഗതം ചെയ്തു. "വാടാ വാ നെനക്കും എനിക്കും ഇതീന്നു പുറത്തുചാടാൻ ഇതുതന്നെ നേരം. ദാ ഈ കൂരയിലും കേറി ചുരുള്..."

ആ ജന്തു വലം ചുറ്റി തിരിഞ്ഞൊഴുകിപ്പോകുന്നതു കണ്ട് വൃദ്ധൻ കാർക്കിച്ചുതുപ്പി. "അല്ലെങ്കിലും കൊണം പിടിക്ക്ണ ഇനമല്ല. ശാപം പിടിച്ച കൂട്ടം."

ചുണ്ടിൽ ഇറച്ചിയേന്തിയ രണ്ടു കാക്കകളെയും ചുമലിലേറ്റി ഒരു കാളയുടെ ശവം ധൃതിയിലൊഴുകിപ്പോയി. ഇത്തിരിക്കഴിഞ്ഞപ്പോൾ ഒരു പെണ്ണിന്റെ ജഡവും.

വേദമാണിക്യം മകനോടെന്നപോലെ പറഞ്ഞു. "ഒക്കെ ജലമഹാകാളീടെ ബലിയാ. ദേവതകൾക്ക് അറിഞ്ഞു കൊടുത്തില്ലെങ്കില് അവരതങ്ങെടുക്കും."

മരക്കൊമ്പുകൾ, പാത്രങ്ങൾ, പലതരം ചെടികൾ. ഇവയൊക്കെ വട്ടം കറങ്ങി ഒഴുകിവന്നുകൊണ്ടിരുന്നു. ഒരു സ്റ്റീൽ പാത്രം തുള്ളിത്തുള്ളിപ്പോകുന്നതു കണ്ടപ്പോൾ വൃദ്ധൻ സ്വരം താഴ്ത്തി, ഒരു നിഗൂഢരഹസ്യം വെളിപ്പെടുത്തുംമട്ടിൽ ചൊല്ലി: "ഉരുളീം, വാർപ്പുമൊക്കെ വരും. അതിനകത്തു നിധികാണും. നിധി. പിടിക്കാൻ ചെന്നാ മൊകത്ത് വെള്ളം ചീറ്റീട്ട് അതങ്ങു പോകും വിധിയൊള്ളവനേ അതു കിട്ടൂ."

ഇരുൾ കനത്തു തുടങ്ങുന്നു. അസ്തമനമായിരിക്കണം. മച്ചിനകത്തേക്കും ജലമെത്തിത്തുടങ്ങി.

ചീറിവന്ന കാറ്റിൽ ഒരു ഭാഗത്തെ ഓലകൾ പറന്നുപോയി. അങ്ങേ വീട്ടിലെ ഓടുകൾ പറന്നുപോകുന്നതു നോക്കി വൃദ്ധൻ ഇളകിച്ചിരിച്ചു. ഗ്രാമമാകെ മുറവിളിയിൽ മുങ്ങിത്താഴുന്നു.

മകന്റെ ഭാര്യ ആരെയോ ഒക്കെ അലറിവിളിച്ച് ശപിച്ചുകൊണ്ടിരുന്നു. ഓല പറന്നുപോയ ഭാഗത്തെ ചുമരിന്റെ ഒരു കഷണം അടർന്നു വീണു. മകൻ ആവോളം പൊങ്ങി നിന്നു വള്ളക്കാരെ വിളിച്ചുകേണു.

ഒരു റാന്തൽ ആ വീടിനു നേരെ ഒഴുകിവരുന്നതു കണ്ടു. അവൻ ഭാര്യയെ വിളിച്ചുപറഞ്ഞു. "ഒരു വള്ളം വര്ണൊണ്ട് കെട്ടുവള്ളം, എല്ലാം പെറുക്കിക്കൂട്ട്..."

വള്ളം അടുത്തടുത്തു വരുന്നതു കണ്ടപ്പോൾ വൃദ്ധൻ ശബ്ദമുയർത്തി വിളിച്ചുകൂവി. "ആഞ്ഞു തൊഴയെടാ... ചീവനില്ല്യേ..."

മകൻ ഏതാനും വരി ഓലകൂടി വലിച്ചുമാറ്റി. വള്ളം അടുത്തു വന്നു നിന്നു. വള്ളക്കാരൻ എറിഞ്ഞുകൊടുത്ത കയർ അവൻ കഴുക്കോലിൽ ബന്ധിച്ചു. ഭവാനിയെയും ഭാര്യയെയും പൊക്കിയെടുത്ത് വള്ളത്തിലാക്കി. നായ് അക്ഷമനായി ചാടി വള്ളത്തിൽ വീണു അമരത്തു ചെന്നുനിന്നു

കുരച്ചു. മറ്റു സന്തതികളെയും ആടിനെയും ജംഗമസാധനങ്ങളെയും ഒന്നൊന്നായി വള്ളത്തിലുള്ളവർ ഏറ്റുവാങ്ങി. ഒരു കുട്ട കൂരയ്ക്കു മേലെ എത്തിയപ്പോൾ പൂച്ച കുതിച്ചുചാടി വെള്ളത്തിൽ വീണു പിടഞ്ഞു. വൃദ്ധൻ കൈകൊട്ടിച്ചിരിച്ചു. ഭവാനി അതിനെ തൂക്കിയെടുത്ത് ഒരു തല്ലുകൊടുത്ത് വള്ളത്തിലിട്ടു.

"എല്ലാം വേഗം കേറ്റ്. ഈ പെരുമഴ വീണു വെള്ളം നെറഞ്ഞാ എല്ലാം തീരും." വള്ളത്തിൽനിന്നു വെള്ളം കോരി മാറ്റിക്കൊണ്ടിരുന്നവൻ തിടുക്കം കൂട്ടി.

അയൽപക്കത്തെ കൂരകളിൽനിന്ന് ദിനാലാപനങ്ങൾ ഉയരുകയാണ്. കൂവലുകളും. വള്ളക്കാരൻ അല്പം പൊറുക്കാൻ എല്ലാവരോടും കൈകാണിച്ചുകൊണ്ടിരുന്നു.

സർവ്വവും വള്ളത്തിനുള്ളിലായിക്കഴിഞ്ഞപ്പോൾ മകൻ വൃദ്ധനെ പിടിച്ചുപൊക്കി.

"നീ വിടെടാ.." വൃദ്ധൻ കാലുപൊക്കി മകനെ തൊഴിച്ചു. "ഞാനെങ്ങും വര്ണില്ല."

"അച്ഛനെന്തു പ്രാന്താ കാട്ടണെ. രണ്ടു നാഴിക കഴിഞ്ഞാ വെള്ളം കൂരയ്ക്കു മുകളിലെത്തും."

"എത്തട്ടെടാ. തീയല്ലല്ലോ."

"കെളവനെ ഇങ്ങു തൂക്കിയെടുത്തിടണ്ണാ." വള്ളത്തിലെ സന്നദ്ധ ഭടനായ ചെറുപ്പക്കാരൻ കല്പിച്ചു. അവൻ മകനെ തുണയ്ക്കാൻ കൂരയിൽ ചാടിക്കയറുകയും ചെയ്തു.

"എരപ്പാളികളേ, എന്നെ തൊടരുത്. ഞാനിവിടെ നില്ക്കും. നിങ്ങള് പോ.."

"അച്ഛനെന്താ ഭാവം?" മകൻ പരവശനായി ചോദിച്ചു.

"ഞാനോ, നോഹേടെ പെട്ടകം വരുമ്പം അതിലു കേറാൻ നില്ക്കുകയാ, എടാ മോനേ, നീ പിള്ളാരേം കൊണ്ട് കരപറ്റ്."

ചെറുപ്പക്കാരൻ തട്ടിലിറങ്ങി വൃദ്ധനെ സമീപിച്ചു. "പിടിയണ്ണാ. ഒരു കെഴട്ടുവാശി!"

അവൻ വൃദ്ധനെ ദൃഢമായി പുണർന്നുയർത്താൻ ശ്രമിച്ചു. വൃദ്ധന് ഇരുകൈകൊണ്ടും കഴുക്കോലിനെ ചുറ്റിവരഞ്ഞു ഞാണുകിടന്നു നിലവിളിച്ചു. ആ കൈകളെ അഴിച്ചെടുക്കാൻ മകൻ എത്ര ശ്രമിച്ചിട്ടും സാധിച്ചില്ല.

"ദ്രോഹികളേ എന്നെ കൊല്ലാതിനെടാ."

വൃദ്ധൻ അലറി: "വള്ളത്തില് കേറ്റിയാ ഞാൻ വെള്ളത്തിൽ ചാടും. എന്റെ തന്തയാണെ ചാടും..."

പുറത്ത് വള്ളക്കാർ ധൃതികൂട്ടി. നേരം ഇരുട്ടുന്നു. മറ്റുള്ളവരേം കുന്നുംപുറത്തെത്തിക്കണം.

സന്നദ്ധസംഘത്തലവൻ അന്ത്യശാസനം നല്കി. "കയറഴിക്കാൻ പോവുകാ. ചെല്ലം കാണാനൊള്ള നേരമല്ല. നിങ്ങള് വര്ണൊണ്ടോ?

വെള്ളം കുടിച്ചു ചാവാനാ മൂപ്പന്റെ വിധി."

മകൻ വൃദ്ധന്റെ കാലുപിടിച്ചിരന്നു. "അച്ഛനാ ആ കൈവിട്."

മഴ ദുർവ്വാശിയോടെ കനത്തു. വീണ്ടും കാറ്റി ചീറിവന്നു.

വൃദ്ധൻ ശാന്തനായി പറഞ്ഞു. "മോനേ, നീ പോ, പിള്ളേരേം കൊണ്ടുപോ. വെള്ളം താഴ്ന്നിട്ട് വാ. ഞാൻ വര്ണില്ല. ഇവിടെനിന്ന് ഇദൊക്കെ ഒന്നു കാണട്ട്, പോ..."

സന്നദ്ധഭടനായ ചെറുപ്പക്കാരൻ തിരികെ വള്ളത്തിൽ ചാടി കയറ ഴിക്കാനൊരുങ്ങി. വീണ്ടും വെള്ളത്തിൽ കണ്ണുനട്ടു കഴിഞ്ഞ അച്ഛനെ ദീന മായൊന്നു നോക്കിയിട്ട് മകനും വള്ളത്തിലിറങ്ങി.

വള്ളം നീങ്ങിത്തുടങ്ങവേ മകൻ കൈരണ്ടും നീട്ടി ഒരിക്കൽക്കൂടി അച്ഛനോടപേക്ഷിച്ചു.

പക്ഷേ, ഓളങ്ങളുടെ താളവട്ടത്തിൽ കണ്ണൂന്നിനിന്ന വൃദ്ധന്റെ പ്രജ്ഞ യിൽ ആ കരച്ചിൽ പതിച്ചില്ല. അയാൾ കൈവീശി യാത്രാനുമതിയേകി. വള്ളത്തിലെ വെളിച്ചം കണ്ണിൽനിന്നും മായുംവരെ കൈവീശിച്ചിരിച്ചു. ഒന്നിനു പിറകേ ഒന്നായി കടന്നുവന്ന വെളിച്ചങ്ങൾക്കെല്ലാം കൈവീശി ക്കൊണ്ട് വേദമാണിക്യമങ്ങനെ നിന്നു. മഴയറിയാതെ, തണുപ്പറിയാതെ, ഇരുളറിയാതെ, ആകാശവും ജലവും ഭൂമിയും തിരിച്ചറിയാനാവാത്തവിധം ഒന്നായി, ഇരുളായിത്തീർന്നിട്ടും വേദമാണിക്യം ചിരിച്ചു രസിച്ചുനിന്നു.

തടശിലകൾ

ഉറക്കത്തിനു മുമ്പുള്ള പതിവുനേർച്ച വായനയിലായിരുന്നു സുമിത്രൻ. അടുത്ത് മച്ചിൽ നോക്കി വെറുതെ കിടക്കുകയായിരുന്നു രോഹിണി. പൊടുന്നനെ അവൾ സുമിത്രനു നേരെ ചെരിഞ്ഞു പറഞ്ഞു.

"നമുക്കൊരു പെൺകുട്ടിയെ വേണം ഒരു മോൾ."

അവരുടെ രണ്ടു വയസ്സുള്ള മകൻ നചികേതസ്, രോഹിണിക്കിപ്പുറം കൈവിരലീമ്പി മയങ്ങുകയായിരുന്നു.

ഏതോ തുടർക്കഥയുടെ തുടലിൽ കുരുങ്ങിക്കിടന്ന സുമിദ്രൻ രോഹിണിയുടെ ഡിമാന്റ് കേട്ടില്ല.

അവൾ ഒറ്റവലിക്ക് വാരിക കൈക്കലാക്കിക്കൊണ്ടു പറഞ്ഞു.

"ഞാൻ പറഞ്ഞതുകേട്ടില്ലേ. നമുക്കൊരു മോളു വേണംന്ന്..."

അയാൾ ഗൗരവം വിടാതെ പറഞ്ഞു.

"അതിന് ആവർത്തിച്ചാവർത്തിച്ചു പറയാനെന്തിരിക്കുന്നു! നിനക്ക് ചെറുപ്പം. എനിക്ക് നല്ല ആരോഗ്യം. നീ കൈയെത്തി ആ ട്യൂബ്ലൈറ്റ് ഓഫാക്കുക. അത്രേ വേണ്ടൂ."

"ആ പൂതിയല്ല ഞാൻ പറഞ്ഞത്. നമുക്ക് ഒരു കുട്ടിയെ അഡാപ്റ്റ് ചെയ്യാം. എത്ര നാളായി ഞാനിതു പറയുന്നു!"

"മാലോകർക്ക് ഒരു നല്ല തമാശയാകും."

"എനിക്കിത് തമാശയല്ല. സുമിക്കും തമാശയായിക്കൂടാ."

"ഞാൻ സീരിയസായിത്തന്നെ ചോദിക്ക്യാ, നമുക്കു ജനിച്ച ഒരു പെൺകുഞ്ഞല്ലേ നല്ലത്?"

"അടുത്തത് പെൺകുഞ്ഞാവും എന്ന് എന്താ ഉറപ്പ്? ഭാഗ്യപരീക്ഷണത്തിന് ഞാനില്ല."

"കേട്ടില്ലേ? ഒരു ഗൈനക്കോളജിസ്റ്റിന്റെ വർത്തമാനം. ഗർഭത്തിലെ

കുഞ്ഞ് ആണോ പെണ്ണോ എന്നറിയാനുള്ള ടെസ്റ്റ് നിനക്കറിയില്ല അല്ലേ? ആണാണെങ്കിൽ ആ ശിശു ജനിക്കണ്ടാ. പെണ്ണാണെന്ന് തീർച്ചയാകും വരെ നമുക്ക് അറ്റംപ്റ്റ് തുടരാം."

"സ്റ്റോപ്പ് ഇറ്റ്. എനിക്ക് ഇനീം വയറും താങ്ങിക്കൊണ്ട് ആശുപത്രിയില് നടക്കാൻ വയ്യ. നാം ഒരു ഓർഫനേജിൽ പോകുന്നു. ഒരു സുന്ദരിപ്പെണ്ണിനെ കണ്ടെത്തുന്നു. രേഖകൾ ശരിപ്പെടുത്തുന്നു. അവളേയും തോളിലേറ്റി ഇങ്ങുപോരുന്നു. അത്രതന്നെ."

"നിന്റെ ഓരോ കിറുക്ക്."

"ആയിക്കോട്ടെ ഞാൻ സുമിയുടെ അമ്മയോടിതു പറഞ്ഞു. അമ്മ ആദ്യമൊന്ന് അമ്പരന്നു. ദത്തുപുത്രിയെ നചിയെപ്പോലെ സ്നേഹിക്കാൻ എനിക്കു കഴിയുമോ എന്നാണ് അമ്മയുടെ സംശയം."

"എന്റെ സംശയവും അതുതന്നെ."

"എനിക്കു കഴിയും. അവനവന്റേതല്ലാത്ത കുട്ടികളെയും സ്വന്തം കുഞ്ഞുങ്ങളെപ്പോലെ സ്നേഹിക്കാൻ കഴിയണം. അതല്ലേ മനുഷ്യത്വം."

"ആദർശം ഫൈൻ. പക്ഷേ, പ്രവൃത്തിയിൽ വരുമ്പോഴേ കുഴപ്പമുള്ളൂ."

"സുമിക്കു പറ്റുമോ? നമ്മുടെ മോളേ നചിയേക്കാൾ സ്നേഹിക്കാൻ. അവളെ കണ്ണിലും കരളിലും വച്ചു വളർത്തി, അന്തസ്സായി വിവാഹം കഴിപ്പിച്ച്... പറയൂ... പറയൂന്ന്."

"നിനക്കു പറ്റുന്നതൊക്കെ പത്തിരട്ടി നന്നായിട്ട് എനിക്കു കഴിയും."

"തീർച്ച?"

"തീർച്ച തീർച്ച."

"അപ്പോൾ നാം അടുത്തയാഴ്ച മധുരയ്ക്കു പോകുന്നു. ഒരു മാലാഖയെ കണ്ടെത്തുന്നു. കൊണ്ടുവരുന്നു."

"മോൾക്ക് പ്രായം?"

"ഞാൻ പണ്ടേ പറഞ്ഞതല്ലേ? ബിറ്റ്വീൻ സിക്സ് ആന്റ് എയിറ്റ് മംത്സ്."

"അങ്ങനെയാണ് സുമിത്രനും രോഹിണിയും മധുരയിലേക്കു പോയത്. രണ്ടു മാസത്തിനിടയിൽ മൂന്നുയാത്ര. ചുമന്നു തുടുത്ത വിടർന്ന കണ്ണുകളുള്ള ആ കുഞ്ഞിനെ സുമിത്രന്റെ അമ്മയ്ക്കും വളരെ ഇഷ്ടമായി. അവരുടെ അനുമോദനവും ആഹ്ലാദവും വചനമായത് ഇങ്ങനെയായിരുന്നു.

"ഇവളെ കണ്ടാല് രോഹിണി പെറ്റതാന്നേ പറയൂ."

അതുകേട്ട് ഡോക്ടർ മനം കുളിർക്കെ ചിരിച്ചു. രോഹിണി ആദ്യമായി കൈയിലെടുത്തപ്പോൾ കുഞ്ഞു മൊഴിഞ്ഞത് 'ഇങ്ക്' എന്നാണു പോലും. അതുകൊണ്ട് 'ഇങ്കു' എന്നങ്ങു പേരിട്ടു.

അവസാനം മധുരയ്ക്കു പോകുംമുമ്പ് രോഹിണി പഴയ വേലക്കാരിയുടെ സേവനം അവസാനിപ്പിച്ചിരുന്നു. അവർ മടങ്ങി വന്നതിന്റെ മൂന്നാം പക്കം അന്യദേശക്കാരിയായ ഒരുവളെ തൽസ്ഥാനത്തു വാഴിക്കയും

ചെയ്തു. ഇങ്കു തന്റെ ചോരയിൽ പിറന്നതല്ലെന്ന് വേലക്കാരി അറിയരുതെന്ന് ആ ലേഡി ഡോക്ടറ്ക്കു നിർബ്ബന്ധമായിരുന്നു.

രാവിലെ ആശുപത്രിയിലേക്കു തിരിക്കും മുമ്പ് രോഹിണി വേലക്കാരിക്ക് ഒരു അൻപതു കല്പനയെങ്കിലും നല്കും. അതിൽ മിക്കതും ഇങ്കുവിനെ പരിചരിക്കുന്നതിന്റെ മാർഗ്ഗരേഖകളായിരിക്കും. കൂട്ടത്തിൽ നചിക്കുവേണ്ടിയും വല്ലതും പറഞ്ഞെന്നുവരാം.

ഇങ്കുവിനെ മാറോടമർത്തി താലോലിക്കുമ്പോൾ ചിലപ്പോൾ ആ പിഞ്ചു ചുണ്ടുകൾ രോഹിണിയുടെ മുലക്കണ്ണു പരതും. "കൊതിച്ചിക്കുടുക്ക" എന്ന ഇക്കിളി തെല്ലുകലർന്നൊരു കളിവാക്കോടെ അവർ പാല്ക്കുപ്പിയുടെ നിപ്പിൾ ആ കുഞ്ഞുവായിലേക്ക് തിരുകും.

ഒരിക്കൽ കുഞ്ഞിനെ അവൾ പാലൂട്ടവേ നചി പറഞ്ഞു.

"ഇങ്കുവിന് അമ്മിഞ്ഞ കൊടമ്മേ."

"അമ്മ പാലു കൊടുക്ക്ണൊണ്ടല്ലോ."

"അദല്ല, ഈ അമ്മിഞ്ഞ..."

അവൻ അമ്മയുടെ മുലയിൽ കിള്ളി. രോഹിണി തെല്ലു പരുങ്ങി. അതു മറയ്ക്കാൻ കൊഞ്ചിപ്പറഞ്ഞു.

"ഇങ്കുമോൾക്ക് ഇതാ ഇഷ്ടം."

ആശുപത്രിയിൽ നിന്നെത്തിയാൽ ഇങ്കുവിനെ ഒക്കത്തേന്തി മാനം കാട്ടി, മരം കാട്ടി, പറവ കാട്ടി, പൂവു കാട്ടി ചുറ്റിക്കറങ്ങലായി രോഹിണിയുടെ പ്രധാന ഡ്യൂട്ടി. അതിനായി പ്രൈവറ്റ് പ്രാക്ടീസ് വളരെ കുറച്ചു.

ബാങ്കിൽ നിന്നു വന്നാൽ സുമിത്രനും അന്വേഷിക്കുക മോളെയാണ്, മിക്കപ്പോഴും ഭാര്യയിൽ നിന്നവളെ അയാൾ പിടിച്ചുപറിച്ചെടുക്കുകയാണു പതിവ്.

ഈ ലാളനാകോലാഹലം നോക്കി നില്ക്കുമ്പോൾ നചിയുടെ മുഖം കറുക്കും. അവൻ അമ്മയുടെ സാരി പിടിച്ചുവലിക്കും:

"അമ്മേ മോനെ ഒന്നെട്.. ഒന്ന്.."

അടിക്കടി അവൻ പരിഭവിക്കുകയും ചെയ്യും.

"മോനെ ആർക്കും ഇഷ്ടൂല്ലാ... മോൻ പോകാ..."

"അന്നേരം രോഹിണി പറയും;

"ഇങ്കു നെന്റെ പൊന്നനിയത്തിയല്ലേ... കുഞ്ഞല്ലേ... മോന് അനിയത്തിയെ എടുക്കണ്ടേ... വാ ഇവിടിരിക്ക്... അമ്മ അവളെ നെന്റെ മടിയിൽ വച്ചുതരാം."

അവന്റെ മുഖം തെളിയും. അവൻ ശടേന്ന് കാലും നീട്ടി ഇരുപ്പാകും.

മടിയിലിരുന്ന് ഇങ്കു അവന്റെ കാതും മൂക്കും തലമുടീം പിടിച്ചു വലിക്കും. ആദ്യമൊക്കെ അവൻ രസിച്ചു ചിരിക്കും. പിന്നെപ്പിന്നെ നോവുമ്പോൾ ദേഷ്യം വരും. സങ്കടം വരും.

അപ്പോൾ അമ്മ ആശ്വസിപ്പിക്കും.

"ഇങ്കുവിന് അറിയാഞ്ഞിട്ടല്ലേ... മോന്റെ കൊച്ചനിയത്തിയല്ലേ..."

വാത്സല്യത്തിന്റെ ഓളക്കുത്തിൽ തത്തിക്കളിച്ച് ദിവസങ്ങൾ കടന്നു

പോയി.

അപ്പോൾ രോഹിണി ഓർമ്മിപ്പിച്ചു;

"മറ്റന്നാൾ ഇങ്കുമോളുടെ ബർത്ത്ഡേയാ."

"നെനക്കങ്ങനെ അറിയാം?" സുമിത്രൻ അത്ഭുതം കൂറി.

"ഞാൻ മധുരയിലെ സിസ്റ്റർ ഷേർളിയോടു ചോദിച്ചു മനസ്സിലാക്കിയതാ."

"ഫസ്റ്റ് ആനിവേഴ്സറിയല്ലേ. കലക്കിക്കളയാം."

"നമ്മളെന്താ വാങ്ങുക?"

"വേണ്ട. അത്തരം കമ്പയിൻസ് അറ്റാക്ക് വേണ്ട. അച്ഛൻ വക വേറെ, അമ്മ വക വേറെ ഒരു ലവ്ടെസ്റ്റ്."

പിറ്റേന്നു വൈകിട്ട് ആദ്യം വീട്ടിലെത്തിയത് സുമിത്രനാണ്. വൈകാതെ രോഹിണിയും വന്നു.

"ഡോക്ടറുടെ സമ്മാനം കാണട്ടെ."

സുമിത്രൻ ഒതുങ്ങിനിന്നു.

അവൾ ബാഗിൽനിന്ന് ഒരു കവറെടുത്തു തുറന്നു.

"ദാ, ഇത് മോൾക്ക് ഒരു വള, ഇത് മോന് ഒരു ബ്രേസ്ലെറ്റ്."

"അവന്റെ പിറന്നാള് അടുത്ത മാസമല്ലേ? അപ്പോൾ അവൾക്കും കൂടി വല്ലതും വാങ്ങും. ദാ നോക്കൂ. രണ്ടും ഓരോ പവൻ. ഒപ്പത്തിനൊപ്പം. സുമി വാങ്ങിയതു കാണട്ടെ."

അയാൾ കൊണ്ടുവന്നത് വസ്ത്രങ്ങളായിരുന്നു. ഇങ്കുവിനൊരു ഫ്രോക്ക്. നചിക്ക് ഷർട്ടും പാന്റ്സും. രോഹിണി രണ്ടും തിരിച്ചും മറിച്ചും നോക്കി.

"സെലക്ഷൻ ഗുഡ്. വില കേൾക്കട്ടെ."

"നീയല്ലേ ടെക്സ്റ്റൈൽ സ്പെഷ്യലിസ്റ്റ് എന്തു വിലയ്ക്കുണ്ട്? പറ."

അവൻ ഒരുവട്ടം കൂടി ഉടുപ്പുകളിലൊരു ക്വാളിറ്റി ടെസ്റ്റ് നടത്തി. തഞ്ചത്തിൽ അവയിൽ പ്രിന്റ് ചെയ്തിരുന്ന വില കണ്ടുപിടിച്ചു. പിന്നെ എല്ലാം ഭദ്രമായി മടക്കിവച്ചിട്ട് ഗൗരവത്തിൽ പറഞ്ഞു.

'ഇദു നന്നായില്ല മോളുടെ ഫ്രോക്കിന് നാല്പത്തെട്ടുരൂപ കൂടുതൽ."

"അദാ നന്നായത്. ഇങ്കുവിനെ കൂടുതൽ സ്നേഹിക്കണമെന്നല്ലേ ഞാൻ വാക്കുതന്നത്. ഇവിടെ നീ പിറകിലായി. ഇതാ തള്ളമാരുടെ വീക്ക്നസ്."

രോഹിണിക്ക് ലേശം ചമ്മലായി. എങ്കിലും വിട്ടില്ല.

"പിന്നെ! ഇതൊന്നുമല്ല ടെസ്റ്റ്. നോക്കിക്കോ നമുക്ക് കാണാം."

ഇങ്കുവിനൊരു ചെറിയ പനി വന്നപ്പോൾ സുമിത്രൻ ഉറക്കമിളിച്ചു. കുട്ടിയൊന്നു ഞരങ്ങിയാൽ അയാൾ കിടക്കയ്ക്കരികിൽ പാഞ്ഞെത്തും. ബഹുകൃത്യമായിത്തന്നെ അയാൾ ഒരു നേഴ്സിന്റെ പണി ചെയ്തു. ഇതു പ്രമാണിച്ച് രണ്ടു ദിവസത്തെ കാഷ്വൽ ലീവും ചെലവിട്ടു.

രോഹിണി കളിയാക്കി.

"സുമി സ്കോർ ചെയ്യുന്നുണ്ട്. മുമ്പ് രാത്രി നചി കരയുമ്പോ ചെക്കൻ

ഉറക്കം കളഞ്ഞു, അപ്പുറത്തെടുത്തോണ്ടുപോ. എന്നു കലി തുള്ളിയിരുന്ന ആളിന് ഇപ്പോ രാത്രിയില്ല. പകലില്ല. ഊണില്ല. ഉറക്കമില്ല. മോന് മരുന്നു വാങ്ങാൻ ഒരിക്കലെങ്കിലും സുമി പോയിട്ടുണ്ടോ?"

സുമിത്രൻ ഞെളിഞ്ഞുനിന്നു ചിരിച്ചു.

"ഇതാണ് പരിപൂർണ്ണ പിതൃവാത്സല്യം. ഇപ്പോഴാണ് സുമിത്രനൊരു അച്ഛനായത്."

അത്തവണ ശമ്പളദിവസം രോഹിണി പറഞ്ഞു.

"മേലാൽ എന്റെ സേവിങ്സ് ഇങ്കുമോളുടെ പേരിലാ. സുമിയുടെ സമ്പാദ്യം നചിമോന്റെ പേരിലും എഗ്രീഡ്?"

"എന്നെക്കാൾ വരുമാനം നിനക്കാണല്ലോ. പാവം ബാങ്കുജീവിക്ക് ശമ്പളം മാത്രമല്ലേ ഉള്ളൂ."

"അതൊക്കെ അറിയാം. മോൾക്കല്ലേ കൂടുതൽ പണം വേണ്ടത്?"

"അതു ന്യായം. എഗ്രീഡ്."

"നമ്മൾ പരസ്പരം ഡെപ്പോസിറ്റ് എത്രയായീന്ന് ചോദിക്കാനോ പറയാനോ പാടില്ല."

"ഒ കെ നൂറുവട്ടം സമ്മതിച്ചു."

സദാ ഇങ്കു നചിയുടെ പിന്നാലെ കൂടും. അവരൊത്തു കൂടിയാൽ പിന്നെ നചിക്ക് വിശപ്പില്ല. ദാഹമില്ല. പക്ഷേ, ഇങ്കുവിന്റെ മട്ടുമാറുക ശടേന്നായിരിക്കും. കാരണമൊന്നും വേണമെന്നില്ല. ഒരു ഞൊടികൊണ്ടവൾ അവന്റെ മേൽ പാഞ്ഞുകയറും. മുടി വലിച്ചുപറിക്കും. മുഖം മാന്തിപ്പൊളിക്കും. വായ് എത്തുന്നിടത്തൊക്കെ കടിക്കും.

നചി ആവതും സഹിക്കും. നിവൃത്തിയില്ലാതായാൽ ഓടി അമ്മയുടെ അടുത്തെത്തും. അല്ലെങ്കിൽ അച്ഛന്റെ പുറകേ അവൾ പാഞ്ഞുചെല്ലും.

അമ്മ അടിക്കടി അവനെ ഓർമ്മിപ്പിക്കും.

"ഇങ്കു കുഞ്ഞല്ലേ? നിന്റെ കൊച്ചനിയത്തിയല്ലേ? അവളെ ഒന്നും ചെയ്യല്ലേ മോനേ.."

എങ്കിലും രണ്ടു മൂന്നു തവണ അവൻ സഹികെട്ട് അവളെ പിച്ചിയിട്ടുണ്ട്. ലേശം മതി ഇങ്കു തൊള്ള തുറക്കാൻ.

മോളുടെ കരച്ചിൽ കേട്ടാൽ ഒരു മാത്ര വൈകാതെ രോഹിണി കുതിച്ചെത്തും:

"നചീ, എന്താടാ, നീ കാട്ടിയത്?"

ഇങ്കു നുള്ളുകൊണ്ട കൈയോ തുടയോ ചൂണ്ടിക്കാട്ടി അലമുറയിടും.

അവളുടെ പൂമേനിയിൽ ചുമന്ന തിണർപ്പിന്റെ പൊട്ടു കണ്ടാൽ രോഹിണിയുടെ മട്ടുമാറും. അന്ന് നചിയുടെ തുട നീലിച്ചതുതന്നെ.

നചി നഴ്സറിയിൽ പോയിത്തുടങ്ങിയതോടെ ഇങ്കുവിന്റെ ഉപദ്രവം വിശാലമായി. അവനെന്തെങ്കിലും വരയ്ക്കാനോ എഴുതാനോ തുടങ്ങുമ്പോൾ അവളും അടുത്തെത്തും. പിന്നെ പേരുംപോരാണ്. അവന്റെ പുസ്തകം കീറുകയോ പെൻസിൽ ഒടിക്കുകയോ ചെയ്തിട്ടേ അവൾ പിന്മാറൂ. പൊറുക്കാനാവാതെ അവനൊന്നു കൈനീട്ടിയപ്പോൾ പിന്നെ

ഇങ്കു ഈറ്റപ്പുലിപ്പെതലാണ്. അച്ഛമ്മയുടെ മെല്ലിച്ച കൈകൾ ശ്രമിച്ചാലൊന്നും അവളെ പിന്മാറ്റാനാവില്ല. അവനെ തള്ളിയിട്ട് മാന്തിപ്പൊളിച്ചാലും അരിശം ഒടുങ്ങാതെ അമ്മയെ വരുത്താനുള്ള സൈറൺ മുഴക്കും.

ആ കരച്ചിൽ കേട്ടാൽ രോഹിണിയുടെ ഞരമ്പുകളിൽ ഒരു വിറ അരിച്ചുകയറും. കുറഞ്ഞപക്ഷം നചിയുടെ ചെവി തിരുമ്മിപ്പൊളിച്ചേ അതടങ്ങൂ. കണ്ണീരൊപ്പി ഇങ്കുവിനെ കോരിയെടുത്തുകൊണ്ടൊരു വായ്ത്താരിയുമുണ്ട്.

കുഞ്ഞല്ലേ അവൾക്കെന്തറിയാം?

മിക്കവാറും ഈ മല്ലയുദ്ധത്തിന് ദൃക്സാക്ഷിയാകാറുള്ള അച്ഛമ്മ ഒരുനാൾ പറഞ്ഞുപോയി.

“ഈ കൊച്ച് ചില്ലറക്കാരിയല്ല. ഏതോ അസുരവിത്താ.”

അന്ന് രോഹിണി ഒഴുക്കിയ കണ്ണീരിന് അളവും അന്തവുമില്ല. പുലരുവോളം അവൾ ഭർത്താവിന്റെ കാതിൽ പുലമ്പിക്കൊണ്ടിരുന്നു.

“അമ്മയ്ക്ക് ഇങ്കുമോളെ കണ്ടൂടാ. ഇന്ന് പറഞ്ഞതെന്താന്നറിയ്യോ..! ഇവളെ സ്വന്തം കുട്ടിയായി കാണാനേ അവർക്ക് കഴിയൂലാ. ഇങ്ങനാണേൽ ഞാൻ മോളേം കൊണ്ട് മാറിത്താമസിച്ചോളാം.”

എത്ര സാന്ത്വനം ചൊരിഞ്ഞാലും രോഹിണി തണുക്കില്ലെന്നറിയാം സുമിത്രന്. എങ്കിലും അവൻ ചില്ലറശിതോപചാരങ്ങൾ നടത്തിക്കൊണ്ടിരുന്നു.

ഒരുനാൾ രോഹിണി ആശുപത്രിയിൽനിന്ന് നേരത്തെ വന്നു. കുട്ടികൾക്ക് വൈകുന്നേരത്തെ കാപ്പി കൊടുക്കുകയായിരുന്നു. വേലക്കാരി. ഇങ്കു തേങ്ങുന്നതു കേട്ട് രോഹിണി ഡൈനിങ് ഹാളിലേക്കു പാഞ്ഞു കയറി.

പാല് ആദ്യം നചിക്ക് കൊടുത്തുപോയതാണ് പ്രശ്നം. പാൽ തട്ടിയെറിഞ്ഞ് നിലത്ത് കിടന്നുരുളുകയായിരുന്നു ഇങ്കു. ‘നചിമോൻ ആൺകുട്ടിയല്ലേ’ എന്നായിരുന്നു വേലക്കാരിയുടെ ന്യായവാദം. രോഹിണി ചൊടിച്ചു.

“ആണും പെണ്ണും തിരിക്കാൻ നീ ആരാ? അവളല്ലേ ചെറിയ കുട്ടി? രണ്ടു പെറ്റവളല്ലേ നീയ്...”

ലേഡി ഡോക്ടർ കർശനമായിത്തന്നെ കല്പിച്ചു.

“എന്തും ആദ്യം ഇങ്കുവിന് പിന്നെ മതി അവന്.”

വേലക്കാരി മുഖം കുനിച്ചു നിന്നെങ്കിലും അവൾക്കും ഇങ്കുവിനെ ഇഷ്ടമില്ലെന്നുതന്നെ രോഹിണി മനസ്സിലാക്കി.

അന്നുരാത്രി അവൾ സുമിത്രനോട് ആലോചിച്ചു:

“ആ മൂശേട്ടയെ പറഞ്ഞുവിട്ടാലെന്താ. അവൾ മോളെ വല്ലാണ്ട് നോവിക്ക്ണൊണ്ട്. എനിക്ക് സഹിക്കാൻ പറ്റണില്ല.”

ശാന്തനായി സുമിത്രൻ പറഞ്ഞു.

“രോഹീ, ഒക്കെ നിന്റെ അതിസ്നേഹംകൊണ്ടു തോന്നുന്നതാ. ഇവളെ പറഞ്ഞുവിടാൻ എളുപ്പം. പകരം, ഒന്നിനെ കിട്ടുക അത്ര ഈസി

യാണോ?"

വേലക്കാരിയോട് അയൽക്കാരികളാരെങ്കിലും ഇങ്കു ദത്തുപുത്രിയാണെന്ന് പറഞ്ഞിരിക്കുമോ എന്ന സംശയം രോഹിണിയിൽ നാമ്പിട്ടു. അത് അവളെ അരോഹാത്രം വേട്ടയാടി.

ഇങ്കുവിന്റെ നേഴ്സറി പ്രവേശനത്തിന് സുമിത്രനും രോഹിണിയും ഒന്നിച്ചാണു ചെന്നത്. നചിയെ ചേർക്കാൻ പോയത് അച്ഛൻ തനിച്ചായിരുന്നു. തന്റെ സ്ഥിരം പേഷ്യന്റായ ക്ലാസ് ടീച്ചറോട് രോഹിണി ഇങ്കുവിനെ കൃഷ്ണമണിപോലെ കാത്തുകൊള്ളണമെന്ന് പലവട്ടം ശട്ടം കെട്ടിയിട്ടേ പടിയിറങ്ങിയുള്ളൂ.

നചിയെ സ്കൂട്ടറിൽ സ്കൂളിൽ കൊണ്ടുവിട്ടിട്ടായിരുന്നു സുമിത്രൻ ബാങ്കിൽ പോയിരുന്നത്. പക്ഷേ, അന്നു രാത്രി രോഹിണി ചോദിച്ചു:

"എങ്ങനാ ഇങ്കുമോളേ സ്കൂളിലെത്തിക്കുക."

"സ്കൂട്ടറിനു മുന്നിൽ രണ്ടുപേർക്ക് നില്ക്കാമല്ലോ."

"സുമി പലപ്പോഴും ആബ്സൻഡ് മൈന്റഡാ. ഞാൻ ഒരുകാർ ഏർപ്പാടാക്കാം."

"അതുവേണോ?"

"വേണം."

ആ ശബ്ദത്തിന്റെ ദാർഢ്യം സുമിത്രന്റെ വായ് മൂടി.

നചി ക്ലാസിൽ എന്നും ഒന്നാമനായിരുന്നെങ്കിലും അതിനുള്ള അഭിനന്ദനം ഒരു ചെറിയ 'ഗുഡി'ൽ ഒതുക്കുമായിരുന്നു അമ്മ. എന്നാൽ ഇങ്കു ആദ്യമായി ഒന്നാം റാങ്കുമായി വന്നപ്പോൾ രോഹിണി സ്വയം മറന്നാഹ്ലാദിച്ചു. ആ വിജയം രേഖപ്പെടുത്തിയ കൊച്ചു പുസ്തകവുമായി അവൾ സുമിത്രന്റെ അമ്മയുടെ അടുത്തേക്കോടി.

"അമ്മ ദേ, കണ്ടോ മോൾക്കാ ഫസ്റ്റ് റാങ്ക്. മിടുക്കിയാ അവള് വെരി ഇന്റലിജന്റ്."

ആ വൃദ്ധ പുസ്തകത്തിലൊന്നു കണ്ണോടിക്കുകയും ചിരിക്കുകയും ചെയ്തെങ്കിലും മരുമകളുടെ ആഹ്ലാദത്തിമിർപ്പിൽ എന്തോ ഒരു പന്തികേടുള്ളതുപോലെ തോന്നി അവർക്ക്.

ഇങ്കുവിനെ സ്വന്തം മുറിയിലിരുത്തി രോഹിണി പാഠങ്ങൾ പറഞ്ഞുകൊടുക്കും. നചി അങ്ങോട്ടു ചെന്നാലുടൻ അവൾ പറയും.

"മോൻ അച്ഛന്റെയടുത്തുപോ. അനിയത്തിയെ ശല്യം ചെയ്യാതെ."

ഇടയ്ക്കിടെ അവൻ പരാതി പറയും.

"അമ്മയ്ക്ക് ഇങ്കുവിനെയാ ഇഷ്ടം. നചിമോനെ കണ്ടൂടാ."

അപ്പോഴൊക്കെ രോഹിണി പറയും.

"രണ്ടുപേരും അമ്മയുടെ ചെല്ലക്കുട്ടികളല്ലേ."

എങ്കിലും നചി പറയുന്നതിൽ കാര്യമുണ്ടെന്ന് അവൾക്ക് തോന്നിയിരുന്നു. അതിൽ പ്രത്യേകിച്ചൊരു അഭിമാനവും.

കുട്ടികൾ ലേശം മുതിർന്നതോടെ ബെഡ്റൂമിലെ കട്ടിലുകൾ അകറ്റിയിട്ടു. നചി അച്ഛനോടൊപ്പം കിടന്നു. ഇങ്കു അമ്മയുടെ മാറോടമർന്നും.

നചി രണ്ടാം ക്ലാസിലായി. ഇങ്കു യു കെ ജിയിലും. അതിനൊത്ത് അവരുടെ കലഹത്തിന് ഉശിരേറി.

അമ്മ ഇങ്കുവിനെ പഠിപ്പിക്കുന്ന സമയം മിക്കവാറും നചി ഒറ്റപ്പെടും. അപ്പോൾ അവനൊരഭയം അച്ഛമ്മയാണ്. അച്ഛമ്മ അവന് പഴംകഥകൾ പറഞ്ഞുകൊടുക്കും. ഇടയ്ക്കിടെ കുടുംബപുരാണവും.

ഒരിക്കൽ വൃദ്ധ പറഞ്ഞു.

"നിന്റെ അമ്മ നചിമോന്റേത്രേം ഉണ്ടായിരുന്നപ്പോഴാ അമ്മയുടെ അമ്മ മരിച്ചത്. അതല്ലേ നെനക്ക് അമ്മൂമ്മയെ കാണാൻ പറ്റാതായത്. പിന്നെ രോഹിണി മോളേ വളർത്തിയതാരാണ് അറിയോ?"

"ആരാ?"

"ഞാനാ. എന്റെ വല്യേട്ടനല്ലേ നിന്റെ അമ്മയുടെ അച്ഛൻ. അതുകൊണ്ട് ഞാനവളെ മോളായി വളർത്തി. വളർന്നുവലുതായപ്പോ എന്റെ മോനെക്കൊണ്ടു കെട്ടിക്കുകേം ചെയ്തു."

ഒരവധിദിവസം ഉച്ചയ്ക്ക് ഇങ്കു മയങ്ങുകയായിരുന്നു. അടുത്ത് ഒരു പുസ്തകത്തിൽ കണ്ണും നട്ടിരിക്കുകയായിരുന്നു രോഹിണി. അമ്മയെ വിളിച്ച് ഏതോ വിശേഷം അറിയിച്ചുകൊണ്ട് നചി അവിടേക്കു വന്നു.

രോഹിണി ചൂണ്ടുവിരൽ ചുണ്ടിനോടു ചേർത്ത് ശബ്ദമൊതുക്കിപ്പറഞ്ഞു.

"ശ്ശ്! അനിയത്തി ഉറങ്ങുകയാ ഒച്ചവയ്ക്കാതെ."

അവൻ നിശ്ശബ്ദം കട്ടിലിൽ കയറി അമ്മയുടെ ഉടൽ ചാരിയിരുന്ന് ഉറങ്ങുന്ന കൊച്ചുസുന്ദരിയെ നോക്കി.

ഏതോ ഒരു നിമിഷം പൊടുന്നനെ അവൻ പറഞ്ഞു.

"നചിമോൻ വലുതാകുമ്പം ഇങ്കുവിനെ കെട്ടും."

രോഹിണി ഞെട്ടി പകച്ച് അവനെ നോക്കി.

"കെട്ടട്ടേ അമ്മേ?"

അവൻ കൊഞ്ചി.

"നീ എന്താ പറഞ്ഞെ. അവൾ നിന്റെ അനിയത്തിയല്ലേടാ?"

"അമ്മ പെറ്റതല്ലല്ലോ."

"ഷോക്കേറ്റ പോലെയായി രോഹിണി. ഒന്നുരിയാടാൻ നിമിഷങ്ങൾ താങ്ങേണ്ടിവന്നു.

"ആരാ പറഞ്ഞെ? അമ്മ പെറ്റതുതന്നെ."

"അല്ല. എന്നോടു രാകേഷ് പറഞ്ഞല്ലോ."

"രാകേഷോ? അതാരാ?"

"അമ്മടെ ആശുപത്രീലെ രമണി ആന്റീടെ മോൻ. അവന്റെ അച്ഛനും ഡോക്ടറാ."

രോഹിണിക്കു വാക്കുമുട്ടി. കുട്ടിയെ ശാസിക്കാനോ, കള്ളം പറഞ്ഞു വിശ്വസിപ്പിക്കാനോ അവൾക്കു കഴിഞ്ഞില്ല. തളർന്ന സ്വരത്തിൽ അവൾ ചോദിച്ചു.

"നിന്റെ അമ്മ വളർത്തിയതല്ലേ ഇങ്കുനെ?"

ഉടനെ വന്നു അവന്റെ മറുചോദ്യം.

"അമ്മയെ വളർത്തിയത് അച്ഛമ്മയല്ലേ?"

തന്റെ മുന്നിലിരിക്കുന്നത് ഒരു മുതിർന്ന കുട്ടിയാണെന്ന് രോഹിണിക്കു തോന്നി. ആ വിഭ്രാന്തിയിൽ അവളുടെ ബുദ്ധി പതറി. തപ്പിത്തടഞ്ഞ് അവൾ ചൊല്ലി.

"മോൻ അച്ഛന്റെയടുത്തുപോ. അമ്മ ഒന്നു കിടക്കട്ടെ."

ആ കിടപ്പിൽ അവളൊന്നു മയങ്ങി. ഒട്ടേറെ സ്വപ്നങ്ങൾ അവളെത്തേടി വന്നു. ഒക്കെയും ദുഃസ്വപ്നങ്ങൾ.

സുമിത്രൻ വന്നു വിളിച്ചുണർത്തിയപ്പോഴാണ് രോഹിണി കൺമിഴിച്ചത്.

"നീ എന്തിനാ തേങ്ങിക്കരഞ്ഞത്?"

"ഞാനോ?"

"ആ ശബ്ദം കേട്ടു വന്നതല്ലേ ഞാൻ?"

രോഹിണി വിളറി ഒന്നുതിരിഞ്ഞ് തലയണയിൽ മുഖം അമർത്തിക്കൊണ്ട് അവൾ പറഞ്ഞു:

"എന്തോ ദുഃസ്വപ്നം കണ്ടു."

"പകൽക്കിനാവും പേടിപ്പിക്കുമോ?"

സുമിത്രൻ ചിരിച്ചു കടന്നുപോയി.

സ്കൂളിൽ നിന്നു വന്നതുമുതൽ കുട്ടികൾ തമ്മിൽ ലഹളയായിരുന്നു. കാറിൽവച്ചേ തുടങ്ങിയ ശണ്ഠയാണ്. രാവിലെ നചി പെൻസിൽ ബോക്സെടുക്കാൻ മറന്നു. കാറിൽവച്ച് പുന്നാരം പറഞ്ഞ് ഇങ്കുവിന്റെ പെൻസിൽ അവൻ കടം വാങ്ങി. പക്ഷേ, ഉച്ചയ്ക്കുമുമ്പേ അതു കൈവശം വന്നു. സ്കൂളാകെ ചുറ്റിനടന്നു തിരഞ്ഞിട്ടും സാധനം കിട്ടിയില്ല.

ഇങ്കു കാറിൽ വന്നു കയറിയെ ഉടനെ പെൻസിലിനു കൈ നീട്ടി.

"ന്റെ പെൻസിൽ താ..."

നചി സത്യം പറഞ്ഞു.

ഇങ്കുവിനു കലിയിളകി. പൊട്ടിക്കരഞ്ഞുകൊണ്ട് അവൾ അവനെ നുള്ളിക്കീറി.

ഡ്രൈവർ ഇടപെട്ടിട്ടും പെൺപുലി പിന്മാറിയില്ല.

വീട്ടിലെത്തിയതോടെ ഇങ്കുവിന്റെ ശാഠ്യവും ശൗര്യവും പലമടങ്ങ് ഇരട്ടിച്ചു. നചി അവന്റെ പെൻസിൽ കൊടുത്തു നോക്കി. ഒന്നിനു പകരം രണ്ട്...

ഇങ്കുവിന് അതു വേണ്ട കളഞ്ഞ പെൻസിൽതന്നെ വേണം.

ഒരു പോംവഴി കാണാതെ കുനിഞ്ഞിരുന്ന അവന്റെ തലമുടി അവൾ വെട്ടിവെട്ടി വലിച്ചു. നിലവിളിയുടെ പക്കമേളത്തോടെ തന്നാലാവും വിധം അവനെ തൊഴിക്കുകയും ചെയ്തു.

ഒടുവിൽ അവനും ഒന്നു കൊടുത്തു. അത്രയും നല്ല തല്ല് ഇങ്കുവിനു മുമ്പൊന്നും കിട്ടിയിട്ടില്ല.

അവൾ അലമുറയിട്ടോടി. ഓടി ബെഡ്റൂമിൽ കയറി കമിഴ്ന്നു കിടന്നു.

ഇത്തിരിക്കഴിഞ്ഞ് നചി പമ്മിപ്പതുങ്ങി അവിടെ ചെന്നു. അവൻ പല പാടു കുലുക്കി വിളിച്ചിട്ടും അവൾ കൺമിഴിച്ചില്ല.

"കെടന്നു കരഞ്ഞോ. എനിക്കെന്താ."

അവൻ പിൻതിരിഞ്ഞ് അപ്പുറത്തെ കട്ടിലിൽ ചുരുണ്ടുകൂടി. അല്പ നേരത്തിനുള്ളിൽ അവൻ ഉറക്കത്തിൽ വീണു. ആ വീഴ്ചയിൽ ഇങ്കുവി നെയും എടുത്ത് അമ്മ വന്ന് ശകാരിക്കുന്നതും തല്ലുന്നതും അവൻ സ്വപ്നം കണ്ടു.

രോഹിണി വന്നപോടെ വേലക്കാരിയോടു ചോദിച്ചു.

"കുഞ്ഞുങ്ങളെവിടെ?"

"രണ്ടും ബെഡ്റൂമിലുണ്ട്. ഉറക്കമാ." അവൾ പറഞ്ഞു.

രോഹിണി ഡ്രസ് മാറുമ്പോൾ നചിയുടെ നിലവിളി കേട്ടു. വീടാകെ ഞെടുങ്ങുന്ന നിലവിളി.

രോഹിണി ഓടിയെത്തുമ്പോൾ—

നചിയുടെ കൈത്തണ്ടയിൽനിന്ന് ചോര ചീറ്റുന്നു. അവൾ ഒന്നേ നോക്കിയുള്ളൂ. അലറിവിളിച്ചുപോയി. ഏതോ രക്തക്കുഴൽ അറ്റിരിക്കണം.

ഒരു മൂലയിൽ ഇങ്കു നില്പുണ്ട്. അവളുടെ കൈയിൽ ഒരു ബ്ലേഡ്! ആ മുഖത്ത് അപ്പോഴും അരിശത്തിന്റെ പാട.

രോഹിണി പല്ലിറുമ്മി ചൊല്ലി:

"ഏതോ പെഴച്ചവള് പെറ്റടിച്ച സന്തതി!"

പശുപതി

ഒരു പി എഫ് അക്കൗണ്ട് നോക്കുമ്പോൾ പശുപതി ഓർത്തുകൊണ്ടിരുന്നത് ബോധിസത്വന്റെ കഥയാണ്.

ഒരു ജന്മത്തിൽ ബോധിസത്വൻ വൈശ്യപുത്രനായി പിറന്നു. രണ്ടാം ഭാര്യയുടെ ഏഷണിക്കു വശപ്പെട്ട് വൈശ്യൻ പുത്രനെയും ഭാര്യയെയും വീട്ടിൽനിന്നും ഇറക്കിവിട്ടു. പത്നീസമേതനായി ദേശാന്തരം അലഞ്ഞ ബോധിസത്വൻ ഒരു മണൽക്കാട്ടിൽ അകപ്പെട്ടു. ദാഹജലംപോലും കിട്ടാതെ തളർന്നുപോയ ഭാര്യയെയും ചുമന്ന് അയാൾ നടന്നു. അവളുടെ വിശപ്പടക്കാൻ സ്വന്തം രക്തവും മാംസവും നല്കി. ആ ദുഷ്ട അത് സസന്തോഷം സ്വീകരിച്ചു. എട്ടാം ദിവസം അവർ നദിക്കരയിലെത്തി. ഫലസമൃദ്ധമായ വനം. ഭാര്യക്ക് ജലവും കായ്കനികളും കൊടുത്ത് സ്വസ്ഥയാക്കിയിട്ട് അയാൾ കുളിക്കാനൊരുങ്ങി. നദിയിൽ ഒരു ദീനരോദനം. ബോധിസത്വൻ നീന്തിച്ചെന്ന് നോക്കി. വെട്ടേറ്റ് കൈകാലുകൾ വേർപെട്ട നിലയിൽ ഒരുവൻ കിടക്കുന്നു. ശത്രുക്കൾ തന്നെ വെട്ടിനുറുക്കി എറിഞ്ഞതാണെന്ന് അവൻ പറഞ്ഞു. ബോധിസത്വൻ അവനെ തോളിലേന്തിക്കൊണ്ടു വന്ന് ശുശ്രൂഷിച്ചു. ആ നദിക്കരയിൽ ഒരു ആശ്രമവും കെട്ടി തപവും തുടങ്ങി.

യുവാവ് വ്രണങ്ങളെല്ലാം ഉണങ്ങി പൂർണ്ണസുഖം പ്രാപിച്ചു. ഒരു നാൾ ബോധിസത്വൻ കായ്കനികൾ ശേഖരിക്കാൻ പോയതക്കത്തിന് അയാളുടെ ഭാര്യ കൈകാലുകൾ ഇല്ലാത്ത പുരുഷനുമായി രമിച്ചു. പിന്നെ അതൊരു പതിവായി. യഥേഷ്ടം സ്വച്ഛന്ദം രമിക്കാനായി ഭർത്താവിനെ കൊല്ലുവാൻ അവൾ നിശ്ചയിച്ചു. രോഗിണി എന്നു നടിച്ചു. ഭാര്യയുടെ സുഖത്തിന് എന്തും ചെയ്‌വാൻ സന്നദ്ധനായ ബോധിസത്വനെ അവൾ അഗാധമായ ഒരു കിണറ്റിന്റെ സമീപത്തേക്ക് കൊണ്ടുപോയി. ആ ജലാ

ശയത്തിന്റെ അടിത്തട്ടിൽ ഒരു ദിവ്യൗഷധം കിടപ്പുണ്ടെന്നും അതെടുത്തു ഭക്ഷിച്ചാലേ തന്റെ രോഗം മാറൂ എന്നും ഒരു ദേവത, സ്വപ്നത്തിൽവന്ന് അറിയിച്ചതായി അവൾ പറഞ്ഞു. ബോധിസത്വൻ ഒരു കയറുണ്ടാക്കി അതിൽ തൂങ്ങി കിണറ്റിലേക്കിറങ്ങി. അവൾ കയർ അറുത്തുവിട്ടു.

"സാർ ഏതോ വല്യ ആലോചനയിലാണല്ലോ." ജഗന്നാഥന്റെ ചോദ്യം കേട്ട് പശുപതി ഞെട്ടിയുണർന്നു. സ്ഥലകാല ബോധം ഒരു വിളർച്ചയായി ആ മുഖത്തു തെളിഞ്ഞു.

"ഇന്ന് ആരുടെ കാര്യവും കൊണ്ടാണ് നേതാവിന്റെ വരവ്? പി എഫോ... ഗ്രാറ്റുവിറ്റിയോ... ഒന്നിനും ഒരർത്ഥവുമില്ല ജഗന്നാഥാ; ഇത്തരം തേനീച്ച സമ്പാദ്യങ്ങൾക്കൊന്നും..."

ജഗന്നാഥൻ ചിരിച്ചു. "സാർ ഇത് ഒരു സ്വകാര്യമാ."

"കേൾക്കട്ടെ." പശുപതി പേന അടച്ചുവച്ചു. മ്ലാനത വടുകെട്ടിയ മുഖത്ത് ഒരു പ്രസന്നത പൂശാൻ ശ്രമിച്ചു. "സാർ ഈ മാസം റിട്ടയർ ചെയ്യുകയല്ലേ?" "സാർ ഇന്ന് ഏഴ്. ഇരുപത്തേഴാം തീയതി മുതൽ ഞാൻ സ്വസ്ഥൻ."

"യൂണിയൻ ഒരു തീരുമാനം എടുത്തിട്ടുണ്ട്. സാറിനൊരു ഉപഹാരം... ചോദിക്കുന്നത് ക്ഷമിക്കണം. സാറിന്റെ ചോയിസ്... ദാരുശില്പമോ... പെയിന്റിങ്ങോ.. വല്ല വീട്ടുപകരണമോ?"

"താങ്ക്സ് ജഗന്നാഥാ. ഒന്നും വേണ്ട. എനിക്കതിലൊന്നും ഒരു കമ്പ വുമില്ല. നിനക്കറിയാമല്ലോ..."

"എങ്കിലും അങ്ങനെയല്ലല്ലോ..."

"നോ. ഒന്നും വേണ്ട എന്നെങ്കിലും എവിടെയെങ്കിലും വച്ചു കണ്ടാൽ ഒരു പുഞ്ചിരി. ഒരു പരിചയം ഒരു വാക്ക്... അതുമതി."

പശുപതി വീണ്ടും പേനയെടുത്തു. അധികം സംസാരിച്ചിട്ട് പ്രയോ ജനമില്ലെന്ന് ജഗന്നാഥനറിയാം. അയാൾ എണീറ്റു.

ഹാഫ് ഡോർ അടച്ച് അയാൾ മറയുമ്പോൾ ഇതേ മട്ട് ചിരിക്കുന്ന മറ്റൊരു യുവാവിന്റെ മുഖം പശുപതിയുടെ തലച്ചോറിൽ ജാലകം തുറന്നു.

ലോഡ്ജിലെ താമസം അസഹ്യമായി തോന്നിയിട്ടാണ് ഒരാഴ്ച ലീവെ ടുത്ത് നാട്ടിൽ പോയത്. വൈകിട്ട് ആറു മണിക്ക് ടൗണിൽ ബസിറങ്ങി. ഭാര്യക്കും കുട്ടികൾക്കും വല്ലതും വാങ്ങണമെന്നു തോന്നി. പതിവില്ലാത്ത തോന്നൽ. ഷോപ്പിങ് കോംപ്ലക്സിൽ ചുറ്റിക്കറങ്ങി വരുമ്പോൾ ഐസ്ക്രീം പാർലറിനു മുന്നിൽ ഭാര്യ. കൈയിൽ ഐസ്ക്രീമുമായി നില്ക്കുന്ന അവൾ ഒരുവനോട് എന്തോ സംസാരിച്ച് ഇളകി ചിരിക്കുകയാണ്.

പശുപതി അടുത്തു ചെന്നു.

കണവനെ തൊട്ടടുത്തു കണ്ടപ്പോൾ ശ്രീമതി കനകം ഒന്നു ഞെട്ടി. ചിരി നിലച്ചു. ആ ഭാവമാറ്റത്തിന്റെ കാരണമറിയാത്ത മൂന്നാമന് ഒരമ്പ രപ്പ്.

കനകം തത്രപ്പെട്ട് ഒരു ഐസ്ക്രീം ഓർഡർ ചെയ്തിട്ട് പശുപതി യോടു ചോദിച്ചു: "ഉം? ... ഇന്ന്?"

"ഒന്നുമില്ല. വെറുതെ വന്നു... എനിക്ക് ഐസ്ക്രീം വേണ്ട." അയാൾ ചിരിച്ചു.

"കനകം അപരനോട് പറഞ്ഞു: "ഇതാണ് മി. പശുപതി."

"ഹലോ..." അയാൾ കൈനീട്ടി. പശുപതിയും.

കനകം മറ്റേയാളെ ചൂണ്ടി: "ഇത് ഞങ്ങളുടെ എക്സിക്യൂട്ടീവ് ഇഞ്ചിനീയർ. വിഷ്ണുദാസ്."

അയാളെ പരിചയപ്പെടുവാൻ കഴിഞ്ഞത് ഭാഗ്യം തന്നെയാണെന്ന് പശുപതി പറഞ്ഞു. ഇത്തിരി അകലെ അവരുടെ ഓഫീസ് ജീപ്പ് കിടപ്പുണ്ടായിരുന്നു. ആ വാഹനത്തിനുനേരെ നോക്കി കനകം പറഞ്ഞു. "ഞങ്ങൾ ഹോസ്പിറ്റലിൽ പോകാൻ ഇറങ്ങിയതാ. കമീഷണർ ഐ സി യൂണിറ്റിൽ കിടക്കുന്നു. മാർച്ചുമാസമല്ലേ, ഇറങ്ങിയപ്പോൾ ഇത്തിരി വൈകി."

പശുപതി വികാരഭേദമില്ലാതെ കേട്ടുനിന്നു. കനകം തുടർന്നു. "നിങ്ങൾ ഇപ്പോൾ വന്നതും ഉപകാരമായി. വീട്ടിൽ ഇന്ദുമോൾ മാത്രമേ കാണൂ. ആ അസത്തു ചെക്കൻ സർക്കസിനു പോകുമെന്നു പ്രഖ്യാപിക്കുന്നതു കേട്ടു. പ്ലീസ്... ഒന്നുവേഗം ചെല്ലൂ. ഞാൻ കമീഷണറെ കണ്ടിട്ടു വരാം."

യാത്രാനുമതി എന്നോണം അവൾ ഒരു നോട്ടം അയച്ചു. പശുപതി വിഷ്ണുദാസിനോട് ഒരു മൊഴിയാത്ര ചൊല്ലി. തിരിഞ്ഞു.

ഇത്തിരി നടന്നപ്പോൾ ജീപ്പ് അയാളെ കടന്നുപോയി. ഇഞ്ചിനീയർതന്നെയായിരിക്കണം ഡ്രൈവർ. കനകം ഏതു സീറ്റിലാണെന്ന് പശുപതി ശ്രദ്ധിച്ചില്ല.

വീട്ടിൽ മകൾ മാത്രമേ ഉണ്ടായിരുന്നുള്ളൂ. കൃത്യം 9.12 ന് മകൻ വന്നു. പത്തു മിനിട്ടുകഴിഞ്ഞപ്പോൾ അമ്മയും.

ഇത്രേം നേരം ആശുപത്രിയിലായിരുന്നോ എന്ന് അയാൾ ചോദിച്ചില്ല. അത്തരം ചോദ്യങ്ങൾ അപ്രസക്തം ആയിട്ട് നാളുകൾ എത്രയായി!

അവൾ കടന്നു പോയപ്പോൾ അനുഭവപ്പെട്ട അപരിചിതഗന്ധം മാത്രം തെല്ലൊരലോസരം ഉണ്ടാക്കി.

നരച്ച ചിന്തകളുമായി മുൻവശത്തെ ഈസിചെയറിൽ അയാൾ കിടക്കുമ്പോൾ അകത്തുനിന്ന് അമ്മയും മകനുമായുള്ള സംവാദത്തിന്റെ പൊരികൾ എത്തി.

അമ്മയെ ഇന്നു തിയേറ്ററിൽ കണ്ടെന്നു മകൻ.

അതു വേറെ വല്ല തള്ളയുമായിരിക്കുമെന്ന് അമ്മ.

തുടർന്ന് അടിച്ചു തലപൊളിക്കുമെന്ന് മാതൃഭീഷണി.

വെറുതെ ചീത്തയാവേണ്ട എന്ന് പുത്രൻ.

പിറ്റേന്നു രാവിലെ പശുപതി ലോഡ്ജിലേക്കു പോന്നു.

കഴിഞ്ഞ ഓണത്തിന് പുതുവസ്ത്രങ്ങളും ചുമന്ന് എത്തിയപ്പോഴാണ് ഇന്ദു പറഞ്ഞ് മകന്റെ വിവരം അറിഞ്ഞത്. അവൻ സ്ഥലം വിട്ടിട്ട് ഒരാഴ്ചയായി. അമ്മയും മകനും തമ്മിൽ പിശകി. പുത്രൻ കുറെ ആഭര

ണങ്ങളും എടുത്തു രക്ഷപ്പെട്ടു.

അവിടെ നടന്ന വഴക്കിന്റെ കാര്യകാരണങ്ങളൊന്നും പശുപതി ആരാഞ്ഞില്ല. മകൾ വിളമ്പിയ തണുത്ത ചോറ് നിശ്ശബ്ദം വാരിത്തിന്ന്, വരാന്തയിലെത്തി ഇരുളിനെ നോക്കിയിരിക്കുമ്പോൾ ഭീഷ്മർ ധർമ്മപുത്രരോട് പറഞ്ഞ ഒരു കഥ മനസ്സിൽ വെളിച്ചം വീശി.

പഞ്ചചൂഡ എന്ന ദേവസ്ത്രീയോട് നാരദൻ സ്ത്രീകളുടെ യഥാർത്ഥ സ്വഭാവത്തെപ്പറ്റി ചോദിച്ചു. അവൾ പറഞ്ഞു. "മഹാമുനേ, കുലീനകളും സുന്ദരികളും ഭർതൃമതികളുമായ സ്ത്രീകൾപോലും വഴിതെറ്റി സഞ്ചരിക്കും. സമ്പന്നരും സുന്ദരന്മാരുമായ പുരുഷന്മാരെ തക്കത്തിനു കിട്ടിയാൽ വിടുകയില്ല. പ്രീണനത്തിൽ മയങ്ങാത്ത പെണ്ണില്ല. ചാരിത്രവതിയായ സ്ത്രീ കഴിയുന്നത് അപമാനഭയത്താൽ മാത്രമാകുന്നു. പ്രായമോ രൂപമോ നോക്കാതെ അവൾ പുരുഷന്മാരെ അനുഭവിക്കും."

കഥയെ മുറിച്ചുകൊണ്ട് ഒരു കാർ വന്നു നിന്നു. ഡോർ തുറന്നടഞ്ഞു. ഇക്കിളി തിരളുന്ന ഗുഡ്നൈറ്റും സ്വീറ്റ് ഡ്രീംസും മദ്ധ്യവയസ്സിലെ മാധുര്യം വറ്റാത്ത ശബ്ദം.

"ങാ എപ്പോൾ വന്നു?" കൂസലില്ലാത്ത ചോദ്യം.

"സന്ധ്യക്ക്." നിർവ്വികാരമായ മറുപടി.

"എനിക്ക് നല്ല തലവേദന." അകത്തേക്കൊരു പോക്ക്...

പശുപതി അന്നു വരാന്തയിലെ സെറ്റിയിലുറങ്ങി. ഉണരാൻ വൈകിയ ഭാര്യ അറിയാതെ തിരികെ പോന്നു.

അകാലചരമമടഞ്ഞ ഒരുവന്റെ പി എഫിന് രണ്ടു സ്ത്രീകൾ അവകാശം ഉന്നയിച്ചിരിക്കുന്നു. സ്വർഗ്ഗസ്ഥനായ ഭാർഗ്ഗവനെ നന്നായിട്ടറിയുന്ന പശുപതി ഒരു തീരുമാനമെടുക്കാനാവാതെ വലഞ്ഞു.

സർവ്വീസിനിടയ്ക്ക് രണ്ടു വർഷക്കാലം ഭാർഗ്ഗവൻ അപ്രത്യക്ഷനായി. സഹപ്രവർത്തകരും ബന്ധുക്കളും ഊഹാപോഹങ്ങളിൽ തപ്പിത്തടഞ്ഞു. ഭാര്യ പൊലീസിൽ പരാതി കൊടുത്തു. ഒടുവിൽ സർക്കാർ മെമ്മോ പത്രത്തിൽ വന്നു. അതിന്റെ നാലാം നാൾ മാനത്തുനിന്ന് അടർന്നുവീണമട്ട് ഭാർഗ്ഗവൻ ഓഫീസിൽ എത്തി.

ആ രണ്ടു കൊല്ലം ഭാർഗ്ഗവൻ എവിടെയായിരുന്നു? അതുമാത്രം ഒരു യക്ഷിക്കഥയായി നിന്നു. കണ്ഡുമഹർഷി ഗോമതി തീരത്തു തപസ്സു തുടങ്ങിയപ്പോൾ ഇന്ദ്രനു ഭയമായി. അയാൾ പ്രമ്ലോചയെ അങ്ങോട്ടയച്ചു. ആ സ്വർവ്വേശ്യ മുനിയുടെ മനമിളക്കി, ഞരമ്പിളക്കി, അവർ മന്ദരപർവ്വതത്തിന്റെ താഴ്വരയിൽ ആനന്ദാനുഭൂതികളിൽ സർവ്വം മറന്ന് നീന്തി.

ഒടുവിൽ തനിക്ക് സന്ധ്യാവന്ദനത്തിന് സമയമായെന്ന് തിരക്കിട്ട് കണ്ഡു എണീറ്റപ്പോൾ ആ ദേവകന്യക പൊട്ടിച്ചിരിച്ചുകൊണ്ടു പറഞ്ഞു. 'മഹർഷേ ഒരു സന്ധ്യ പാഴാകുന്നതിനെന്തിനിത്ര വേവലാതി? എത്രയോ സന്ധ്യകൾ താങ്കൾക്കു നഷ്ടമായി.' താൻ കാമത്തിന്റെ കാളിന്ദിയിൽ ആണ്ടുകിടക്കേ തൊള്ളായിരത്തേഴര വർഷം ഒരു പകലായി തലയ്ക്കു മീതെ ഒഴുകിപ്പോയെന്ന് അവൾ പറഞ്ഞപ്പോഴാണ് യതീന്ദ്രൻ അറിഞ്ഞത്.

അദ്ദേഹം അക്ഷണം അവളെ ആട്ടിയോടിച്ചു.

പാവം കാണ്ഡു! പാവം ഭാർഗ്ഗവൻ!

ആ മുനിയുടെ പാവത്തമോർത്തു രസിച്ചിരിക്കേ തപാൽ എത്തി. ഒരു സ്വകാര്യകത്ത് കണ്ടകാലം മറന്ന പശുപതി മുന്നിലെത്തിയ കൂമ്പാരത്തിൽനിന്നും തല നീട്ടിയ ഇൻലന്റിനെ ഝടിതി കൈനീട്ടിയെടുത്തു. പുറകിലും വിലാസമുണ്ട്. ഇന്ദുവിന്റേതാണ്. മോൾ അയയ്ക്കുന്ന ആദ്യത്തെ കത്ത്. അവൾക്ക് എന്തു പറ്റി? അന്ധാളിപ്പോടെ എടുത്തു നിവർത്തി.

ഒരു വിദൂര നഗരത്തിൽനിന്ന് ഇന്ദു ക്ഷമാപണപൂർവ്വം എഴുതുന്നു. 'ഞാൻ വിൽഫ്രഡിനോടൊപ്പം മിനഞ്ഞാന്ന് ഇങ്ങുപോന്നു. നമ്മുടെ അയൽക്കാരനായിരുന്ന തോമസ് വക്കീലിനെ അച്ഛൻ ഓർക്കുമല്ലോ. അദ്ദേഹത്തിന്റെ മകനാണ് വിൽഫ്രഡ്. ഒരു പെൺകുട്ടി എത്രനാൾ രാപ്പകൽ കതകും പൂട്ടി വീട്ടിൽ തനിച്ചിരിക്കും? അച്ഛൻ ഈ മകളോട് പൊറുക്കണം. അച്ഛനെ കാണാൻ ഒരു ദിവസം ഞങ്ങൾ വരും.'

കഴിഞ്ഞ മാസം വീട്ടിൽ ചെന്നപ്പോൾ കാറിന്റെ രജിസ്ട്രേഷൻ ഇന്ദുവിന്റെ പേരിലാക്കി. വെറുതെ. അങ്ങനെ തോന്നി. ചെയ്തു. കനകം അതിനിത്തിരി പരിഭവം പറഞ്ഞു. മോൾ ആ വാഹനം കൊണ്ടുപോയിരിക്കുമോ? ആരുകൊണ്ടുപോയാലെന്ത്? എന്തിനെയും ആർക്കും കൊണ്ടു പോകാമല്ലോ.

സൂര്യപുത്രനായ രേവന്തൻ ഉച്ചൈശ്രവസ്സിന്റെ മുതുകിലേറി മഹാവിഷ്ണുവിനെ കാണാൻ വന്നു. ആ കുതിരയുടെ ചന്തത്തിൽ ഭ്രമിച്ച ലക്ഷ്മീദേവി പരിസരം മറന്നു. കുതിരപ്പുറത്തുവന്ന കാമദേവനാരാണെന്നു ഭർത്താവ് ചോദിച്ചത് അവൾ കേട്ടില്ല. വിഷ്ണു കോപിച്ചു. അവളെ ആരിലും രമിക്കുന്നവളെന്നും, ചഞ്ചലയെന്നും, അസ്ഥിരയെന്നും വിളിച്ച ധിക്ഷേപിച്ചു. ഒരു പെൺകുതിരയായി ഭൂമിയിൽ പിറക്കട്ടെ എന്നു ശാപവും കൊടുത്തു. ഒടുവിൽ ആ സൽക്കളത്രത്തിന് പുത്രദാനം ചെയ്ത് ശാപമോക്ഷം നല്കാൻ വിഷ്ണുതന്നെ ആൺകുതിരയായി അവതരിച്ചത് മറ്റൊരു ഫലിതം.

ഒന്നിനും ആരെയും കുറ്റപ്പെടുത്തേണ്ടതില്ല. കലിയുഗത്തിലിങ്ങനെ വരും. വിശ്വമാകെ, അസത്യവാദികൾ നിറയും. കുലധർമ്മം എല്ലാവരും മറക്കും. മ്ലേച്ഛന്മാർ രാജാക്കന്മാരാകും. മുനികൾ കച്ചവടത്തിനിറങ്ങും. ബ്രാഹ്മണർ ഇരക്കും. ശിഷ്യർ ഗുരുവിന്റെ തല്പത്തിലുറങ്ങും. ഏഴും എട്ടും വയസ്സുള്ള അമ്മമാരും പിതാക്കന്മാരുമുണ്ടാകും. കിളവികൾ വിലാസവതികളാകും. വൃദ്ധന്മാർ കാമചാപല്യം കാട്ടും. സുമംഗലികൾ പരപുരുഷന്മാരെ തേടും.

ഇതൊക്കെ ദീർഘദർശനം ചെയ്ത മഹാമതികളെ പശുപതി നന്ദിയോടെ വണങ്ങി.

അവസാനം ആ ഇരുപത്താറ് വന്നു. ലളിതമായിരുന്നു ചടങ്ങ്. ആരും അധികം പ്രസംഗിച്ചില്ല. സംസാരിച്ചവരെല്ലാം ദീർഘായുസ്സും കുടുംബ

സൗഖ്യവും നേർന്നു. അന്നേരം സദസ്സിൽ സഹതാപവും പരിഹാസവും ഓളമിട്ടു മറയുന്നത് പശുപതി നിസ്തോഭം നോക്കിക്കൊണ്ടിരുന്നു. മറുപടിപ്രസംഗം 'സമസ്തലോകത്തിനും സുഖം വരട്ടെ' എന്ന ഒരു ആശ്വാസത്തിലൊതുക്കി.

അദ്ധ്യക്ഷപീഠം അലങ്കരിച്ച ഡയറക്ടർ ഉപചാരപൂർവ്വമേകിയ കവർ നിരസിക്കാനായില്ല. എവിടെ നിന്നെല്ലാമോ അടിക്കുന്ന കാറ്റിന്റെ താളത്തിനൊത്ത് പറന്നു നടന്നവന് മറ്റെന്തു ചെയ്യാനാവും!

ലോഡ്ജിലെത്തിയിട്ടാണ് കവർ തുറന്നത്. അയ്യായിരത്തി ഒന്നു രൂപ! കവർ തലയണയ്ക്കടിയിൽവച്ച് ഉറങ്ങി. പിറ്റേന്നുപകലും സുഖമായി ഉറങ്ങി. വിരമിച്ചവന് യഥേഷ്ടം രമിക്കാം.

ഉച്ച തിരിഞ്ഞപ്പോൾ ലോഡ്ജ് മാനേജർ വന്നു. ഇത്തിരി രാഷ്ട്രീയം പറഞ്ഞിരുന്നിട്ട്, ഇറങ്ങാൻ നേരം ചോദിച്ചു. "സാർ റൂം ഉടനെ ഒഴിയുന്നുണ്ടോ.?" പശുപതി ഒന്നും മിണ്ടാതെ അയാളെ നോക്കി പുഞ്ചിരിതൂകി.

"അല്ല. ചോദിച്ചെന്നേയുള്ളൂ.," അയാൾ പിൻവാങ്ങി.

അപ്പോഴാണ് വീട്ടിലേക്കൊന്നു പോകാമെന്നു തോന്നിയത്. തലേന്നു കിട്ടിയ കവറെടുത്തു ബാഗിൽ വച്ചു. മുറി പൂട്ടിയിറങ്ങി. പട്ടണത്തിൽ ബസിറങ്ങുമ്പോൾ സമയം പത്തുമണി. മങ്ങിക്കത്തുന്ന തെരുവുവിളക്കുകൾ. മുമ്പിലും പിന്നിലും മാറിമാറി ചാടിക്കളിക്കുന്ന സ്വന്തം നിഴലിനെ കൗതുകത്തോടെ നോക്കി നടക്കുമ്പോൾ വഴിവക്കിലെ അടുക്കളയിൽ നിന്ന് പൊന്തുന്ന പലതരം ഗന്ധങ്ങൾ മൂക്കിനെ ഉണർത്തി. പാത്രങ്ങൾ കലമ്പുന്ന മേളം. ഏമ്പക്കങ്ങളുടെ സംഗീതം.

ഉമാമഹേശ്വരന്മാർ തെണ്ടിനടക്കുന്ന കാലം. അവർ പട്ടിണി കൊണ്ടു പൊറുതിമുട്ടിയിരിക്കെ ഒരു ദിവസം നാരദൻ അവിടെ ചെന്നു. പാർവ്വതി ഐശ്വര്യമില്ലാത്തവളായതുകൊണ്ടാണീ പങ്കപ്പാടെല്ലാമെന്ന് ശിവനോട് പറഞ്ഞിട്ട് അടുക്കളയിൽ കടന്ന് ഈ ഗതികെട്ടവനെ കളഞ്ഞിട്ട് അച്ഛന്റെയടുത്തു പോകൂ എന്ന് ഉപദേശിച്ചു. പാർവ്വതിക്ക് അതൊരു നല്ല വഴിയായി തോന്നി. ഇത്തിരിക്കഴിഞ്ഞപ്പോൾ അവൾ മക്കളെയും തൂക്കി നടന്നു. നാരദൻ വിരണ്ടു. കുസൃതി മാഞ്ഞു. അദ്ദേഹം ഉമയെ തടഞ്ഞു നിറുത്തി. പിണങ്ങിപ്പോകരുതെന്നു വിലക്കി. ശിവനെ ഒരു പാഠം പഠിപ്പിക്കാൻ മറ്റൊരു വഴി ചൊല്ലിക്കൊടുത്തു. നിത്യവും ശിവൻ ഭിക്ഷതെണ്ടുന്ന വീടുകളിൽ അതിരാവിലെ ചെന്നു ഭിക്ഷ കൈക്കൊള്ളുക. പാർവ്വതി നാരദനെ അനുസരിച്ചു. അന്ന് ശിവൻ വിശന്നു തളർന്ന് ഒഴിഞ്ഞ പാത്രവുമായി മടങ്ങിവന്നു. പാർവ്വതി ഭർത്താവിന് മൃഷ്ടാന്നഭോജനം നല്കി. സന്തുഷ്ടനായ മഹേശൻ മതിമറന്ന് ഭാര്യയെ പുല്കി. 'അന്നപൂർണ്ണേശ്വരി' എന്ന് വിളിച്ചു. ആ പരിരംഭണത്തിൽ അവരുടെ ശരീരം ഒന്നായി. ശിവൻ അർദ്ധനാരീശ്വരനായി.

പുണ്യപുരാണകഥയുടെ വറമണം നുകർന്ന് വിശന്നു തളർന്ന പശുപതി നടന്നു. ഗേറ്റ് പൂട്ടിയിരുന്നില്ല. അകത്ത് മങ്ങിയ പ്രകാശം മാത്രം. നിലാവിൽ തിളങ്ങുന്ന ചെടികളെ താലോലിച്ചുകൊണ്ട് അയാൾ പോർട്ടി

ക്കോവിൽ കയറി. ഫിയറ്റ് അവിടെ കിടപ്പുണ്ട്. മകൾ കൊണ്ടുപോയിട്ടില്ല.

കനകം മൂളുന്ന സിനിമാപ്പാട്ടിന്റെ ഈണം വെന്റിലേറ്ററിലൂടെ നിലാവ് തേടിവന്നു.

തെല്ലു സംശയിച്ചു നിന്നിട്ട് പശുപതി കോളിങ് ബെൽ അമർത്തി.

ഒരിടവേളം.

വീണ്ടും ബെൽ അടിച്ചു.

കതകു വലിച്ചുതുറന്ന് ആറടിനീളമുള്ള ഒരുവൻ മുന്നിലെത്തി. അരണ്ട വെളിച്ചത്തിൽ അസഹ്യത വമിക്കുന്ന ആ ചുമന്ന കണ്ണുകൾ മാത്രം തെളിഞ്ഞുകണ്ടു.

"ആരാ?"

"കനകം ഇല്ലേ ഇവിടെ?"

"നിങ്ങൾ ആരാണ്? ഈ പാതിരായ്ക്ക് എന്തു വേണം?"

എന്തു മറുപടി പറയണമെന്ന് ആലോചിച്ചു നില്ക്കേ തലമുടി ഉച്ചിയിൽ വാരിക്കെട്ടിനിറുത്തിയ കനകം അകത്തെ ലൈറ്റും തെളിച്ചു പ്രത്യക്ഷപ്പെട്ടു.

ദീർഘകായൻ ഒരുവശം ചരിഞ്ഞ് അവളെ നോക്കി.

കനകം എന്തെങ്കിലും ഉരിയാടുംമുമ്പ് പശുപതി ഒറ്റവീർപ്പിൽ പറഞ്ഞു: "ഇന്നലെ പെൻഷനായി പിരിഞ്ഞപ്പോൾ ഒരു കവർ തന്നു. അത് ഏല്പിച്ചുപോകാൻ വന്നതാണ്."

ആ ഭീമസേന വേഷം ഒന്നു ചുരുങ്ങി.

എഞ്ചിനീയറോ കോൺട്രാക്ടറോ സൂപ്രണ്ടോ... ആരോ ആയിക്കൊള്ളട്ടെ– ഒരു പുരുഷനല്ലേ. ഒന്നു പരുങ്ങി പുറകോട്ട് വാങ്ങിനിന്നു.

എവിടെനിന്നോ കാലിൽത്തടഞ്ഞ ധൈര്യത്തിൽ അഞ്ചടി മുന്നോട്ടുവച്ച് ആ പുരുഷന് സമാന്തരമായിനിന്ന് കവർ നീട്ടി. കനകം ഒന്നു പതറിയെന്നു തോന്നി. പശുപതി അതിശാന്തനായി പറഞ്ഞു. "ഇതു വാങ്ങൂ കനകം. പതിനൊന്നേമുക്കാലിന് തെക്കോട്ടൊരു ട്രെയിനുണ്ട്."

രണ്ടടി കൂടി മുന്നേറി കവർ അവളുടെ കൈയിൽ പിടിപ്പിച്ച് ഇരുവർക്കും ശുഭരാത്രി നേർത്ത് പശുപതി പടിയിറങ്ങി.

രണ്ടടി നടന്നിട്ട് ഒരു രസം തോന്നി വിളിച്ചുപറഞ്ഞു– "കതകടച്ചോളൂ."

ഒരു തെക്കൻ ഗാഥ

ഞാൻ ഏറെ സ്നേഹിക്കുകയും ബഹുമാനിക്കുകയും ചെയ്യുന്ന പത്രാധിപരുടെ കത്ത് വൈകിയാണ് കിട്ടിയത്. അദ്ദേഹത്തിനും ഒരു കഥ വേണം. വാർഷികപ്പതിപ്പിന്.

ഓണക്കൊയ്ത്തുകഴിഞ്ഞ് പാപ്പരായ മനസ്സുമായി മലച്ചിരുപ്പാണ് ഞാൻ. എങ്കിലും ഒരു കഥ കെട്ടിയുണ്ടാക്കിയേ തീരൂ. രാപ്പകൽ ചിന്ത തന്നെ. നാല്പത്തേഴു വർഷത്തെ ജീവിതത്തിന്റെ ബാക്കിപത്രം. നിവർത്തി മറിച്ചും തിരിച്ചും പരിശോധിച്ചു. അതിലെ വരികളിൽ വരികൾക്കിടയിൽ, മനസ്സുനടത്തി. സാഹ്ലാദം പറിച്ചെടുക്കാൻപോന്ന, കതിർക്കനമുള്ള യാതൊന്നും കണ്ടില്ല. നിരാശ, വ്യസനം ആത്മനിന്ദ, സ്മൃതിതരംഗങ്ങളിലൂടെ പിന്നെയും പിന്നെയും മുന്നോട്ടും പിന്നോട്ടും ഒഴുകി നടന്നു.

ഒരു രാത്രി. ഉമ്മറത്ത് ഉറക്കം വരാതെ ചിന്താക്ലാന്തനായി മലർന്നു കിടക്കേ, മുറ്റത്തൊരു കാൽപ്പെരുമാറ്റം. തലയുയർത്തി നോക്കി. ശ്രീമാൻ ആദിത്യൻ തമ്പി നാലുംകൂട്ടി കുശാലായി മുറുക്കി ചെമ്പിച്ച പല്ലുകൾ കാട്ടി ചിരിച്ചു കൊണ്ട് ദാ മുന്നിൽ നില്ക്കുന്നു. ആ ചിരിയിൽ കുമ്പ കുലുങ്ങുന്നു.

ഞാൻ പിടഞ്ഞെണീറ്റു തൊഴുതു. "വരണം.... വരണം.'

തമ്പിയദ്ദേഹം മെല്ലെ നടന്ന് ഉമ്മറത്തിണ്ണയിൽ കയറി ഇരിക്കുന്നു. മുറ്റത്തേക്ക് പാറ്റിത്തുപ്പിക്കൊണ്ട് ചോദിക്കുന്നു. "വീട്ടില് വേറെയാരുമില്ലേ?"

"ഉണ്ട്. അകത്തുണ്ട്."

എന്നെ അദ്ദേഹം സൂക്ഷിച്ചുനോക്കുന്നു.

"പിള്ളേടെ മൊകത്തൊരു വാട്ടമുണ്ടല്ലോ... കാര്യെന്തര്? പറ."

"ഹേയ് ഒന്നുമില്ല." ഞാൻ മുഖശോഭ വരുത്താൻ ബദ്ധപ്പെട്ടു ചിരിക്കുന്നു.

"ഈ തമ്പിയെ ഒളിക്കണ്ട പിള്ളേ.. ഞാമ്പറയാം. പിള്ളയ്ക്ക് കൈയോടെ ഒരു കഥ വേണം... ഇല്ലിയോ... ഒരു കാര്യം ചെയ്യ്.. ഈ ആദിച്ചൻതമ്പീടെ കഥതന്നെയങ്ങു പറഞ്ഞിട്ടുകൊട്... നാലാളറിയട്ടെന്ന്."

വൃദ്ധൻ തുമ്പപ്പൂപോലെ ചിരിക്കുന്നു.

എന്റെയുള്ളിലൊരു സൂര്യനുദിക്കുന്നു.

പുരാതന തിരുവിതാംകൂറിലെ വിളവംകോട്ടു താലൂക്കിൽ അരുമന അംശത്തിൽ, കേൾവികേട്ട തറവാട്ടിൽ ശ്രീ ആദിത്യൻ തമ്പി പിറക്കുന്നു. നാടുവാണ പൊന്നുതമ്പുരാക്കന്മാരുമായി ഉറ്റബന്ധമുള്ള കുടുംബം. അളവും അതിരുമില്ലാത്ത സമ്പത്ത്. തമ്പിയവർകൾക്ക് മീശ മുളച്ചപ്പോൾ കാരണവന്മാർ നിശ്ചയിച്ചപടി മുറപ്പെണ്ണായ ഒരു മങ്കയ്ക്ക് ചിലവിനു കൊടുത്തു തുടങ്ങുന്നു. അവളിൽ കാലക്രമേണ രണ്ടു പുരുഷപ്രജകൾ ഉല്പാദിതമാകുന്നു. ആ സന്തതികൾ പറക്കമുറ്റിയപ്പോൾ താന്താങ്ങളുടെ വഴികളിലൂടെ നടന്ന്, ഓരോ തുരുത്തുകളിലെത്തി. സന്തതി സൗഭാഗ്യത്തോടെ വാഴുന്നു.

അറുപത്തിനാലു കൊല്ലത്തെ സംസാരജീവിതത്തിനിടയിൽ പലതും നഷ്ടപ്പെട്ടവനാണ് ആദിത്യൻ തമ്പി. കുടുംബസ്വത്തിൽ വലിയൊരു പങ്ക് പലവഴിക്കും ഒഴുകി അന്യന്മാരുടെ അനുഭവയോഗത്തിലായിരിക്കുന്നു. പഴയ പദവിയും മുൻനിലയും കൈമോശം വന്നിരിക്കുന്നു. ഉറ്റവരായ പലരും പിണങ്ങി അകന്നിരിക്കുന്നു. പക്ഷേ, തമ്പിയദ്ദേഹം ഒന്നിനെക്കുറിച്ചും സങ്കടപ്പെടുന്നില്ല. ഒരിക്കലുമാ മുഖത്തെ പ്രസന്നതയ്ക്കു വാട്ടം തട്ടുന്നുമില്ല.

ആദിത്യനുദിക്കുമ്പോൾ തമ്പിയവർകൾ എണീല്ക്കുന്നു. ദിനകൃത്യങ്ങൾ വിശദമായിക്കഴിച്ച്. പ്രഭാതഭക്ഷണവും ആഹരിച്ച് അരയിൽ മൽമൽമുണ്ട് ചുറ്റി മടക്കിക്കെട്ടി. തോളിലൊരു ചുട്ടിത്തോർത്തണിഞ്ഞ് പുറത്തേക്കിറങ്ങുന്നു. വെളുക്കുമ്പോൾ എണീല്ക്കണം. വെളുത്ത മുണ്ടുടുക്കേണം, കരുത്തേറും കൊമ്പനാനപ്പുറത്തേറി നടക്കേണം.." അതാണല്ലോ ആഭിജാത്യം. അവസാനം പറഞ്ഞത് ഇക്കാലം അസാദ്ധ്യമാകയാൽ തമ്പിയദ്ദേഹം തോൽചെരിപ്പേറി നടകൊള്ളുന്നു. അരുമന അംശത്തിലെ ഇടവഴികളിലൂടെ, ഒറ്റയടിപ്പാതകളിലൂടെ, കുടിയിടകളിലൂടെ അദ്ദേഹം നീങ്ങുന്നു. ആ പോക്കിൽ കൺവെട്ടത്തിലെത്തുന്നവരോട് ഒരു മൊഴി കുശലം പറയുന്നു. ഒപ്പം ഇരുവശത്തുമുള്ള പറമ്പിലൊക്കെയും സൂചിസൂക്ഷ്മമായ നിരീക്ഷണം നടത്തുന്നു.

ഇടതുവശത്തു കാണുന്ന ഇടതൂർന്ന തെങ്ങിൻതോപ്പ് മുൻഅധികാരി കുഞ്ചിപിള്ളയുടേതാകുന്നു. അവിടെ ദാ ഒരു രസകദളിക്കുല നില്പുണ്ട്. തമ്പിയദ്ദേഹം ഉറ്റുനോക്കുന്നു. രണ്ടുപടല പഴുത്തിട്ടുണ്ട്. ഒരു കായ് അണ്ണാൻ കരണ്ടുകഴിഞ്ഞിരിക്കുന്നു. തമ്പിയദ്ദേഹം അവിടെനിന്ന് വട്ടംകറങ്ങി നാലു ദിക്കിലും നോക്കുന്നു.

തെന്നാലിരാമനെന്നു പേരുള്ള പാച്ചൻ വരുന്നുണ്ട്. വയലിലേക്കുള്ള യാത്രയാണ്.

“എടാ പാച്ചാ...” അദ്ദേഹം വിളിക്കുന്നു. പാച്ചൻ സവിനയം അടുത്തെത്തുന്നു.

“എടാ ദാ അങ്ങോട്ടുകേറി ആ കൊല വെട്ടിക്കൊണ്ടു പോരെ.”

പാച്ചൻ അരയിൽ തിരുകിയ വാക്കത്തി കൈയിലെടുത്ത് ആ തോപ്പിനുള്ളിലേക്ക് നൂഴ്ന്നു കയറുന്നു. അടുത്ത നിമിഷം കുലയുമായി തമ്പിയദ്ദേഹത്തിനു മുന്നിൽ.

അദ്ദേഹം കുലയെ നിലത്തുനിറുത്തി വട്ടംതിരിച്ചു നോക്കിയിട്ടു പറയുന്നു: “വലിയ മോശമില്ല... അല്ലിയോടാ..”

പാച്ചൻ തലയാട്ടുന്നു.

“ശരി... നീ പോ.”

അവൻ യാത്രയാകുന്നു.

തമ്പിയദ്ദേഹം കുലയുമേന്തി മുന്നോട്ട്

എതിരെ വരുന്ന ജനം ചോദിക്കുന്നു: “എവിടന്നാ രസകദളി?”

“ആ അധികാരീടെ തോപ്പീന്നാ. അയാൾക്ക് ഇതൊന്നും പാത്തെടുപ്പാൻ നേരമില്ല.”

ഒന്നും ചോദിക്കാതെ കടന്നുപോകുന്നവരോടും തമ്പിയദ്ദേഹം ഇതു തന്നെ പറയുന്നു.

ആദിത്യൻതമ്പി അങ്ങനെ നടന്നുനടന്നു ചെല്ലുമ്പോൾ കോങ്കണ്ണൻ ശിവശങ്കരൻ സ്വന്തം വീടിന്റെ തിണ്ണയിൽ കുന്തം വിഴുങ്ങിയ മട്ട് ഇരിക്കുന്നു.

തമ്പിയദ്ദേഹം കല്പിക്കുന്നു. “ഇങ്ങെണീറ്റു വാടാ.”

അവൻ കോട്ടുവായിട്ട് മൂടും തട്ടി എഴുന്നേറ്റു വരുന്നു.

“എന്തെടാ മുട്ടുംകെട്ടി ഓന്താനെപ്പോലെ ഇരിക്ക്ണെ?”

ശിവശങ്കരൻ ഭവ്യത കാട്ടാൻ തല ചൊറിയുന്നു.

“നെന്റെ മോളു പെണ്ണ് തെരണ്ടിട്ട് ഇന്നെത്ര?”

“നാല്.”

“ഏഴിന് തളിപ്പിക്കണ്ടയോടാ?”

അവൻ കോങ്കണ്ണു കുലുക്കുന്നു.

“ദാ, ഈ രസകദളി പിടിച്ചോ, ഒരാവശ്യത്തിന് ഒതുകട്ട്.”

കുലദാനം കഴിഞ്ഞ് തമ്പിയദ്ദേഹം നടക്കുന്നു. ആ മുഖത്തു കൃതാർത്ഥത കുലച്ചു നില്ക്കുന്നു.

വഴിയിൽ അമൃതപ്രദായിനി വായനശാല. അദ്ദേഹം അവിടെക്കയറി. ബഞ്ചിലിരുന്ന്, രണ്ടാംമുണ്ട് മടിയിൽവച്ച് പത്രങ്ങളെടുത്ത് കൺനടത്തുന്നു. ചിലത് ഉറക്കെ വായിക്കുന്നു. കലികാലവൈഭവത്തെച്ചൊല്ലി നെടുവീർപ്പിടുന്നു. അവിടെ കുടിയിരിക്കുന്നവരോട് ലോകവിശേഷങ്ങൾ ലേശം ചർച്ച ചെയ്യുന്നു. രണ്ടാം മുണ്ട് വീണ്ടും തോളിലാക്കി നട തുടരുന്നു.

ഒരു വളവ് തിരിയുമ്പോൾ ഇടവഴിയിലേക്കു ചാഞ്ഞ മുരിങ്ങ കാണുന്നു. പത്തിരുപതു മുരിങ്ങയ്ക്ക നില്പുണ്ട്. മിക്കതും മൂറ്റിക്കഴിഞ്ഞു. തമ്പിയദ്ദേഹം ആ നീളൻ കായ്കളെ നോക്കി ഉറക്കെ ആത്മഗതം

ചെയ്യുന്നു. "ഇത് ഇനിയെന്തിനു കൊള്ളം!"

അന്നേരം അതുവഴിവന്ന ആ പയ്യന്റെ സഹായത്തോടെ മുരിങ്ങയ്ക്ക മുഴുവൻ പറിച്ചെടുക്കുന്നു. ആ കൊച്ചൻ എല്ലാം അടുക്കിവെച്ചപ്പോൾ തമ്പിയദ്ദേഹം ചോദിക്കുന്നു. "നെനക്ക് വേണമോടാ?"

അവൻ തല കീഴ്മേൽ ആട്ടുന്നു.

ആറെണ്ണം അവനു കൊടുക്കുന്നു. ബാക്കി പതിനാറെണ്ണം കെട്ടിയെടുത്തോണ്ട് അദ്ദേഹം നടക്കുന്നു.

ആറ്റിൽ കുളിച്ച് ഈറനുടുത്ത് തുള്ളിത്തുളുമ്പിവരുന്ന ദേവയാനി തമ്പിയദ്ദേഹത്തിനു പോകാൻ വഴിയൊതുങ്ങുന്നു.

അതിനിടയിൽ അവളുടെ കണ്ണിൽ മുരിങ്ങയ്ക്കയൊതുങ്ങുന്നു.

"അണ്ണൻ ഇതെവിടെ കൊണ്ടുപോണത്?"

"കള്ളീ, നെന്റെ വെളച്ചിൽ എന്നോട് വേണ്ട'ന്ന മട്ടിലൊരു ചിരിയോടെ അദ്ദേഹം ചോദിക്കുന്നു: "ഉം നെക്കു വേണോ പെണ്ണേ?"

അവൾ നാണംകൊണ്ടു ഈറൻവാട്ടിക്കൊണ്ട് കൈ നീട്ടുന്നു. അദ്ദേഹം സസന്തോഷം അവൾക്കാ കെട്ടേകുന്നു.

"കൊണ്ടുചെന്ന് തീയ്യല് വയ്. അവിയലിനും ഭേഷായിരിക്കും."

തന്റെ വീട്ടുമുറ്റത്ത് പടവലത്തിനു പന്തലിടുകയാണ് റിട്ട. പൊലീസ് കോരൻനായർ. അയാൾ ചോദിക്കുന്നു: തമ്പിയണ്ണൻ എങ്ങോട്ട്?"

"വൈകുണ്ഠത്തിന്.... നീ വരണോ?"

ആ ഫലിതം സ്വയം ആസ്വദിച്ച് ആദിത്യൻതമ്പി ചിരിക്കുന്നു.

"വരണം അണ്ണാ, ഒന്നു വച്ചോണ്ടുപോവാം." പൊലീസിന്റെ സൽക്കാരം.

തമ്പിയദ്ദേഹം പടികൾ കയറിച്ചെല്ലുന്നു. ഇരുവരും വരാന്തയിലെ ബഞ്ചിൽ ചെന്നിരിക്കുന്നു. കോരൻനായർ വെറ്റിലച്ചെല്ലം തുറക്കാനോങ്ങിക്കൊണ്ടു ചോദിക്കുന്നു: "കുടിപ്പാൻ...?"

"ഒന്നും വേണ്ടെഡേ. വെറ്റ എട്."

ഇരുവരും സമൃദ്ധമായി മുറുക്കുന്നു.

താംബൂലരസത്തിനുമേൽ നാട്ടുവിശേഷവും വീട്ടുകാര്യങ്ങളും. കോവിലിലെ ശാന്തിക്കാരന്റെ കുന്നായ്മകളും സംസാരിച്ച് ക്ഷീണം ആറ്റുന്നു. ഒടുവിൽ കോരൻ നായർ പടവലത്തിലേക്കും തമ്പിയദ്ദേഹം ഇടവഴിയിലേക്കും.

വഴി വടക്കോട്ട് തിരിയുന്നിടത്താണ് കണ്ണൻപുലയന്റെ പുര. ആ കുടിലിനു മുന്നിൽ കണ്ണന്റെ മൂത്ത സന്തതി തനിയെ നിന്നു വട്ടു കളിക്കുന്നു.

തമ്പിയദ്ദേഹം ആ ചെക്കനെ കൈതട്ടി വിളിക്കുന്നു. അവൻ ഓടിയെത്തുന്നു.

"കണ്ണനെവിടെടാ?"

"വയലില് പെയ്."

"നിനക്കിന്നു പള്ളിക്കൊടമില്ലിയോടാ?"

"ഒണ്ട്."

"പള്ളീക്കള്ളമടിച്ച് വട്ടുകളിയ്ക്കണോടാ? പെരട്ടത്തില് രണ്ട് പെട വച്ചുതരും."

"പൈസയില്ല."

"പൈസയെന്തിനെടാ?"

"സ്കൂളില് ആനിവേഴ്സറി. അതിന് ഒരു രൂപ കൊടുക്കണം. പിള്ള രെല്ലാം കൊടുത്തു."

"ഒരു രൂപ കിട്ടിയാല് നീ പോവുമോ?"

"പോവും."

"ആണയിട്, കള്ള മൂതേവി..."

"അപ്പനാണെ, കണ്ണുദൃഷ്ടിയാണെ..."

തമ്പിയദ്ദേഹം എളിയിൽ നിന്ന് ഒരു രൂപാ നാണയമെടുത്ത് പയ്യനു കൊടുക്കുന്നു. "പോ.... ഓടിപ്പോ..." ചെക്കൻ പൈസയുമായി വീടിനക ത്തേക്ക് പായുന്നു. വസ്ത്രം മാറാനായിരിക്കണം.

ആ യാത്ര സ്വന്തം പാടത്തിനു മുന്നിലെത്തി നില്ക്കുന്നു. കാറ്റിലുല യുന്ന നെൽച്ചെടികളെ അദ്ദേഹം അരുമയോടെ നോക്കി നിർവൃതി കൊള്ളുന്നു. പാടത്തിറങ്ങി കതിർക്കുലകളെ വാത്സല്യപൂർവ്വം പിടിച്ചു നോക്കുന്നു. വരമ്പ് രണ്ടിടത്തു മടവീണിട്ടുണ്ട്. ചെളിവാരി അതൊക്കെ നേരെയാക്കുന്നു. വയലിനെ ഒന്നു പ്രദക്ഷിണം വച്ചിട്ട് കരയ്ക്കു കയ റുന്നു.

നടന്ന് നടന്ന് ആറ്റിന്റെ തീരമെത്തുന്നു. ഏന്തിവലിഞ്ഞൊഴുകുന്ന മെലിഞ്ഞ താമ്രവർണ്ണിയെ ദുഃഖത്തോടെ നോക്കിനില്ക്കുന്നു. അവൾ മദം പൊട്ടിയ പെണ്ണിനെപ്പോലെ പുളച്ചൊഴുകിയിരുന്ന കാലം ഓർക്കുന്നു. പണ്ട് എല്ലാ ഇടവപ്പാതിക്കും വെള്ളം പൊങ്ങുമായിരുന്നു. ആ പ്രളയമ ഹോത്സവത്തിലെ തമാശകൾ നുണഞ്ഞ് അദ്ദേഹം സ്വയം മറക്കുന്നു. പഴ യപടി വെള്ളമൊന്നു പൊങ്ങിയിറങ്ങിയിരുന്നെങ്കിൽ തെങ്ങും കവിങ്ങും മനംതെളിഞ്ഞു കായ്ച്ചേനെ. തെങ്ങിൻതലപ്പിലേക്ക് സഹതാപത്തോടെ പാഞ്ഞ കണ്ണ് ഒരു കവുങ്ങിൽ തങ്ങുന്നു. പഴുത്തു ചുമന്ന ഒരു കുല പാക്ക്. കുറേയൊക്കെ വാവൽ തിന്ന് താഴെ ഇട്ടിരിക്കുന്നു. "ആകെ കായ്ക്കണതോ അരുത്തിപ്പൊരുത്തി. അതുപോലും അനുഭവിപ്പാൻ യോഗ മില്ലാത്ത കൂട്ടം. പൈശൂന്യം പിടിച്ച വർക്കം."

ആ മനോവ്യഥയിലാണ്ടു നില്ക്കേ, തലയിൽസ്ഥിരം തളാപ്പും അര യിൽ വെട്ടുകത്തിയുമായി ഊരാളി രാമൻ പ്രത്യക്ഷപ്പെടുന്നു.

തമ്പിയദ്ദേഹത്തിന്റെ മനം കുളിർക്കുന്നു.

"എടാ രാമാ, നോക്ക്. ഒക്കെ നരച്ചീറു നക്കി. കേറി അതിങ്ങെടു ത്തോണ്ടു പോരേ."

ആ കമുക് ശിശുപാലപ്പണിക്കരുടെ വകയാണെന്ന് രാമനറിയാം. കംസന്റെ വകയായാലും തമ്പിയങ്ങുന്നു പറഞ്ഞാൽ അവന് തിരിഞ്ഞും പിരിഞ്ഞും നോക്കാനാവില്ല.

രാമൻ അണ്ണാനെപ്പോലെ മേലോട്ട്, അടയ്ക്കാക്കുലയുമായി ശറോന്ന്

താഴോട്ട്.

"പകുതീം പോയി" എന്നുറക്കെ വ്യസനിച്ചുകൊണ്ട് തമ്പിയദ്ദേഹം അതുമായി കിഴക്കോട്ടു നടക്കുന്നു.

ശിശുപാലന്റെ തള്ള കൗസല്യ പഴയ വീട്ടിൽ തനിച്ചാണ് താമസം. വളരെ വയസ്സായി. കൂട്ടിന് മറ്റൊരു കിളവിയുണ്ട്. തള്ള മിക്കനേരവും ഉമ്മറത്തുതന്നെ കാണും. തൊട്ടടുത്ത് വെറ്റിലവട്ടിയും.

തമ്പിയദ്ദേഹം മുറ്റത്തു കയറുന്നു

"അങ്ങുന്ന് ഇതിലേ.." തള്ള ചുമരുപിടിച്ച് എണീക്കാനൊരുങ്ങുന്നു.

"വേണ്ട നിങ്ങളവിടെ ഇരിക്കിൻ... വാതനീരു കൊറവൊണ്ടോ?"

"എന്തരു കൊറവങ്ങുന്നേ! അങ്ങേരങ്ങു വിളിച്ചാമതിയായിരുന്ന്..."

"ദിനസരി നാല്പതുവട്ടം വെറ്റ തിന്നണമല്ലോ. പാക്ക് വെല കൊടുത്ത് വാങ്ങണ്ടിയോ?"

"അല്ലാതെ എവിടെന്നങ്ങുന്നേ? വസ്തും വകേമൊക്കെ പിള്ളേരു പങ്കുവച്ചോണ്ടു പോയില്ലിയോ?"

"ദാ, ഇതങ്ങെടുത്തോളിൻ. മോന്റെ വകതന്നെ."

"അടയ്ക്കാക്കുല തള്ളയുടെ മുന്നിൽ വച്ചിട്ട് തമ്പിയദ്ദേഹം നടക്കുന്നു.

അങ്ങനെ ചുറ്റിക്കറങ്ങി വരുമ്പോൾ മനയ്ക്കലെ വരിക്കപ്ലാവിൽ ഒരു ചക്കയെ കാക്കകൾ വട്ടമിടുന്നു. തമ്പിയദ്ദേഹം ഒരു കല്ലെടുത്തെറിഞ്ഞ് ആക്രോശിച്ച്, ആ തമ്പുരാട്ടികളെ അകറ്റുന്നു. മനയ്ക്കലെ കാര്യസ്ഥൻ വായിനോക്കി ഗോവിന്ദനെ പൊതിരെ പുലഭ്യം പറയുന്നു. അടുത്തെങ്ങും ആരെയും കാണാനില്ലാന്ന് വ്യസനപൂർവ്വം നടക്കുന്നു.

ഇത്തിരി ദൂരം താണ്ടിയപ്പോൾ വഴിയിറമ്പിലെ മാടക്കടയിൽ കുന്തിച്ചിരിക്കുന്ന ചെറുപ്പക്കാരനെ കാണുന്നു. അവനീ നാട്ടുകാരനല്ല; വരത്തനാണ്.

എങ്കിലും അദ്ദേഹം അധികാരസ്വരത്തിൽത്തന്നെ കല്പിക്കുന്നു. "എണീറ്റുവാടാ."

"അവൻ എള്ളോളം മടിക്കുന്നു."

"ഇങ്ങനെ ചൊറീം കുത്തിയിരുന്നാ നീ വളരുവോ? എണീറ്റുവാ."

അനുസരിപ്പാൻ കടക്കാരൻ കണ്ണുകാണിക്കുന്നു. ആ യുവാവ് എണീറ്റു വരുന്നു.

തമ്പിയദ്ദേഹം തിരികെ നടന്ന് മനയ്ക്കലെ പുരയിടത്തിനു മുന്നിലെത്തി നില്ക്കുന്നു. പ്ലാവു ചൂണ്ടി കാണിച്ചു കൊടുക്കുന്നു.

ചെറുപ്പക്കാരൻ പറയുന്നു: "അയ്യോ ഇദ് മനയ്ക്കലേ..."

"എനിക്ക് അറിയാമെടാ. നീ പറയ്ണതു കേട്ടാമതി."

"അവര്..." യുവാവിനു ഭയം.

"അവര് കൊന്നുതിന്നാമോ? എടാ കാക്ക കൊത്തിത്തിന്നാല് അവരെന്തു ചെയ്യും? കേസ് കൊടുക്കുമോ? കാക്ക തിന്നു തൂറണതിനേക്കാളും മനുഷ്യരു തിന്നട്ടെടാ... ഉം... നീ കയറി ചക്ക പറിക്ക്."

അവൻ പിന്നെയും പരിഭ്രമിച്ചു നില്ക്കുന്നു. ഒടുവിൽ തമ്പിയദ്ദേഹത്തിന്റെ ആജ്ഞയുടെ ഉഗ്രതയിൽ പ്ലാവിൻ തുഞ്ചത്തെത്തുന്നു.

ചക്കയുമായി തന്റെ മുന്നിലെത്തിയ യുവാവിനെ തമ്പിയദ്ദേഹം തോളി തട്ടി അഭിനന്ദിക്കുന്നു.

"നെനക്ക് വേണോടാ ചക്ക? തേൻവരിക്കയാണെടാ."

ഭയ സംഭ്രമങ്ങളോടെ അവൻ വേണ്ടെന്ന് തലയാട്ടുന്നു. അവന്റെ പാവത്തമോർത്ത് അദ്ദേഹം ചിരിച്ചുപോകുന്നു.

"നെനക്ക് വരിക്കപ്ലാവുണ്ടോ?"

"ഇല്ല."

"വീട്ടില് കുട്ടികളുണ്ടോ?"

"അണ്ണന്റെ മക്കളുണ്ട്."

"പിന്നെ കൊണ്ടുപോടാ. ആ പൈതങ്ങള് തിന്നട്ട്."

അവൻ മിണ്ടുന്നില്ല.

"ആരെങ്കിലും ചോദിച്ചാല് ആദിത്യൻതമ്പി തന്നതാണെന്നു പറഞ്ഞാ മതി. നെന്നെ ആരും മുള്ളോടെ മിഴുങ്ങൂലാ..."

തമ്പിയദ്ദേഹം തന്നെ ചക്ക അവന്റെ തോളിലേറ്റിക്കൊടുക്കുന്നു. ആ പാവം അരിച്ചരിച്ചു മുന്നോട്ട്. തമ്പി ആ പോക്കുനോക്കി, ഒരു നിമിഷം രസം പിടിച്ചു നില്ക്കുന്നു.

പിന്നെ തനതായ നടത്തം തുടരുന്നു.

ഇവിടെത്തിയപ്പോഴാണൊരു ചിന്താക്കുഴപ്പം. ഈ കഥ എങ്ങനെ ഒന്നവസാനിപ്പിക്കും!

ആദിത്യൻ തമ്പിയുടെ ഈ ദാനധർമ്മവും പൊതുവിതരണസമ്പ്രദായവും ടിയാനുതന്നെ വിനയായി പരിണമിച്ചെന്ന് വരുത്തിയാലോ? പുതിയ തലമുറ സോഷ്യലിസത്തിലേക്കുള്ള ഈ ഇടവഴിയിൽ വിലങ്ങടിച്ചു നില്ക്കുന്നതായി ചിത്രീകരിച്ചാലോ? തമ്പിയദ്ദേഹം മോഷണക്കുറ്റത്തിന്, അഥവാ അതിക്രമിച്ച് കടക്കലിന് അറസ്റ്റു ചെയ്യപ്പെടുന്നതായി... സമുചിതമായ ഒരു ടിസ്റ്റു കിട്ടിയെങ്കിൽ...

ഈ വിധ ചിന്തകളാൽ കലുഷമായ മനസ്സുമായി ഞാനെണീറ്റ് നാലഞ്ചുചാൽ തെക്കുവടക്ക് നടക്കുന്നു.

ഒരു കുസൃതിച്ചിരിയുടെ ഒച്ച ഞാൻ ഞെട്ടിത്തിരിഞ്ഞു നോക്കുന്നു.

ആദിത്യൻ തമ്പി ഇതാ കൃഷ്ണമണികളിൽ എന്നെ കളിയാക്കുംമട്ട് അദ്ദേഹം ഇളകിച്ചിരിക്കുന്നു. ചിരി തെല്ലൊന്നടങ്ങിയപ്പോൾ പറയുന്നു:

"പിള്ളേ, എന്നെ ഇങ്ങനെ വിട്ടേരെ, കഥ അവസാനിപ്പിക്കണ്ടാ... ഈ കഥയ്ക്ക് അവസാനമില്ല പിള്ളേ..."

സ്ത്രീപർവ്വം നവം

ഒഴിവു ദിനങ്ങളിലെ പതിവ് അനുസരിച്ച് അവർ കടൽക്കരയിലിരിക്കുകയായിരുന്നു. പ്രക്ഷുബ്ധമായ കടലിനെ നോക്കി വെറുതേ ഓരോന്നു സംസാരിച്ചുകൊണ്ട് മാലിനിയും ശിവമോഹനനും. ഇടയ്ക്കെപ്പോഴോ, മൗനത്തിന്റെ ഒരു തിര അവർക്കിടയിൽ പാഞ്ഞുകയറി.

ആ തിര ഒഴിഞ്ഞുപോകവേ ഈറനണിഞ്ഞ സ്വരത്തിൽ, തീരെ സാധാരണമല്ലാത്ത അമർത്തിയ ആവേശത്തിൽ ശിവമോഹൻ പറഞ്ഞു.

"മാലീ, നിന്നെ ഞാൻ..."

"ഞാൻ...?" അവൾ മുഖമുയർത്തി.

"സ്നേഹിക്കുന്നു. ആ സമുദ്രംപോലെ..." മാലിനി രൂക്ഷമായൊന്നു നോക്കി. ശിവൻ വിളറി. "ശിവൂ, തനിക്കെന്തുപറ്റി? ഉപ്പുകാറ്റ് തലയ്ക്കു പിടിച്ചോ? മേലിൽ ഇത്തരം കിളിന്നു ഡയലോഗ് ഛർദ്ദിക്കരുത്. എനിക്ക് ഓക്കാനം വരുന്നു. ഇതാവർത്തിച്ചാൽ നിന്നെ ഞാൻ വെറുത്തു പോകും."

ശിവൻ ഒരു അപരാധിയെപ്പോലെ തെല്ലുനേരം മുഖം കുനിച്ചിരുന്നു.

'മാലീ, നാം ഇങ്ങനെ കഴിക്കാൻ തുടങ്ങിയിട്ട് എത്രകാലമായി?"

"ഞാൻ കണക്കെടുത്തിട്ടില്ല. പറയൂ. കേൾക്കട്ടെ."

"മൂന്നു കൊല്ലം തികയുന്നു."

"ങ്ഹാ! അതിന്? പിരിയണോ?"

"ഞാൻ റെഡി."

മാലിനി ചിരിച്ചില്ല.

"നീ ഇങ്ങനെയേ സംസാരിക്കൂ. മാലീ. ഭാവിയെക്കുറിച്ചാണ് ഞാൻ ചിന്തിക്കുന്നത്. നമുക്ക് ഒന്നിച്ചു താമസിച്ചുകൂടേ?"

"നാം ഒരുമിച്ച് പല സ്ഥലത്തും താമസിച്ചിട്ടില്ലേ..."

"അതൊക്കെ കേവലം സുഹൃത്തുക്കളെന്ന നിലയ്ക്കല്ലേ?"

"അതുപോരേ?"

"പോരാ."

ശിവന് എങ്ങോ നിന്ന് ഇത്തിരി ധൈര്യം കിട്ടിയ മട്ടായി.

"എന്റെ അമ്മ ധൃതി കൂട്ടുന്നു. എനിക്ക് മറ്റൊരു പെൺകുട്ടിയെപ്പറ്റി ചിന്തിക്കാനാവില്ല."

"എങ്കിൽ ഈ പെണ്ണിനെപ്പറ്റി ഇരുപത്തിനാലു മണിക്കൂറും ചിന്തിച്ചോ ഞാൻ വിലക്കില്ല."

മാലിനി കളിയാക്കി ചിരിച്ചു.

"മാലീ നമുക്ക് വിവാഹിതയായിക്കൂടേ?"

അവൾ ഒന്നു നിവർന്നിരുന്ന് ശിവനെ സൂക്ഷിച്ചു നോക്കി.

"തനിക്ക് എന്നെത്തന്നെ വേണമെന്നുണ്ടോ?"

"ഉണ്ട്."

"ഇയാൾക്ക് എന്നെപ്പറ്റി എന്ത് അറിയാം?"

"എല്ലാം അറിയാമെന്നാണെന്റെ..."

"വിശ്വാസം അല്ലേ? എങ്കിലതു തെറ്റ്. എന്റെ അച്ഛൻ, അമ്മ കുടുംബം ഇതൊക്കെ അറിയേണ്ടേ?"

"നിർബ്ബന്ധമില്ല. നാം കണ്ടു. ഇഷ്ടപ്പെട്ടു. അത്രയും മതി."

"പോരാ കുറേക്കഴിയുമ്പോൾ നീ പലതും അറിയും. അന്നു തെറ്റു പറ്റിയെന്നു തോന്നിയാലോ?"

"തോന്നില്ല."

"തോന്നും. അതുകൊണ്ട് അഡ്വാൻസായി അങ്ങു പറഞ്ഞേക്കാം. എന്റെ അമ്മ മറ്റൊരു ജാതിയിലെ പുരുഷനെ സ്നേഹിച്ചു. സ്നേഹം കടുത്തപ്പോൾ ഗർഭിണിയായി. ആ വിവരം അറിഞ്ഞ ദിവസം ആ ധീര കാമുകൻ സ്ഥലംവിട്ടു. ആൾ ക്ഷത്രിയനായിരുന്നത്രേ. ഒരു വർമ്മ. രാജ വാഴ്ച ഒടുങ്ങിയതു നന്നായി അല്ലേ? അല്ലെങ്കിൽ ഇത്തരം വർമ്മമാർ നാടു വാണേനെ. എങ്കിൽ എന്താകുമായിരുന്നു നമ്മുടെ ഗതി? ആ യോഗ്യൻ പിന്നെ കേരളം കണ്ടിട്ടില്ല. എങ്കിലും അമ്മ എന്നെ പെറ്റു വളർത്തി. എല്ലാവരാലും പരിത്യക്തയായി. എല്ലാം സഹിച്ചുകൊണ്ട്..."

അവൾ ഇടയ്ക്കൊന്നു നിറുത്തി. ആഴിയെ നോക്കി മൗനം പൂണ്ട് ഇരുന്നു.

"അമ്മയ്ക്ക് ഈ മകളോടുള്ള മനോഭാവം എന്താണ്? സ്നേഹ മാണോ?"

"എനിക്കറിഞ്ഞുകൂടാ. എന്നെ കാണുമ്പോഴൊക്കെ ആ കണ്ണിൽ ഭയ ത്തിന്റെ ഞരമ്പുകൾ പിടയുന്നത് ഞാൻ കണ്ടിട്ടുണ്ട്. എന്നിൽനിന്ന് ഏതു നിമിഷവും വിഷമം പിടിച്ച ഒരു ചോദ്യം ഉതിർന്നേക്കുമെന്ന് അവർ ഭയ പ്പെടും പോലെ....

അറിവായകാലം മുതൽ ഞാൻ ബോർഡിങ്ങിലായിരുന്നു. വെക്കേ ഷനുമാത്രം നാട്ടിൽ ചെല്ലും. തുരുമ്പിച്ച തറവാട്ടിൽ. കോളേജ് വിടുംവരെ അതായിരുന്നു സ്ഥിതി. പഠിത്തം കഴിഞ്ഞ ഉടനെ ഉദ്യോഗം കിട്ടിയതു

കൊണ്ട് ആ പതിവുതന്നെ തുടരുന്നു.

കാൽനൂറ്റാണ്ട് ഒരു കൂറ്റൻ നായ് മാത്രം കൂട്ടായി ഒരു വലിയ വീട്ടിൽ ഒറ്റയ്ക്കങ്ങനെ താമസിക്കുന്ന ഒരു സ്ത്രീയെ സങ്കല്പിച്ചു നോക്കൂ...

എനിക്ക് ബന്ധങ്ങളിലൊന്നും തരിമ്പും വിശ്വാസമില്ല. ശിവൂ. അമ്മ... അച്ഛൻ... മകൾ എല്ലാം അർത്ഥശൂന്യമായ പടപ്പുകൾ.... എന്തുചെയ്യാം. ഞാൻ ഇങ്ങനെയായിപ്പോയി. ഒരു ഫ്രീലാൻസ് തൊഴിലും ഈ ശരീരവും — അതാണ് എന്റെ ആകെ സ്വത്ത്. ശിവൂന് ഇപ്പോഴും താല്പര്യം തോന്നുന്നുണ്ടോ?"

"ഉവ്വ്."

"എനിക്ക് സ്ഥിരവരുമാനം ഇല്ലെന്നറിയാമല്ലോ. തുടക്കക്കാരനായ ഒരു വക്കീലിന്റെ വരുമ്പടി എനിക്കറിയാം. അസ്ഥിരമായ വരുമാനമുള്ള രണ്ടുപേർകൂടി ചേരുന്ന ജീവിതത്തിന് എങ്ങനെ സ്ഥിരഭാവം ഉണ്ടാകും?"

"ക്ലേശമെങ്കിൽ ക്ലേശം. അതൊന്നും വലിയ കാര്യമല്ല, മാലിനിക്ക് ഭയമുണ്ടോ?"

അവൾ ചിരിച്ചു.

"ശരി, ഒന്നിച്ചുകളയാം. പക്ഷേ, എനിക്ക് ചില കണ്ടീഷൻസുണ്ട്. ഉടനെ ഒരു വീടെടുക്കാം. ലോഡ്ജിൽനിന്ന് ശിവു അങ്ങോട്ടു മാറുക. പിറ്റേന്ന് ഹോസ്പിറ്റലിൽനിന്ന് മെത്തയുമെടുത്ത് ഞാനുമങ്ങു വരും. ഒരേ കൂരയ്ക്കുകീഴിൽ ഒന്നിച്ചു കൂടാം. കല്യാണപ്പന്തൽ, അമ്പലം, കെട്ടുതാലി, രജിസ്റ്റർ കച്ചേരി, മുദ്രമോതിരം ഇവയൊന്നും പാടില്ല. സാക്ഷിയായി ഒരു നിലവിളക്കുപോലും അരുത്. സമ്മതമാണോ?"

"അച്ഛനോടും അമ്മയോടുമെങ്കിലും..."

"എനിക്കുമില്ലേ ഒരമ്മ. അവരെ കാലം അറിയിക്കും. അതുമതി."

"എങ്കിലും..."

"എല്ലാ എസ്റ്റാബ്ലിഷ്മെന്റിനും എതിരാണെന്നു പ്രസംഗിച്ചാൽ പോരാ. ജീവിതംകൊണ്ടു തെളിയിക്കണം."

തെല്ല് ആലോചിച്ചിട്ട് ശിവു തലകുലുക്കി.

"ഒന്നുകൂടെ പറയാനുണ്ട്. ശിവൂ. നാം തമ്മിൽ രേഖാമൂലം ഒരു ബന്ധവുമില്ല. പരസ്പരവിശ്വാസത്തിന്റെ കെട്ടുമാത്രം. അതെപ്പോൾ ദുർബ്ബലമാകുന്നു അപ്പോൾ നാം പരാതികളില്ലാതെ പിരിയും. അന്നേരം ഞാൻ പിണങ്ങുകപോലുമില്ല. ഒരുനാൾ ശിവു മറ്റൊരു പെണ്ണിന്റെ കൈക്കുപിടിച്ചുകൊണ്ട് എന്റെ മുന്നിൽ വന്നാൽ, ഞാൻ നിങ്ങൾക്കു മംഗളം നേരും, നിറഞ്ഞ മനസ്സോടെ അത്രേയുള്ളൂ."

ശിവൻ വാക്കുകളില്ലാതെ മാലിനിയെ നോക്കിയിരുന്നു.

"എല്ലാം സമ്മതമാണല്ലോ."

"ശിവു തലകുലുക്കി.

"എങ്കിൽ...."

മാലിനി എണീറ്റ് ശിവന്റെ മുന്നിൽ ചെന്ന് നിന്ന് കൈനീട്ടി.

"പ്രോമിസ്.."

അവൻ ആ കരം ഗ്രഹിച്ചു.

"പ്രോമിസ്.."

അവർ ആ നിലയിൽ മണൽപ്പരപ്പിലൂടെ നടന്നുതുടങ്ങി. ജീവിതത്തിലേക്ക്...

ഇതൊക്കെ ഇത്ര വിശദമായി എന്നോടു പറഞ്ഞത് മാലിനി തന്നെയാണ്. അവർ ഒരു വീട്ടിൽ അന്തിയുറങ്ങാൻ തുടങ്ങി ഒരു മാസത്തോളം കഴിഞ്ഞ്, വറ്റാത്ത വിസ്മയവുമായി ഞാൻ എല്ലാം കേട്ടു.

മാലിനിയുമായി എനിക്കുണ്ടായ പരിചയം ഒരു നിയോഗമാണെന്നു തോന്നാറുണ്ട്. പരമ്പരാഗതമായ ആചാരാനുഷ്ഠാനങ്ങളിൽ അടിയുറച്ച എന്റെ ദർശനവിശ്വാസങ്ങളെ പരിഹസിക്കുവാൻ വിധി വിട്ടയച്ച പെണ്ണാണിവൾ. ഓരോ വട്ടവും ഇടിമിന്നലായി അവളെന്റെ മുന്നിൽ ആവിർഭവിക്കുന്നു. ഒരു ഞെടുക്കത്തിൽനിന്ന് ഞാൻ മോചനം നേടുമ്പോഴേക്കും അടുത്ത പ്രഹരത്തിന് അവൾ എത്തുകയായി.

ഞാൻ മാലിനിയെ ആദ്യം കാണുന്നത് പി ജി കോഴ്സിന്റെ ഇന്റർവ്യൂ നടക്കുമ്പോഴാണ്.

"മാലിനി എ" എന്നു പേരുവിളിച്ചപ്പോൾ ഇത്തിരിയുള്ളൊരു പെണ്ണ് പ്രിൻസിപ്പാളിന്റെ മുന്നിൽ വന്നുനിന്നു.

ഉഗ്രശാസനനായ പ്രിൻസിപ്പൽ ചോദിച്ചു:

"രക്ഷകർത്താവെവിടെ?"

തെല്ലും കൂസാതെ അവൾ പറഞ്ഞു.

"വന്നിട്ടില്ല. സാർ എനിക്ക് വയസ്സ് ഇരുപതായി. എന്നെ സംബന്ധിക്കുന്ന എല്ലാറ്റിനും ഞാനാണ് റെസ്പോൺസിബിൾ."

പ്രിൻസിപ്പൽ തെല്ലു കൗതുകത്തോടെ അവളെ നോക്കി.

"ഞാനെന്തെങ്കിലും അരുതായ്ക കാട്ടിയാൽ സാറിന് എന്നെ പറഞ്ഞയയ്ക്കാം. ഒരു പരാതിയുമില്ലാതെ ഞാൻ പോകും."

അദ്ദേഹം ക്ഷോഭിക്കുമെന്നാണ് ഞാൻ പ്രതീക്ഷിച്ചത്. പക്ഷേ, ഒന്നുമുണ്ടായില്ല. ഒരു നിമിഷം ചിന്തിച്ചിരുന്നിട്ട് പറഞ്ഞു:

"യു വെയ്റ്റ് എ ബിറ്റ്."

അവൾ പുറത്തിറങ്ങി നിന്നു.

പ്രിൻസിപ്പൽ എന്റെ മുഖത്തു നോക്കി. എനിക്കും പുതുമയുള്ളൊരു അനുഭവമായിരുന്നു അത്.

"ഷീ സീംസ് ടു ബി വെരി ക്ലെവർ ആന്റ് സ്ട്രെയിറ്റ് ഫോർവേഡ്. വാട്ട് യു സേ?" അദ്ദേഹം ചോദിച്ചു.

ഞാൻ ചിരിച്ചു.

"എനിക്കും ഇഷ്ടമായി."

കോളേജിൽ ചിലവിട്ട രണ്ടു വർഷവും മാലിനി പ്രശ്നമൊന്നുമുണ്ടാക്കിയില്ല. പ്രേമഭിക്ഷയ്ക്കു ചെന്ന ഒരു നേതാവിനെ ഓടിച്ചിട്ടു തല്ലിയെന്നു കേട്ടു. വെറും കേൾവി മാത്രം.

കോളേജ് വിട്ടശേഷം മാലിനി എന്നെ കാണാൻ ഇടയ്ക്കിടെ വന്നി

രുന്നു. വരുമ്പോഴേക്കും എന്റെ ജീവിതസങ്കല്പങ്ങളെ തകിടം മറിക്കുന്ന എന്തെങ്കിലും സ്വാനുഭവം അവൾ പറയുകയും ചെയ്യും.

വിവാഹിതയായ വിവരം അവളറിയിച്ചത് ഇൻലന്റിലാണ്.

"ഞാൻ ശിവുവുമൊന്നിച്ചങ്ങു താമസമായി. ശിവമോഹൻ. ഞാൻ പറഞ്ഞിട്ടില്ലേ, വക്കീലാണ്. തരക്കേടില്ല. നിരുപാധികമായി ഞങ്ങളൊരു വാടകവീട്ടിൽ അന്തിയുറങ്ങുന്നു. അവന്റെയും എന്റെയും രക്ഷാകർത്താക്കൾ ഇതറിഞ്ഞിട്ടില്ല. എല്ലാറ്റിനുമൊരു കാലമുണ്ടല്ലോ."

മംഗളം നേരുന്നത് അവൾക്കിഷ്ടമായില്ലെങ്കിലോ എന്നു ഭയന്ന് ഞാൻ ഇത്രമാത്രം എഴുതി.

"കഥാപുരുഷനെ ഒന്നു കണ്ടാൽക്കൊള്ളാം."

അടുത്ത തവണ എന്റെ കൈയിലെത്തിയത് സുദീർഘമായ ഒരു കത്താണ്.

"ഞാൻ എന്തെങ്കിലും എഴുതിയിട്ട് നാലു മാസമായി ഇല്ലേ? ഓരോ ബദ്ധപ്പാടുകൾ, ഉദാസീനത, പിന്നെ പറയാൻ പ്രത്യേകിച്ചൊന്നുമില്ലാത്തതും. ഈയിടെ ചില തമാശകളുണ്ടായി. ഞാൻ ശിവുവുമൊത്ത് താമസമായ ശേഷവും മാസത്തിൽ ഒന്നോ രണ്ടോ തവണ പഴയപടി അമ്മയെ കാണാൻ പോകുമായിരുന്നു. എന്നാൽ ഇക്കാര്യമൊന്നും മിണ്ടിയില്ല. കെട്ടുതാലിയും മോതിരവുമൊന്നുമില്ലല്ലോ ഈ പരിണയം സൂചിപ്പിക്കുവാൻ. ഞാൻ ഗർഭിണിയായി എന്ന വസ്തുത തീർച്ചപ്പെട്ട സ്ഥിതിക്ക് അമ്മയോട് എല്ലാമങ്ങു പറയാമെന്നു വച്ചു.

വീട്ടിൽച്ചെന്ന് കുളിയും അത്താഴവും കഴിഞ്ഞ്, അമ്മയുടെ മുന്നിൽ ചെന്നിരുന്ന് എല്ലാം വളരെ ചുരുക്കിയങ്ങു പറഞ്ഞു. അമ്മയുടെ മുഖത്തു മിഴിയൂന്നിക്കൊണ്ടാണ് ഞാൻ സംസാരിച്ചത്. ആ കണ്ണുകളിൽ ഒരു ഭാവത്തിന്റെ സ്ഫുരണവും കണ്ടില്ല. സന്തോഷത്തിന്റെ മിന്നാട്ടം കണ്ടില്ലേ എന്നൊരു സംശയം മാത്രം. ഈ പെണ്ണ് ഇങ്ങനേ പോകൂ എന്ന് അമ്മ പണ്ടേ കണക്കു കൂട്ടിയിരുന്നതുപോലെ. എല്ലാം കേട്ടുകഴിഞ്ഞ് അവർ പറഞ്ഞു.

"ഒരു ദിവസം ശിവനെ കൂട്ടിക്കൊണ്ടു വരൂ."

അമ്മ എണീറ്റ് കിടപ്പറയിലേക്ക് പോകുംവഴി എന്റെ തലയിൽ അതിമൃദുവായി ഒന്നു തലോടുകയും ചെയ്തു.

ശിവു അവന്റെ വീട്ടിൽ ഈ ഒത്തൊരുമ വെളിപ്പെടുത്തിയിട്ടില്ലെന്നു തോന്നുന്നു. അവിടെനിന്ന് ആരും എന്നെ കാണാൻ വന്നില്ല. ഞങ്ങൾ അങ്ങോട്ടുപോയതുമില്ല.

"എന്റെ വീടു കാണാൻ മാഷും വന്നില്ലല്ലോ..."

അടുത്ത കത്തിന്റെ വരവ് പിന്നെയും മാസങ്ങൾ പിന്നിട്ടാണ്.

"ഈ കത്തെഴുതുന്നത് എന്റെ തറവാടിന്റെ ഉമ്മറത്തിരുന്നാണ്. ഞാനും ശിവൂവുമായി അങ്ങോട്ടു ചെല്ലാത്തതുകൊണ്ടാവണം, അഞ്ചു മാസം കാത്തിരുന്നിട്ട് ഒരുദിവസം അമ്മ ഞങ്ങളുടെ മാളത്തിൽ കയറി വന്നു. പാവം ഏറെ ബദ്ധപ്പെട്ടാവണം ഈ താവളം കണ്ടെത്തിയത്.

എനിക്കിത്തിരി അവശതയൊക്കെ വന്നുപെട്ടിരിക്കുന്നുവെന്ന് സമ്മതിക്കാതെ വയ്യ.

അമ്മ കയറി വന്നപ്പോ എനിക്ക് അത്ഭുതം തോന്നി. അമ്മയാകട്ടെ, തികച്ചും നിസ്സംഗമായി താൻ തികച്ചും സ്വാഭാവികമായ ഒരു കടമ അനുഷ്ഠിക്കുന്നുവെന്ന മട്ടിലാണ് പെരുമാറിയത്. രണ്ടു ദിവസമായി ഗൃഹഭരണം ശ്രീമതി ആനന്ദവല്ലി ഏറ്റെടുത്തിരുപ്പാണ്. ശിവൂനെ കണ്ടപ്പോൾ 'ജന്മാന്തരങ്ങളായി ഇവൻ എന്റെ മരുമകനാണല്ലോ.' എന്ന മട്ടിലാണ് പെരുമാറിയത്. പഴയ കുടുംബങ്ങളിലെ രീതിയനുസരിച്ച് അടുപ്പത്തിലെ ഒരകലത്തിൽ എല്ലാം കണ്ട് ഞാൻ ചിരിച്ചുപോയി.

നേരു പറയാമല്ലോ, അമ്മ വന്നതോടെ പുതിയൊരു സുരക്ഷിതത്വബോധം തോന്നുന്നു. എത്രയായാലും പെണ്ണു പെണ്ണുതന്നെ.

പെണ്ണിന്റെ ജന്മസാഫല്യം തള്ളയിലാണെന്ന പഴവചനം ഇത്രയും കാലം എനിക്കൊരു തമാശയായിട്ടേ തോന്നിയിരുന്നുള്ളൂ. സഫലമാക്കുവാൻ അവൾക്ക് മറ്റൊരു കർമ്മവുമില്ലേ? തെങ്ങും മാവുംപോലെ മരമാണോ പെണ്ണും? ആ വകയൊക്കെ നട്ടുവളർത്തുന്നത് കായ്ക്കാനാണല്ലോ. കായ്ഫലം നിലച്ചാൽ വെട്ടിക്കളയുകയും ചെയ്യും. പെണ്ണ് ഒരു ഫലവൃക്ഷം മാത്രമാണെന്നു പറയുന്നതിനേക്കാൾ അരോചകമായി എന്താണുള്ളത്? എന്നാൽ ഇപ്പോൾ എനിക്കും ഒരു സഫലതാബോധം തോന്നുന്നില്ലേ? വയറ്റിൽ എന്റെ കുഞ്ഞൊന്നനങ്ങുമ്പോൾ, പ്രത്യേകിച്ചും.

ഞാനെന്താ ഇങ്ങനെ സെന്റിമെന്റലാകുന്നതെന്ന് അടുത്ത നിമിഷം ആത്മനിന്ദയോടെ ചിന്തിക്കും. നമ്മുടെ നെർവസ്സിസ്റ്റം പിടികിട്ടാത്തൊരു നൂലാമാല തന്നെ.

അമ്മ ഇടയ്ക്കിടെ ഒരു നിർദ്ദേശമെന്നമട്ടിൽ പറയുന്നു, നമുക്ക് തറവാട്ടിലേക്കു പോവുകയല്ലേ നന്ന്? അവിടെ വാല്യക്കാരികളുണ്ട്. അധികം അകലെയല്ലാതെ ആശുപത്രിയുണ്ട്. വൈദ്യനുണ്ട്. എന്നൊക്കെ.

ഞാൻ അനുസരിച്ചുപോകുമോ?

"അങ്ങനെ പെൺവഴിക്കുതന്നെ നീയും പോകുന്നു" എന്ന് മാഷ് ഊറ്റിച്ചിരിക്കുന്നത് ഞാൻ കാണുന്നുണ്ട്. മുഷിഞ്ഞു പൊളിഞ്ഞ ആ വഴിയോട് പിണങ്ങിയിരിക്കാൻ എന്റെ മനസ്സു നടത്തുന്ന സമരം മാഷ് എങ്ങനെ അറിയാൻ! തിരമുറിച്ചു നീന്തിക്കൊണ്ടിരുന്ന ഒരുവൾ ക്ഷീണം പറ്റിയ ഒരിടവേളയിൽ തിരകളിലും മുങ്ങിയും പൊന്തിയും ഊയലാടുന്നുവെന്നു കരുതിയാൽ മതി കേട്ടോ.

ഞാൻ വീണ്ടും എഴുതാം."

ഒരാണ്ടുപിറപ്പിന്റെ പിറ്റേന്ന് എന്റെ വീട്ടിലേക്കു വന്നത് നേർത്ത രണ്ടു വാചകങ്ങളാണ്.

"ഞാൻ ഒരമ്മയായി. ഒരു സൂര്യന്റെ അമ്മ."

മാലിനിയുടെ നാട്ടിലെ പോസ്റ്റാഫീസിൽനിന്നു പുറപ്പെട്ടതാണാ കത്തെന്നു മനസ്സിലായി. ആനന്ദവല്ലിയുടെ വിജയം ഞാനറിഞ്ഞു. കൃത്യമായിത്തന്നെ നവജാതമാതാവിന് ഒരു ആശംസയും അയച്ചു.

അടുത്ത രണ്ടു വർഷക്കാലത്തിനിടയിൽ ചിലപ്പോഴൊക്കെ മാലിനി എന്റെ ചിന്തയിൽ ഒളിവീശി കടന്നുവന്നിരുന്നു. അപ്പോഴൊക്കെ അവൾക്ക് ഒരു കത്തെഴുതണമെന്ന് വിചാരിക്കുകയും ചെയ്യും. പക്ഷേ, ആ തറവാടിന്റെ പേര് എനിക്കറിയില്ല. ഫ്രീലാൻസ് ജേർണലിസ്റ്റിനു സ്ഥിരം മേൽവിലാസവുമില്ലല്ലോ. കത്തെഴുതാത്തതിനെ അങ്ങനെ സ്വയം സാധൂകരിച്ച് ഞാൻ നാൾ പോക്കി.

നിനച്ചിരിക്കാതെ ഒരുനാൾ അവൾ എന്റെ ഓഫീസ് റൂമിൽ ആവിർഭവിച്ചു.

മാലിനിയിൽ മാതൃത്വസിദ്ധി ഒരു മാറ്റവും വരുത്തിയിരുന്നില്ല. ആ ശരീരമൊന്നു മിനുങ്ങിപോലുമില്ല.

വന്നപാട് കസേരയിൽ ഇരുന്ന് അവൾ മേശപ്പുറത്തെ പുസ്തകങ്ങൾ തിരിച്ചും മറിച്ചും നോക്കി. കൂട്ടത്തിൽ ബഹുജനപ്രീതി നേടിയ ഒരു നോവലും ഉണ്ടായിരുന്നു. അവൾ അതെടുത്ത് കവർ ചിത്രം ശ്രദ്ധിച്ചു നോക്കിയിട്ട് ദൂരെ ഇട്ടു.

"കവർ കൊള്ളാം. ട്രാഷ്..."

ഞാൻ തമാശയോടെ തുടങ്ങി.

"ഹലോ മിസിസ് മാലിനീശിവൻ!"

പൊടുന്നനെ അവളുടെ ഭാവം മാറി.

"ഇത്തരം പ്രിഫ്ക്സും സഫിക്സും എനിക്കിഷ്ടമല്ല. ഞാൻ മാലിനി. വെറും മാലിനി പിറന്നപ്പോഴെങ്ങനെയോ അങ്ങനെ. അതുമതി. വേണമെങ്കിൽ മാലി എന്നു വിളിച്ചോ. 'മാ' ആക്കിയാലും വിരോധമില്ല. നീളം കൂട്ടണ്ടാ. മാഷ് വഴക്കിനാണ് പുറപ്പാടെങ്കിൽ ഞാൻ പോയേക്കാം."

ഞാൻ ചിരിച്ചു.

"തമാശ പറഞ്ഞതല്ലേ കുഞ്ഞേ."

അവളുടെ ഗൗരവവും ചോർന്നു.

"പിന്നെ എന്തൊക്കെ വിശേഷം?"

"അതല്ലേ കുഴപ്പം മാഷേ, വിശേഷങ്ങളുണ്ടാവുന്നതിനോട് എനിക്ക് പൊരുത്തപ്പെടാനാവുന്നില്ല. എന്നും എല്ലാം വെറും സാധാരണമായിരുന്നാൽ മതി. ഞാൻ വീണ്ടും പഴയ പട്ടണത്തിലെത്തി. ഫുൾടൈം ജേർണലിസം. കഥകൾ തേടി നടക്കുന്നു. മനുഷ്യനെ ഞടുക്കുന്ന സത്യങ്ങൾ... മാഷിന്റെ കൈവശം വല്ലതുമുണ്ടോ?"

"കുഞ്ഞ്?"

"അവൻ മിടുക്കനായി ലോകം ഭരിക്കുന്നു. മോന് ആറുമാസം തികഞ്ഞപ്പോഴുണ്ട്. ശിവൂന്റെ അമ്മയും അച്ഛനും വന്നിരിക്കുന്നു. കൊച്ചുമോനെ കാണാൻ."

"മരുമകളേയും.."

"ആയിരിക്കാം. വന്നു. കണ്ടു. ഒരുദിവസം മോനോടൊപ്പം രാപ്പാർത്ത് പോവുകയും ചെയ്തു. പിന്നെ ഒന്നാം പിറന്നാളിന് കൃത്യമായി ആശംസയും ഉടുപ്പുകളും അയച്ചു."

"മോന്റെ പേരെന്താ?"

"ഉഗ്രൻ പേരല്ലേ 'സു' മാഷ് വായ് പൊളിക്കണ്ട. പേര് നമ്മള് മുഴുവനങ്ങ് ഇടാൻപാടില്ല. പേരിനൊരു നിർദ്ദേശം മാത്രം മതി. ബാക്കി അവനങ്ങു പൂരിപ്പിച്ചോട്ടെ. സുനിലെന്നോ സുബാഹുവെന്നോ സുദാമാവെന്നോ... അല്ലെങ്കില് അവന്റെ പ്രവൃത്തി കണ്ട് ജനം ബാക്കി കൂട്ടിച്ചേർത്തോട്ടെ."

ഞാൻ കലവറയില്ലാതെ ചിരിച്ചു.

"സു ഇപ്പോഴെവിടെയാണ്?"

"തറവാട്ടിൽ. മുത്തശ്ശിയുടെ ചൂടിൽ ചെക്കൻ മുലകുടി നേരത്തെ നിറുത്തി. പിന്നെ അവന് ഞാനൊരു അത്യാവശ്യവസ്തുവല്ലല്ലോ. ശിവു ഇപ്പോൾ ഹൈക്കോടതിയിലേക്കു മാറി. ഞാൻ പഴയപടി സ്ഥിരം ലാവണമില്ലാതെ കറങ്ങുന്നു. 'നമുക്കില്ലാ നാടും നഗരവു'മെന്നല്ലേ മാഷ് പണ്ടു പഠിപ്പിച്ചത്."

മനം കുളിർക്കെ ഒന്നു ചിരിച്ച് അവൾ തുടർന്നു.

"ഞാനും ശിവുവും വല്ലപ്പോഴും തറവാട്ടിൽ ചേക്കേറും. ഇരുവരും യാദൃച്ഛികമായി അവിടെ ഒത്തുചേരുന്ന ദിവസങ്ങളിൽ ഞാൻ നമ്പർ വൺ ഹൗസ്‌വൈഫ് തന്നെയായിരിക്കും. അന്ന് അമ്മയ്ക്ക് പൂർണ്ണവിശ്രമം. ഞാൻ അടുക്കള ഭരിക്കും. ശിവൂന് ഇഷ്ടമുള്ള കറികൾ എനിക്ക് നല്ല നിശ്ചയമുണ്ട്. പലഹാരങ്ങളും. അവയൊക്കെ ഞാൻ അടുത്തിരുന്ന് അവനേയും മോനേയും തീറ്റും. ശയനേഷു വേശ്യയാവുകയും ചെയ്യും. ഏറിയാൽ മൂന്നു ദിവസം അങ്ങനെ. പിന്നെ പിരിയുകയായി. അതിനപ്പുറമായാൽ ബോറടിക്കും. യാതൊരു പ്രശ്നവും ടെൻഷനുമില്ലാത്ത ജീവിതം."

ഞാൻ ഒക്കെയും ശ്വാസമടക്കി കേട്ടിരുന്നു. "മൂന്നുദിവസത്തിലേറെ ദാമ്പത്യം നീണ്ടാൽ എനിക്കു പേടിയാവും. ഞാൻ അറിയാതെ ആ തുരുമ്പിച്ച ചങ്ങലയിലെ ഒരു കണ്ണിയായി തീരുകയാണോ എന്ന ഭയം. ഭർത്താവ്, മകൻ, കുടുംബം— ആ ബന്ധങ്ങളിൽ കുതിർന്ന ആവർത്തന വിരസമായ രാപ്പകലുകൾ. സത്യം പറയട്ടെ ഞാൻ പേടിച്ചോടുകയാണ്."

അവൾ യാത്രപറഞ്ഞു പോയിട്ടും വളരെ നേരം ഞാൻ അവിടെ ത്തന്നെ ഇരുന്നു. ഇതുപോലെ മറ്റൊരു പെൺകുട്ടി ഉണ്ടാവുമോ? എവിടെയെങ്കിലും...

അകലെയുള്ള ആ പട്ടണത്തിൽ ഒരു സമ്മേളനത്തിനു ചെന്നതാണ് ഞാൻ.

പരിപാടി കഴിഞ്ഞ് പുറത്തിറങ്ങിയപ്പോൾ മാലിനി മുന്നിലെത്തി.

"മാഷ് പുറപ്പെട്ടോ?"

"ഓ, മാലിനി! ഞാനിന്നു പോകുന്നു. ഭാരവാഹികൾ ഒരു താവളം ഏർപ്പാടാക്കിയിട്ടുണ്ട്. ദാ ആ ഹോട്ടലിൽ. അങ്ങോട്ടു തിരിച്ചതാ."

"ഞാനും വരാം. ഒത്തിരി സംസാരിക്കാനുണ്ട്."

ഞങ്ങൾ നടന്നു.

"നോട്ടീസിൽ മാഷിന്റെ പേരു കണ്ട് വന്നതാണ്. ദുഃഖം മാത്രമല്ല

സന്തോഷവും പങ്കുവയ്ക്കണം. ഇല്ലെങ്കിൽ ഹൃദയം പൊട്ടിപ്പോകും. കുറച്ച് നാളായി ഐ ആം ഇമ്മെൻസ്‌ലി ഹാപ്പി. ഒരിടത്ത് ഇരുന്നു പറഞ്ഞാലേ ശരിയാകൂ അത്ര സ്വകാര്യമാണ്."

സ്വീകരണമുറിയിലെ സോഫയിൽ അരണ്ടവെളിച്ചത്തിൽ ഞങ്ങൾ ഇരുന്നു. അവൾ കഥനം തുടങ്ങി.

"സു ഇപ്പോഴും തറവാട്ടിൽത്തന്നെ. അവന് എന്നേക്കാൾ പ്രിയം മുത്തശ്ശിയെയാണ്. ഒരു മാസം മുമ്പ് ഒരു വലിയ ഇടവേളയ്ക്കു ശേഷം ഞാൻ വീട്ടിൽ കയറിച്ചെല്ലുമ്പോൾ ഡ്രോയിങ് റൂമിൽ ഒരു പുരുഷൻ ഇരിപ്പുണ്ട്. ഒരു മദ്ധ്യവയസ്കൻ. എങ്കിലും കാണാനൊരു ചേലുണ്ട്. ഗംഭീരാകൃതി എന്നു തന്നെ പറയാം. അയാൾ സുവിന് ഏതോ കോമിക്സിലെ കഥപറഞ്ഞുകൊടുക്കുകയാണ്.

മുൻവശത്തെ കതക് അടച്ചിരുന്നില്ല. ഞാൻ അകത്തു കയറിയതും സു ഒറ്റയടിക്ക് എന്റെ അടുത്തെത്തി. 'അമ്മാ' എന്നു വിളിച്ച് സാരിയിൽ തൂങ്ങി മേലോട്ടു കയറി.

ഞാൻ ആ അതിഥിയെത്തന്നെ ശ്രദ്ധിക്കുകയായിരുന്നു. ആ മുഖത്ത് ഒരു പരിഭ്രമമോ പരുങ്ങലോ കണ്ടു. അന്നേരം അമ്മ അകത്തുനിന്നും ഒരു കപ്പിൽ കോഫിയുമായി വാതില്ക്കലെത്തി. എന്നെക്കണ്ട് അമ്മയും ഒന്നുവിളറി. ഞാൻ ഒരു മണ്ടിപ്പെണ്ണിന്റെ സ്റ്റൈലിൽ സുവിനെയും തൂക്കിയെടുത്തുകൊണ്ട് മുറിയിലേക്കു പോയി.

ഞാൻ ഡ്രസ് മാറി തിരികെ വരുമ്പോഴേക്കും അതിഥി സ്ഥലം വിട്ടിരുന്നു.

അമ്മയുടെ പെരുമാറ്റത്തിൽ വല്ലാത്തൊരു മാറ്റം ഞാൻ കണ്ടു.

രാത്രി, ഞാൻ അമ്മയോടു ചോദിച്ചു. ചിരിച്ചുകൊണ്ട്

"എന്താമ്മേ പുള്ളിക്കാരന്റെ പേര്?"

അമ്മ വല്ലാണ്ട് പകച്ചുവെങ്കിലും എന്റെ മട്ടു കണ്ടിട്ടാവണം വേഗം മനസ്സാന്നിദ്ധ്യം വീണ്ടെടുത്ത് പറഞ്ഞു.

"പുരുഷോത്തമൻ"

"ഗുഡ്. എവിടെവച്ചാണ് കണ്ടുമുട്ടിയത്?" അമ്മ ഏതാനും നിമിഷം എന്നെ തുറിച്ചു നോക്കി ഇരുന്നു. ക്രമേണ ആ മുഖം തെളിഞ്ഞു. നാണം പുരണ്ട ഒരു ചിരിവിരിഞ്ഞു. ഒരു തഞ്ചം വീണു കിട്ടിയ മട്ട്. അവർ എല്ലാം വിശദമായിത്തന്നെ പറഞ്ഞു. ഒരുകൂട്ടുകാരിയോടു പറയുന്നപോലെ.

"ഒരു ഏകാദശിക്ക് ഗുരുവായൂരിൽ ചെന്നപ്പോഴാണത്രെ കഥാപുരഷനെ കണ്ടത്. സംസാരിച്ചപ്പോഴാണ് കോളേജിൽ അമ്മയുടെ സീനിയറായിരുന്നുവെന്ന് മനസ്സിലായത്. ഭാര്യ മരിച്ചുപോയി. രണ്ടു മക്കളുണ്ട്. അവരിരുവരും വിവാഹിതർ. ഫലത്തിൽ പുരുഷോത്തമൻ ഒറ്റത്തടി. ഏകാന്തവാസം. അമ്മ ഏകാദശി നോറ്റത് പാഴിലായില്ല. പുരുഷോത്തമന് കവിതയുടെ ലേശം അസ്കിതയുണ്ടത്രെ."

ആ രാത്രി അമ്മ വാതോരാതെ സംസാരിച്ചു. പക്ഷേ, അതിലൊരല്പം മാത്രമേ പുരുഷോത്തമനെ സംബന്ധിക്കുന്നതായിട്ട് ഉണ്ടായിരുന്നുള്ളൂ.

രാഷ്ട്രീയം മുതൽ ആദ്ധ്യാത്മികം വരെ. ശിവുവിന്റെ പ്രാക്ടീസു മുതൽ സുവിന്റെ കുസൃതികൾ വരെ. പോരെങ്കിൽ എന്റെ ശൈശവ ലീലകളുടെ വർണ്ണനയും.

ഇത്ര വാചാലയായി, ഉന്മേഷവതിയായി ഇതിനുമുമ്പ് അമ്മയെ ഞാൻ കണ്ടിട്ടില്ല. അവർ വീണ്ടും പതിനാറിലെത്തിയെന്നുതോന്നി. പാതിരാക്കോഴി കൂവിയിട്ടും അമ്മയ്ക്ക് ഉറക്കം വന്നില്ല.

ഞാൻ നാലുദിവസം അവിടെ തങ്ങി. ഈ ദിവസങ്ങളിൽ ഞാൻ കണ്ടത് സാക്ഷാൽ ആനന്ദവല്ലിയെത്തന്നെ. അവരുടെ ഓരോ ചലനത്തിലും പുതിയൊരു താളം കണ്ടു. ഓരോ വാക്കിലും പണ്ടില്ലാത്ത സുഗന്ധം. എനിക്ക് ആകെ ഒരു രസം.

ആ ആഴ്ച ശിവു വന്നില്ല. അവൻ പുരുഷോത്തമനുമായി ചങ്ങാത്തം സ്ഥാപിച്ചുകഴിഞ്ഞുവെന്നും അറിഞ്ഞു.

ഞാൻ സ്ഥലംവിട്ടുകാണുമെന്നു കരുതിയാവും നാലാംദിവസം രാവിലെ പുരുഷോത്തമൻ വന്നത്. കാളിങ് ബെല്ലിന് ഡോർതുറന്നത് ഞാൻതന്നെ.

അയാൾ ഒരു നിമിഷം മരവിച്ചു നിന്നു. ഞാൻ വളരെ ഹാർദ്ദമായി ചിരിച്ചുകൊണ്ടു പറഞ്ഞു. "മി. പുരുഷോത്തമൻ യു ആർ വെല്കം. ദൊ യു ആർ ലേറ്റ്."

ചിരിക്കാനുള്ള ശ്രീമാന്റെ ശ്രമം ഫലിച്ചില്ല. അയാൾ സാവകാശം അകത്തു കടന്ന് സെറ്റിയിൽ ഇരുന്നു. എന്റെ മട്ടും മാതിരിയും കണ്ട് സാധു അമ്പരന്നിരിക്കണം. അമ്മ അകത്തേക്കുള്ള വാതിലിൽ എത്തിയിരുന്നു. പുരുഷോത്തമന്റെ പതറുന്ന കണ്ണുകൾ അമ്മയിൽ അഭയം തേടുന്നുണ്ടായിരുന്നു.

ഞാനാ മനുഷ്യന്റെ അടുത്തുചെന്ന് ആ കണ്ണുകളിൽതന്നെ സാകൂതം നോക്കിക്കൊണ്ടു ചോദിച്ചു:

"അപ്പോ ഞാനെന്താ വിളിക്കേണ്ടത്? ചിറ്റപ്പനെന്നോ, കൊച്ചച്ഛനെന്നോ?"

"പാവം മിണ്ടിയില്ല."

ഒന്നാലോചിച്ചിട്ട് ഞാൻ പറഞ്ഞു. "അങ്കിൾ എന്നുവിളിക്കാം. അതാണല്ലോ സൗകര്യം അല്ലേ അങ്കിൾ?"

അമ്മ ഉറക്കെ ചിരിച്ചു പോയി. എന്റെ അമ്മ ഇത്ര ഉറക്കെ ഇത്രമധുരമായി ചിരിക്കുന്നത് ഞാനാദ്യമായി കാണുകയായിരുന്നു.

"ഷീ ഈസ് നൗ എൻജോയിങ് ലൈഫ്. എത്ര കാലം ഫ്രീസറിൽ വച്ചിരുന്ന ജീവിതമാണത്? ദാ ഞൊടിയിടയിൽ അത് ഊഷ്മളമായി."

ഞാൻ വളരെ സീരിയസായി ആ മനുഷ്യനോടു പറഞ്ഞു.

"കേട്ടോ അങ്കിൾ മി. പുരുഷോത്തമൻ, ഞാൻ നിങ്ങളെ കാത്തിരിക്കുകയായിരുന്നു. എന്റെ അമ്മയെ ഏല്പിക്കാൻ. ഇന്നും ഇന്നലെയും മുതലല്ല. കാൽനൂറ്റാണ്ടിലേറെയായി കാത്തിരിക്കുകയായിരുന്നു. അതേ, ഒരു ഭ്രൂണമായി ആ ഗർഭപാത്രത്തിൽ കിടന്ന മുതൽ മുതൽ... ഇനി ഞാൻ

പോകുന്നു. ഗീവ് ഹെർ എ ലൈഫ്. എ ലൈഫ് ദാറ്റ് വാസ് ലോസ്റ്റ്...."

ഞാൻ ബാഗെടുത്തു പടിയിറങ്ങി

"ഇപ്പോൾ ആലോചിക്കുന്നത് സുവിനെ ഇങ്ങോട്ടു കൊണ്ടുപോന്നാലോ എന്നാണ്."

"ഉം." ഞാൻ ചോദിച്ചു.

"അല്ല അവർ കുറേക്കൂടെ സൗഖ്യമായി... അതല്ലേ മാഷേ ശരി?"

മാലിനി ഇളകി ചിരിച്ചു.

ദൃഷ്ടിദോഷം

വണ്ടി ഒന്നു കുലുങ്ങി. വിശ്വംഭരൻ ഉണർന്നു. താനെത്ര നേരം ഉറങ്ങിയിരിക്കുമെന്നു ചിന്തിച്ചു. പിന്നെ ആ കണക്കെടുപ്പിന്റെ അർത്ഥശൂന്യതയോർത്തു പുഞ്ചിരിച്ചുകൊണ്ട് എണീറ്റു.

മുഖം കഴുകി, കഴുകിയ മുഖം കണ്ണാടിയിലൊന്നുഴിഞ്ഞിട്ട് മടങ്ങിവന്ന് സഞ്ചിയെടുത്ത് തോളിലിട്ടു. നിർമ്മമരായ സഹയാത്രികരോട് കണ്ണിമകൊണ്ടു വിടചൊല്ലി വാതില്ക്കൽ നിലയുറപ്പിച്ചു. ഇളംവെയിലിന്റെ മഞ്ഞച്ചിരിയുമായി ലോകമങ്ങനെ...

വണ്ടി താളം അയഞ്ഞ്, മേളം മുറിച്ചുനിന്നു. വിശ്വംഭരൻ നിലത്തിറങ്ങി.

ആളനക്കവും ഇളക്കവുമില്ലാത്ത കൊച്ചുകൂര. പച്ചക്കൊടിയേന്തിയ വെള്ളക്കുപ്പായം തന്നെ വിശ്വംഭരനുനേരെ കൈനീട്ടി. അവിടെ ഇറങ്ങിയ ഒരേ ഒരു യാത്രികൻ അയാളായിരുന്നല്ലോ.

വിശ്വംഭരൻ കീശയിലെങ്ങോനിന്നെടുത്ത ടിക്കറ്റ് നല്കി. അതിലൊന്നു കണ്ണോടിച്ച സ്റ്റേഷനാഫീസറുടെ മുഖത്ത് വിസ്മയം. അയാൾ പഥികനെ ഒന്നു ചൂഴ്ന്നു നോക്കിയിട്ടു ശബ്ദമൊതുക്കി ചോദിച്ചു. "എന്തേ ഇവിടിറങ്ങിയത്?"

വിശ്വംഭരൻ ഒരു മന്ദസ്മേരം ഉത്തരമാക്കി നട ആരംഭിച്ചു.

പാടത്തിന് കുറുകേയുള്ള പാത കടന്നാൽ മൂന്നുംകൂടുന്ന കവലയായി. ഈ ഭൂവിൽ എല്ലാം നിതാന്തമിങ്ങനെ നിലകൊള്ളുകയാണെന്ന് ഒരു വട്ടം കൂടി അയാൾക്കു തോന്നി.

ഇളം കാറ്റിൽ തലയിലെ മഞ്ഞിൻകണികകൾ കുടഞ്ഞു കളയുന്ന നെൽച്ചെടികൾ. വരമ്പത്ത് ഈറൻവിഷാദം പോലിരിക്കുന്ന പച്ചത്തവള. ഒരിക്കലും മടുപ്പിക്കാത്തവയായി ഇത്തരം കൊച്ചുദൃശ്യങ്ങളല്ലാതെ മറ്റെ

ന്താണുള്ളതെന്ന് ഒരു വേദാന്തിയുടെ മട്ടിൽ അയാൾ ചിന്തിച്ചു.

വർഷങ്ങൾ പൊയ്തൊഴിഞ്ഞിട്ടും ഈ കവലയ്ക്ക് ഒരു മാറ്റവും സംഭവിച്ചിട്ടില്ല. കവലയ്ക്ക് നടുനായകമായി നിലകൊള്ളുന്നത് ആ ഓലമേഞ്ഞ പീടികതന്നെ. ആനന്ദൻപട്ടരുടെ കാപ്പിശാപ്പാടുഹോട്ടൽ. അവിടെ ചടഞ്ഞിരുന്നു മിണുങ്ങിത്തീർത്ത മസാലദോശയുടെ രുചി അയാളുടെ നാവിൽ അപ്പോഴും മങ്ങിക്കിടന്നു.

അടുത്തു ചെന്നപ്പോഴാണാ മാറ്റം അയാൾ ശ്രദ്ധിച്ചത്. 'ഗജമുഖവിലാസ'മെന്ന പേര് 'ഡീലക്സ് കോഫീബാർ' എന്നാക്കിയിരുന്നു. ഗജമുഖത്തിന്റെ ഡീലക്സ് പതിപ്പെന്നോർത്തുകൊണ്ട് വിശ്വംഭരൻ ഉള്ളിൽ കടന്നു.

അതേ നിറം മങ്ങിയ ബഞ്ചിൽ തൂണുംചാരി ഇരുന്നു. എതിർവശത്തെ ബഞ്ചിലിരുന്ന രണ്ടുപേർ ഏതോ ഗൗരവമാർന്ന ചർച്ചയിലാണ്. മുന്നിൽ വന്നു നിന്ന പയ്യനെ 'ഒരു മീഡിയം ചായ' എന്നു കല്പിച്ച് യാത്രയാക്കിയിട്ട് അയാൾ ആനന്ദൻ പട്ടരുടെ ദർശനം കാത്തു.

പട്ടർ പടുവൃദ്ധനായി പുരികം വരെ നരച്ചിട്ടുണ്ടാവും. പക്ഷേ, ആ വെള്ളിക്കണ്ണിലെ സ്നേഹത്തിന്റെ വെളിച്ചം മങ്ങിയിട്ടുണ്ടാവില്ല. കച്ചവടക്കണ്ണില്ലാത്ത കേവല സ്നേഹം അങ്ങനെ ഓർമ്മകളിലാഴ്ന്നുപോകെ ചായ വന്നു. പുറകേ പട്ടരും. പട്ടർ തിരക്കിട്ടുചെന്ന് മെഴുക്കുപുരണ്ട മേശയ്ക്കു പിന്നിലിരുന്നു.

പ്രതീക്ഷിച്ചതുപോലെതന്നെ ആനന്ദന് രൂപാന്തരം ഭവിച്ചിരിക്കുന്നു. തലയുടെ ഇറമ്പിൽപ്പോലും ഒരു രോമത്തരി ഇല്ല. പക്ഷേ, അയാൾ എന്തിനീ താടി വളർത്തി? ഇടയ്ക്കിടെ കാവിനിറം വീണ താടി പണ്ട് താൻ മീശ വച്ചപ്പോൾ അത്ര പത്രാസ്സൊന്നും പാടില്ലെന്ന് ഉപദേശിച്ചതവനാണീ പട്ടർ.

വിശ്വംഭരൻ ചായ മറന്ന്, കുടവയർ വികൃതമാക്കിയ ആ രൂപത്തെത്തന്നെ സഹതാപപൂർവ്വം നോക്കിയിരുന്നു. വയറിനു വലിപ്പമേറിയതുകൊണ്ടാവാം പട്ടർ പഴയ ഈരെഴത്തോർത്ത് ഉപേക്ഷിച്ച് കയിലി ചുറ്റി ജൂബയിൽ പ്രവേശിച്ചത്. കറുത്ത ഈരെഴത്തോർത്തിനുമീതെ തെളിയുന്ന ആ നാഭിച്ചുഴി പഴയപോലൊന്നു കണ്ട് ആനന്ദിക്കുവാൻ വിശ്വംഭരൻ മോഹിച്ചു. പക്ഷേ, അയാൾ ആ വിശുദ്ധമായ അരയിൽ എന്തിനീ കറുത്ത ബെൽറ്റ് കെട്ടി? തോൽച്ചെരിപ്പുപോലും നിഷിദ്ധമെന്നു വിശ്വസിച്ചിരുന്ന ആനന്ദൻ പട്ടർ!

ചായ മുന്നിലുണ്ടെന്നോർക്കാതെ തന്റെ ഉടലിനെ കണ്ണാൽ വിഴുങ്ങുന്ന ചെറുപ്പക്കാരനെ കടയുടമ ഓർമ്മിപ്പിച്ചു. "ചായ കുടിക്കിൻ. ചൂടു പോവും."

വിശ്വംഭരൻ ഒറ്റവലിക്ക് ആ പാനീയം അകത്താക്കിയിട്ട് കൗണ്ടറിനു മുന്നിലെത്തി.

ഉടമ മുഖമുയർത്താതെ പറഞ്ഞു; "അമ്പതു കാശ്."

കാശു മുന്നിലെത്തേണ്ട സമയം പിന്നിട്ടപ്പോൾ അയാൾ തലയു

യർത്തി നോക്കി.

വിശ്വംഭരൻ ഹൃദ്യമായൊന്നു പുഞ്ചിരിച്ചു. "എന്നെ മനസ്സിലായില്ലേ?"

വൃദ്ധൻ കഷണ്ടി തിരുമ്മി, താടി തലോടി, ആഗതനെ കേശാദി പാദമൊന്നുഴിയുകയും ചെയ്തു. പിന്നെ പ്രജ്ഞയിൽ ഒരു സ്പാർക്കടിച്ചമട്ട് ചാടിയെണീറ്റു. "ന്റെ കുട്ടീ... നീയ്യിപ്പോ എവിട്യാ... നിയ്ക്ക് ആളെ തിരിഞ്ഞില്ലാ.."

വിശ്വംഭരന് സന്തോഷമായി. അയാൾ പൈസ കൊടുക്കാനൊരുങ്ങിയപ്പോൾ വൃദ്ധൻ തടഞ്ഞു.

"ഒരാപ്പു ചായയ്ക്ക് നെന്റെ പൈസ വേങ്ങാനോ... ഹദു കൊള്ളാം.... നീ ഇപ്പോ എവിട്ന്നാ വര്ണ്..."

"ഇത്തിരി ദൂരെ നിന്നാണ് നമ്മള് പീടികയുടെ പേരു മാറ്റിയിട്ട് ഉള്ളിലൊരു പരിഷ്കാരോം വരുത്തിയില്ലല്ലോ."

വൃദ്ധൻ താടിതട്ടിക്കൊണ്ടു പറഞ്ഞു: "കായീ വേണ്ടേ എന്റെ കേശവൻകുട്ട്യേ... നെനക്ക് ഏതു കമ്പിനിലാ വേല?"

"ഞാൻ വിശ്വംഭരനാണ്." അയാൾ വൃദ്ധന്റെ ഓർമ്മപ്പിശകിനു നേരെ പുഞ്ചിരിതൂകി.

"വിശ്വംഭരനോ... അദു നല്ല കളി. നീ പേരുമാറ്റി കളിക്കണെതുകൊണ്ടോ ഞങ്ങള് പീടികേടെ പേരുമാറ്റീന്നു തോന്നയിത് അല്ലേ?"

"എന്റെ പേര് അന്നും വിശ്വംഭരനെന്നായിരുന്നു."

"ഒടിയന്റെ മൂന്നാല് മായം കളിക്കല്ലേ ചെക്കാ. ദാ ആ മൂലേലിരുന്ന് നീ തിന്ന പത്തിരിയുടേം ഇറച്ചിയുടേം കണക്കു കേക്കണോ... വെള്ളയപ്പത്തിന്റെ പൂതി ഇപ്പോഴുമുണ്ടോ?"

"ഞാൻ ഇവിടെനിന്ന് മസാലദോശ തിന്നിട്ടുണ്ട്. അതല്ലാതെ..."

വൃദ്ധൻ മാലപ്പടക്കം കത്തിച്ചു ചിരിച്ചു.

"ബേക്കറ് മൊതലാളീടെ കടയിലാ മസാലദോശ! നെന്റെ തമാശ പൊരിഞ്ഞുകയറ്ണോണ്ടെന്റെ കേശവൻകുട്ടീ."

"പട്ടര് അരപ്പട്ട കെട്ടിയാല് ഇസ്ലാമാകുമോ? നിങ്ങളെന്തിനീ താടി വളർത്തി? ആരെ പറ്റിക്കാൻ? ആ വെള്ളിക്കണ്ണും. തുമ്പുചോന്ന മൂക്കും കൂടി മാറ്റിവയ്ക്കാമായിരുന്നില്ലേ?"

ആ വാക്പ്രവാഹത്തിൽ മുതലാളി വാ പൊളിച്ചു നിന്നുപോയി. പിന്നെ ശാന്തനായി പറഞ്ഞു. "മോനേ കേശവൻകുട്ടി, നിന്റെ അച്ഛന് നെന്നെ തെറ്റിപ്പോയെങ്കിലേ ഈ ബേക്കറ്ക്കും പെഴക്കു. നീ അക്കൗണ്ടില് ബാക്കിയിട്ടുപോയ പൈസേടെ കാര്യം അന്നേ ഞമ്മള് മറന്നൂന്നുവച്ചോ. പക്ഷേ, നെന്നെ മറക്കാൻ ഞമ്മക്ക് കയ്യൂലാ... അങ്ങോട്ടിരി. ചൂടുചാപ്സും വച്ച് വെള്ളയപ്പം തിന്ന്.. പൂതിതീരുംവരെ ബയിക്ക്."

അഭിനയിക്കാൻ തന്നെ അരപ്പട്ട മുറുക്കി നില്പാണീ പട്ടരെന്ന് വിശ്വംഭരന് ബോദ്ധ്യമായി. രംഗം ഇവിടെ അവസാനിപ്പിക്കുന്നതാവും ഉത്തമം. അയാൾ പുറത്തിറങ്ങി നടന്നു. പിറകിൽ നിന്നെത്തിയ വിളികൾക്ക് തല തിരിക്കാതെ...

കവലയിൽ ഒരു നിമിഷം നിന്ന് വഴികളോടുള്ള പരിചയം പുതുക്കി. തെക്കോട്ടുപോകുന്ന പാത കാവിലേക്ക്. വടക്കോട്ടു നീളുന്നത് പുഴയിലേക്ക്. കിഴക്കോട്ടുള്ളത് പുറംലോകത്തേക്ക്. ആദ്യം കാവിലേക്കുള്ള വഴി തന്നെയാവട്ടെ. ചെമ്പരത്തിയും ചെമ്പകവും പൂത്ത മുറ്റങ്ങൾ. നേർത്ത പുക പൊങ്ങുന്ന കൊച്ചുകൊച്ചു വയ്ക്കോൽ കൂനകൾ...

കാവിനു കിഴക്കേ മൈതാനത്തിന്റെ ഓരത്തെ ഓലപ്പുരയിൽ ഒരു ട്യൂഷൻ ഹോം ഉണ്ടായിരുന്നു. മൂന്നു മൂന്നരവർഷം അവിടെ പഠിപ്പിച്ചു. പ്രിൻസിപ്പാളിന്റെ പ്രവൃത്തിദോഷംകൊണ്ട് ഒരു നാൾ അതങ്ങു പൂട്ടി. സരസ്വതി പടിയിറങ്ങിയിട്ടും ആ പുര നിലം പൊത്താതെ വളരെ നാൾ നിന്നു. ഒരു പക്ഷേ, ഇപ്പോഴും അതു നിലനില്ക്കുന്നുണ്ടാവാം. വിവിധ വർണ്ണോജ്ജ്വലമായ ഓർമ്മകളിൽ കുരുങ്ങി വിശ്വംഭരൻ നടന്നു.

ഹാൻഡ്ബാഗിനെ ഓമനിച്ചുകൊണ്ട് എതിരെ നടന്നടുക്കുന്ന കൃശാംഗിയെ അയാൾക്ക് ശ്രദ്ധിക്കാതിരിക്കാനായില്ല. അത് നളിനിതന്നെ എന്നു തീർച്ച വന്നപ്പോൾ വിശ്വംഭരൻ പുഞ്ചിരിതൂകി.

ഝടിതി ബാഗിലൊരു പരാക്രമം കാട്ടിക്കൊണ്ട് അവൾ മുഖം കനപ്പിച്ചു തിരിച്ചു. വിശ്വംഭരൻ ലേശം കൂടി അടുത്തുചെന്ന് മൃദുവായി ചോദിച്ചു: "നളിനിയല്ലേ?"

അവൾ എന്തോ പുലമ്പിക്കൊണ്ട് കാൽ നീട്ടിവച്ചു നടപ്പായി.

പാവം പെണ്ണിനു തന്നെ തിരിഞ്ഞില്ലെന്നു വ്യക്തമായി. അയാൾ അവൾക്കു പുറകെ വിളിച്ചു പറഞ്ഞു. "ഞാൻ കുട്ടിയെ പഠിപ്പിച്ചിട്ടുണ്ട്. ട്യൂഷൻ ക്ലാസില്."

അവൾ നിന്ന് കനിവാർന്ന് നോക്കി. പൊടുന്നനെ ആ മുഖത്ത് ലജ്ജാസ്മേരങ്ങൾ, ക്ഷമാപണത്തിന്റെ വേഗതയിൽ അടുത്തെത്തി അവൾ പറഞ്ഞു.

"അയ്യോ, എന്റെ മാഷേ, ഞാനാദ്യം തിരിച്ചറിഞ്ഞില്ല. മാപ്പാക്കണം... മാഷിപ്പോ എവിടാ.. കുടുംബോം കുട്ടികളുമൊക്കെ ആയിക്കാണും അല്ലേ? മാഷ് ലേശമൊന്നു ക്ഷീണിച്ചിട്ടൊണ്ട്. അത്രേയുള്ളൂ..." ശ്വാസം മുട്ടുവോളം അവൾ മൊഴി തുടർന്നു.

"നളിനി... ഞാൻ..." വിശ്വംഭരന്റെ ഊഴമായി.

"അയ്യോ മാഷേ ഞാൻ ലില്ലിയാ... നളിനിയല്ല..."

വിശ്വംഭരൻ ചിരിച്ചുപോയി. പഴയ നളിനി വർഷങ്ങളെ തോല്പിച്ച് യാതൊരു മാറ്റവുമില്ലാതെ മുന്നിൽ നില്ക്കുന്നു. ആ ഇരട്ടത്താടി, നെറ്റിക്കോണിലെ മറുക്, നാലു മുഴം നീളമുള്ള ആ നാവുപോലും...

അവൾ പിന്നേം തുടർന്നു: ''വാസവൻ മാഷ് പഠിപ്പിച്ച ആ പൊയട്രിയൊണ്ടല്ലോ. ദി കിക്കു അതിപ്പോഴും ഞാൻ മുഴുവൻ പാടാം. സ്കൈലാർക്കും നല്ല ഓർമ്മയുണ്ട്."

"കുട്ടീ, നീ എന്നാ ഇപ്പറയന്നെ? ഞാൻ നിങ്ങളെ കണക്കല്ലെ പഠിപ്പിച്ചത്. ബീജഗണിതവും ജോമട്രിയും. നീ എന്റെ പേരു കൂടി മറന്നു. നിങ്ങളെന്നെ വിശ്വംമാഷ് എന്നല്ലേ വിളിച്ചിരുന്നത്?"

"അയ്യോ ഈ മാഷിന് എന്തുപറ്റി. ആ ഇടത്തെ കവിളിലെ അരിമ്പാറപോലും കൊഴിഞ്ഞിട്ടില്ലല്ലോ. ലില്ലി ഒന്നും മറക്കുന്നവളല്ല മാഷേ, അന്നു മാഷ് എഴുതിത്തന്ന ആ കത്ത്..."

വിശ്വംഭരൻ വിസ്മയിച്ചു നില്ക്കെ അവളുടെ മുഖം ലേശമൊന്നു ചുമന്നു കുനിഞ്ഞു.

ശബ്ദമൊതുക്കി പെൺകുട്ടി തുടർന്നു. "ആ വാചകം ഇന്നുമെന്റെ മനസ്സിലൊണ്ട്— പ്രിയപ്പെട്ട കുട്ടീ. നിനക്കൊരിക്കലും പ്രിയം തോന്നാനിടയില്ലാത്ത ഒരുവനാണീ കത്ത് എഴുതുന്നത്."

ഗദ്ഗദം കൊണ്ടെന്നപോലെ അവൾ നിറുത്തി. പിന്നെ കൈകൂപ്പിക്കൊണ്ടു പറഞ്ഞു: "ബാങ്കിനു നേരമായി. ഞാൻ പോട്ടെ. ഇനീം കാണാം."

അവൾ മറഞ്ഞിട്ടും വിശ്വംഭരൻ അവിടെത്തന്നെ നിന്നു. ആ വാചകം- അത് അവൾക്കങ്ങനെ കിട്ടി? ഒരു സുന്ദരിപ്പെണ്ണിന് എഴുതിക്കൊടുക്കാനായി വളരെനാൾ ഞാൻ മനസ്സിൽ കൊണ്ടുനടന്ന വാചകം. പക്ഷേ, ഒരിക്കലുമത് കടലാസ്സിൽ പതിഞ്ഞില്ല. അതു വാങ്ങുവാൻ യോഗ്യതയുള്ളൊരു പെണ്ണിനെ തഞ്ചമൊത്തു കിട്ടിയതുമില്ല. പക്ഷേ, ഒരു ഭംഗിയുമില്ലാത്ത ഈ നളിനി ആ വാചകം എങ്ങനെ പറഞ്ഞു?

വിശ്വംഭരനെ വാസവനാക്കിയ കറുമ്പിപ്പെണ്ണ്!

അവളെക്കുറിച്ചോർത്ത് സമയം കളയണ്ടെന്നു കരുതി അയാൾ നടന്നു. കാവിനു തെക്കുപുറത്തെ ആൽത്തറ കണ്ടപ്പോൾ ഒന്നിരിക്കാൻ മോഹം. പണ്ട് ഇവിടിരുന്ന് എത്ര കിനാവു നെയ്തതാണ്! ഇരുളിൽ തലയിൽ ആലിൻപഴം വീണ് എത്ര ഞെട്ടിയിട്ടുണ്ട്! പൊന്തി നില്ക്കുന്ന വേരുകളുടെ എണ്ണംപോലും അന്നു തിട്ടപ്പെടുത്തി വച്ചിരുന്നു. പുതിയതൊന്നും പൊന്തിയിട്ടുണ്ടാവില്ല.

സഞ്ചിയുമൊതുക്കിവച്ചങ്ങനെ ഇരിക്കെ ഈറൻനേര്യതും പുതച്ച് പ്രസാദവുമായി വരുന്ന പിഷാരടി മാഷ്. വാർദ്ധക്യം തിരയടിച്ചെത്തിയിട്ടും മുഖത്തെ തേജസ്സ് മങ്ങിയിട്ടില്ല. അദ്ദേഹം അടുത്തെത്തിയപ്പോൾ വിശ്വംഭരൻ എണീറ്റു വണങ്ങി.

"മാഷ് എന്നെ ഓർക്കുന്നുണ്ടോ?"

അദ്ദേഹം കണ്ണട മാറ്റി ഒന്നിരുത്തി നോക്കി.

"ഹല്ലാ, ഗോവിന്ദൻകുട്ടിയല്ലേ. നെന്നെ മറക്കാനോ, ആ പഴയ വികൃതിയൊക്കെ ഇപ്പോഴുമുണ്ടോ?"

അതിവിനയത്തോടെ വിശ്വംഭരൻ പറഞ്ഞു. "ഷാരടി മാഷ് എന്നെ മറക്കില്ലെന്നറിയാം."

"ഷാരടിമാഷോ... കുട്ടീ ഞാൻ നമ്പ്യാരാ രാവുണ്ണിനമ്പ്യാർ.. നെന്റെ ഹെഡ്മാസ്റ്ററായിരുന്നു."

"ഒക്കെ എനിക്കറിയില്ലേ... പക്ഷേ, മാഷേ... ഞാൻ വിശ്വംഭരനാണ്. ഗോവിന്ദൻകുട്ടിയല്ലാ."

'ഗോവിന്ദാ, ചൂരലു കളഞ്ഞൂന്നുവച്ച് എന്നെ കളിപ്പിക്കാമെന്നു കരുതണ്ടാ. തെക്കൻ കുളത്തിലെ ഗോവിന്ദൻകുട്ടി എങ്ങനാ വിശ്വംഭരനാ

കണ്ണെ? നെന്റെ എസ് എസ് എൽ സി ബുക്കെടുത്തു നോക്ക്. അതില് നിന്റെ ഐഡന്റിഫിക്കേഷൻ മാർക്കൊക്കെ നേരാംവണ്ണംതന്നെ ഞാൻ എഴുതി വച്ചിട്ടുണ്ട്. ഇടത്തെ തുടയിൽ അകവശത്ത് കാലിഞ്ച് വ്യാസമുള്ള ഒരു കാക്കപ്പുള്ളി. വലംതോളിൽ ഒരിഞ്ചു നീളത്തിലൊരു പാട്. കുപ്പായമൂരിയാൽ ഇപ്പോ കാണിച്ചുതരാം."

മാഷിനു പുറകിൽ നിന്ന പേരക്കുട്ടികൾ തിടുക്കം കാട്ടി.

"ഗോവിന്ദാ നമുക്കു കാണാം. നീ ഉടനെ മടങ്ങിപ്പോവില്ലല്ലോ."

ഒന്നും മിണ്ടാനാവാതെ വിശ്വംഭരൻ കൈകൂപ്പി.

തിരികെ ആൽത്തറയിലിരിക്കാൻ അയാൾക്കു തോന്നിയില്ല.

കേശവൻ, വാസവൻമാഷ്, ഗോവിന്ദൻകുട്ടി - ആരാണിവരൊക്കെ. ആരെങ്കിലും വിശ്വംഭരാ എന്നൊന്നു വിളിച്ചുകേൾക്കാൻ അയാൾ കൊതിച്ചു.

വഴി നീണ്ടുനീണ്ടു പോയി. പക്ഷേ, ആ നീളത്തിനവസാനം പഴയ മൂന്നുംകൂടി കവലയിലെത്തിയപ്പോൾ വിശ്വംഭരൻ സ്വന്തം അശ്രദ്ധയെ പഴിച്ചു. ആയംപിടിച്ച് വടക്കോട്ടു പോകുന്ന പാതയിലൂടെ നടന്നു.വിശപ്പും ദാഹവും തോന്നി. ആദ്യം കണ്ട പീടികയിൽ കയറി.

"തിന്നാൻ വല്ലതും..."

കട നടത്തുന്ന ഗോമതിത്തള്ളയെ പണ്ടേ പരിചയമുണ്ടെങ്കിലും. അതൊന്നും ഭാവിക്കാതെ ഗൗരവംപൂണ്ടിരുന്നു.

പുട്ടും ആവി പറക്കുന്ന കടലയും മുന്നിൽ വച്ചിട്ട് തള്ള മാറിനിന്നു.

തന്റെ കർമ്മം നിർവ്വഹിച്ച് കണക്കുതീർത്ത് വിശ്വംഭരൻ പുറത്തിറങ്ങി. അയാൾ കേൾക്കണമെന്ന ഉദ്ദേശത്തിലാവാം. ആ തള്ള ഉറക്കെ പറഞ്ഞു

"ഉഴക്കരിക്ക് വകയുണ്ടാകുമ്പോ ഓരോരുത്തന്റെ പവറ്. ഇവിടെ വാലാ കോലാന്ന് നടന്ന ജനാർദ്ദനനാണേ സഞ്ചീംതൂക്കി ദേ ഇറങ്ങിപ്പോയത്. ഈ കല്യാണിയക്കനോടൊന്നു മിണ്ടിയാല് അവസ്ഥ കുറഞ്ഞുപോകും."

പണ്ടേതോ പെൺകിടാവ് തൂങ്ങിച്ചത്തതുകൊണ്ട് ആർക്കും വേണ്ടാതായ ആ മാളികയ്ക്കു മുന്നിൽ വിശ്വംഭരൻ തെല്ലുനിന്നു. ഇവിടിരുന്ന് ഇപ്പോഴും പ്രാവുകൾ കുറുകുന്നു. ദുഃഖപുത്രിയായ ആ പെണ്ണിന്റെ ആത്മാവിന്റെ നിലയ്ക്കാത്ത തേങ്ങലാണത്. ഈ വീട് വാടകയ്ക്കു കിട്ടിയാൽ നന്നായിരുന്നു. ആരും അന്വേഷിച്ചുവരില്ല. പരമസുഖം, സ്വൈരം.

ആ നാട്ടിലെ ഓരോ പുൽക്കൊടിയോടും എനിക്കൊരു ആത്മബന്ധമുണ്ട്. രണ്ടു നാളെങ്കിലും ഇവിടെ തങ്ങണം. പഴയ ചങ്ങാതികളിൽ ഒരുവനെയെങ്കിലും കണ്ടുപിടിക്കണം. തന്റെ കൂട്ടുകാരുടെ മുഖങ്ങളോർത്തുകൊണ്ട് വിശ്വംഭരൻ നട തുടർന്നു. പൊളിഞ്ഞ കൊട്ടിയമ്പലമുള്ള ഇരുനിലക്കെട്ടിടം കണ്ടപ്പോൾ വിശ്വംഭരന് നിനവെത്തി.

പരശുരാമന്റെ വീട്. ലേശം മുടന്തുള്ള പരശു. തല നെറയെ നരയും മുഖം നിറയെ പുഞ്ചിരിയുമായി നില്ക്കുന്ന അമ്മ. എത്ര ദിവസം താനി

വിടെ അത്താഴമുണ്ട് ഉറങ്ങിയിട്ടുണ്ട്?

അയാൾ സാക്ഷ ഇളകിയാടുന്ന വാതിലിനു മുട്ടി. പരശു അകത്തു നിന്ന് ഞൊണ്ടിക്കിതച്ചുവന്നു. വിശ്വംഭരനെ കണ്ടപാടെ പച്ചപ്പുള്ളികളുള്ള പല്ലുകൾ മുഴുവൻപുറത്തുകാട്ടി സ്വാഗതമോതി.

"വാ അകത്തുവാ നെനക്കു കയറിവരാൻ കൊട്ടുംപാട്ടും വേണോ?"

വിശ്വംഭരൻ ആശ്വാസത്തോടെ അകത്ത് കയറിക്കൊണ്ട് ചോദിച്ചു.

"അമ്മ എവിടെ?"

"മരിച്ചുപോയില്ലേ? മരണസമയത്ത് നെന്നെ ചോദിച്ചു. ആ രാമകൃഷ്ണനെ ഒന്നു കാണണംന്ന്"

"രാമകൃഷ്ണനെയോ?"

"അതെ. നെന്നെ."

"പരശു എന്റെ പേര് വിശ്വംഭരനെന്നല്ലേ?"

"രാമകൃഷ്ണാ നീ എന്റെ പേരും കൂടി മറന്നുപോയാലോ. പരശുവും മോശമില്ല. പക്ഷേ, നീ പഴയമട്ട് ഹരിഹരാന്നു വിളിച്ചാൽ മതി. അതിരിക്കട്ടെ നീ എന്നുതൊട്ടാ വിശ്വംഭരനായത്?"

"പിറന്നപ്പോഴേ ആരോ എന്നെ വിശ്വംഭരനാക്കിയതാണ്. ഞാനൊന്നും ചെയ്തിട്ടില്ല." ഒരു തമാശ പറയുന്ന മട്ടിൽ അയാൾ ചിരിച്ചു.

"നെറുകയിലെ ആ വെങ്കലത്തഴമ്പും വലംകാലിലെ കുഴിനഖവും മാറാതെങ്ങനെയാ രാമകൃഷ്ണൻ വിശ്വംഭരനാകുക! നീ തമാശ മതിയാക്കി അകത്തു വാ. വല്ലതും കഴിക്കാം."

ആതിഥേയൻ എണീറ്റു. വിശ്വംഭരനും. അയാൾ തന്റെ മാറാപ്പെടുത്ത് തോളിലിട്ടും കൊണ്ട് ഒന്നും മിണ്ടാതെ പുറത്തേക്കിറങ്ങി. സുഹൃത്തിന്റെ അനുനയത്തിനും അപേക്ഷകൾക്കും ചെവികൊടുക്കാതെ. ആടുന്ന കൊട്ടിയമ്പലം ചാടിപ്പുറത്തിറങ്ങി.

റെയിൽവേ താവളത്തിലെത്തുംവരെ പാദങ്ങൾ തളർച്ച അറിഞ്ഞില്ല. ഒരു ചാറ്റൽമഴയുടെ നനവാർന്ന ബഞ്ചിൽ ചാരിയിരുന്നപ്പോൾ അയാളിലൊരു കൗതുകം പൊങ്ങി.

മെല്ലെ വലംകാൽ പൊക്കിനോക്കി. മൂന്നാംവിരലിൽ കുഴിനഖം.

ഇടത്തെ കവിളിൽ വിലരോടിക്കെ അരിമ്പാറ തടഞ്ഞു.

വിരലുയർന്നു നെറുകയിലെത്തിയപ്പോൾ വെങ്കലത്തഴമ്പ്.

വിശ്വംഭരൻ നാലുവശവും നോക്കിയിട്ട് മുണ്ടൊന്നു നീക്കി തുടയിൽ കണ്ണോടിച്ചു. അകവശത്ത് കാക്കപ്പുള്ളിയുണ്ട്. കാലിഞ്ചു വ്യാസമുള്ള പുള്ളി.

പിന്നെ ഷർട്ടിനുള്ളിൽ കൈകടത്തി വലംതോൾ തടവി - ഏതോ മുറിവിന്റെ പാട്.

കൊപ്ലൻ

തപസിമുത്തുനാടാർ മകന് 'അരളൻ' എന്നു പേരിട്ടു. പള്ളിക്കു മെഴുകുതിരിയും മാടന് കോഴിയും നേർച്ച നല്കിയുണ്ടായ ഓമനപ്പുത്രൻ, പേറെടുത്തത് സ്നേഹപ്പൂമൂപ്പത്തി, പൊക്കിൾ മുറിച്ചതിലെന്തോ കിശ്മത്തുപറ്റി. വയറിനു നടുവിൽ ഒരു നല്ല ചുണ്ടയ്ക്കപോലെ പൊക്കിളങ്ങനെ തിളങ്ങിനിന്നു. കണ്ടവർ കണ്ടവർ അതു കൊണ്ടവനെ 'കൊപ്ലൻ'[1] എന്നു വിളിച്ചു. ആ സുന്ദരനാമം തന്തയിട്ട പേരിനെ വിഴുങ്ങി. തപസിമുത്തുവും, ഭാര്യ കുഞ്ഞിയുമല്ലാതെ മറ്റാരുമവനെ 'അരളാ' എന്നു വിളിച്ചില്ല.

ഇത്തിരി വളർന്നിട്ട് പൊക്കിളങ്ങു നിന്നു. പക്ഷേ, കൊപ്ലൻ പിന്നേം വളർന്നുകൊണ്ടിരുന്നു. അപ്പന്റെ പനയുടെ മൂട്ടിൽച്ചെന്ന്[2] പട്ടയിൽ അക്കാനി[3] വാങ്ങിക്കുടിച്ചു. അടുപ്പിനടുത്ത് തീ കാഞ്ഞ് പതനിരുചിച്ചും[4] തുടുപ്പ്[5] നക്കി വൃത്തിയാക്കിയും കൊപ്ലൻ വളർന്നു. അക്കാലം പള്ളിക്കൂടത്തിൽ ഉപ്പുമാവും കഞ്ഞിയുമുണ്ടായിരുന്നില്ല. അതിനാലവൻ ഗോലികളിച്ചും, കുട്ടിയും കോലുമടിച്ചും ആരോഗ്യപരമായി നേരംപോക്കി. കൊപ്ലന് അധികം കൂട്ടുകാരുണ്ടായിരുന്നില്ല. വീട്ടിനു പുറത്തുവച്ച് ആരെന്തു ചോദിച്ചാലും ഉത്തരം പറയുവാനവന് നാവ് പൊന്തുകയില്ല. ചില കുസൃതിക്കാർക്ക് അവനെ അടുത്തു കിട്ടിയാൽ മൃദുലമൃദുലമായ ആ പൊക്കിളിലൊന്നു തലോടാൻ ആശയുദിക്കും. പക്ഷേ, അതിലുമില്ലാ കൊപ്ലന് ഈർഷ്യ.

---

1. പൊക്കിൾ എന്നതിന് കൊപ്പിൾ എന്ന് തെക്കൻ തിരുവിതാംകൂറിലെ ചില പഴമക്കാർ പറയാറുണ്ട്.
2. പട്ട-പനയോലകൊണ്ടുള്ള കുമ്പിൾ
3. അക്കാനി - പനയിൽനിന്നെടുക്കുന്ന പാനീയം.
4. അക്കാനി തിളപ്പിച്ചുണ്ടാക്കുന്ന കുഴമ്പുരൂപം
5. ഇളക്കാനുപയോഗിക്കുന്ന മടൽ കൊണ്ടുള്ള ഉപകരണം.

അങ്ങനെ ഏറിയകൂറും നിശ്ശബ്ദനായി ഏവർക്കും നല്ലവനും നയനാനന്ദവുമായി കൊപ്ലൻ വളർന്നു പതിനാറിലെത്തി. അപ്പോൾ തപസിമുത്തു പുത്രനെ പനമൂട്ടിൽ കൊണ്ടുപോയി. കരിമ്പനമോളിൽ വാഴുന്ന എശക്കിയെയും[6] പനമൂട്ടിൽ കുടിയിരിക്കുന്ന മാടൻതമ്പുരാനെയും ധ്യാനിച്ച് അവന് പന കയറ്റിന്റെ വിദ്യ ഉപദേശിച്ചുകൊടുത്തു. കൊപ്ലൻ ഓന്തിനെപ്പോലെ മുകളിലേക്കിഴഞ്ഞു.

ആദ്യമാദ്യം തൈപ്പനകളിലായിരുന്നു അഭ്യാസം. നെഞ്ചും കൈയും ഉരഞ്ഞുപൊട്ടി, ഉണങ്ങി തഴമ്പുണ്ടായി ഉറച്ചപ്പോൾ നെട്ടപ്പനകളിലും അവൻ കയറിത്തുടങ്ങി.

രാവിലെയും വൈകുന്നേരവും അത്യുന്നതങ്ങളിലേക്കു കയറ്റമാരംഭിച്ചതോടെ കൊപ്ലൻ മുളപോലെ വളർന്നു. ആകാശത്തിനിത്തിരി താഴെ ച്ചെന്നിരുന്ന് ചുറ്റും നോക്കാൻ എന്തുരസം! ലോകം, വലിയ തമാശ തന്നെ. അപ്പോൾ അക്കാനിയെടുക്കാൻ പനച്ചോട്ടിൽ വന്നു നില്ക്കുന്ന അമ്മ കൊച്ചു കൊച്ചൊരു പെണ്ണാണെന്ന് അവനു തോന്നും. ആകാശത്തെ, ഭൂമിയെ മാറിമാറി മിഴിച്ചുനോക്കി. അരുവാച്ചി[7] ചീകാനും കലശത്തിൽ ചുണ്ണാമ്പുതേക്കാനും മറന്ന് അവനാ നീലപ്പീലിക്കുടകൾക്കിടയിലിരിക്കും. കൊപ്ലൻ ആത്മവിസ്മൃതിയിലമരുമ്പോൾ, അരികത്തേതോ പനയിൽ നിന്ന് തപസിമുത്തുവിന്റെ ശബ്ദം പൊങ്ങും. പലപ്പോഴും ഒരു കൂവലായിരിക്കുമത്. ഉടൻ കൊപ്ലൻ ഞെട്ടിയുണരും. മറുപടിയായൊന്നു കൂവും. [8]കലക്കുമട്ടകൊണ്ടു രണ്ടു തട്ടും തട്ടും. പൊന്നുമകൻ പനമുകളിൽനിന്ന് ഉറക്കം തൂങ്ങി വീണേക്കുമെന്ന് തപസിമുത്തു എന്നും ഭയന്നു. പക്ഷേ, ഏതു സ്വപ്നത്തിൽ താണാലും മടലിൽ ഭദ്രമായി മൂടുറപ്പിച്ചിരിക്കാൻ[9] കൊപ്ലൻ മറന്നിരുന്നില്ല.

അവന്റെ നെഞ്ചുവിരിഞ്ഞു. കൈകളുറച്ചു. മീശ കുനുകുനെക്കുരുത്ത് നീണ്ടുവളഞ്ഞു.

അരിവാൾപെട്ടിയും കുടുവയും[10] തൂക്കിയ മുരിക്കിൻതടി[11] തോളിലേറ്റി കടുപ്പു ചുണ്ണാമ്പുപെട്ടിയും അരയിലുറപ്പിച്ച് തലയിൽ ത്ളാപ്പും ചൂടി താളമടിച്ചുപോകുന്ന കൊപ്ലൻ ആരോടും മിണ്ടുകയില്ല. എങ്കിലും മറ്റു പനകേറ്റക്കാർ അവനോട് ലോഹ്യം പറഞ്ഞുതുടങ്ങി. അവർ പ്രാകൃതമായ അശ്ലീലങ്ങളും ഓതിക്കൊടുത്തു. എല്ലാറ്റിനും അവൻ ഭാവഭേദമില്ലാതെ മൂളുകയേയുള്ളൂ. എങ്കിലും പെണ്ണുങ്ങളെക്കണ്ടാൽ ഒളിഞ്ഞെങ്കിലും ഒന്നു നോക്കേണ്ടതാണെന്നവനു പിടികിട്ടിയത് ഇങ്ങനെയാകുന്നു.

---

6. എശക്കി-യക്ഷി
7. അരുവാച്ചി - ആൺപനയിലെ പൂങ്കുല
8. കലക്കുമട്ട - അക്കാനിയിൽ ചുണ്ണാമ്പുകലക്കാനുപയോഗിക്കുന്ന അറ്റം ചതച്ച മടൽ
9. ആസനം
10. അക്കാനി ചുമന്നു കൊണ്ടുപോകാൻ പനനാരുകൊണ്ടുണ്ടാക്കുന്നത്.
11. ചവിട്ടിക്കയറ്റാനുപയോഗിക്കുന്ന 'T' സ്കെയിലിന്റെ ആകൃതിയിലുള്ള ചെറിയ തടി.

അവന്റെ സമപ്രായക്കാരായ ചെല്ലയ്യനും വർക്കിയും പെണ്ണുകെട്ടി. രണ്ടു കല്യാണത്തിനും അവൻ പോയി സാപ്പാടടിച്ചു.

പുതുമാപ്പിള പന കയറാൻ വരുമ്പോൾ, പനങ്കൂട്ടത്തിലൊരു പുകിലാണ്. പനകളിൽനിന്ന് പനകളിലേക്ക് ചിരിയും കളിയും പറന്നു നടക്കും; അശ്ലീലം പുരണ്ട കൊച്ചുവർത്തമാനങ്ങളും. അതിന് മറ്റുള്ളവർക്കു മനസ്സിലാകാത്തൊരു ഭാഷയുണ്ടവർക്ക്. അതൊന്നും പറവാൻ കൊപ്ലാന് കഴിവില്ല. എങ്കിലും സംഗതികൾ ഒരുവിധം പിടികിട്ടിത്തുടങ്ങി. പനമുകളിലിരുന്ന് കൊപ്ലൻ അതിനെയൊക്കെപ്പറ്റിയും വിശദമായി ആലോചിക്കും. ആലോചിച്ച് തന്നത്താൻ ചിരിക്കും.

അങ്ങനെ കൊപ്ലൻ സസന്തോഷം കഴിയുമ്പോഴാണ് ഇടവപ്പാതി പൊട്ടിയൊലിച്ചത്. മഴയോടു മഴ. തോരാത്ത മഴ. പനകയറ്റുകാർക്ക് മിനക്കേടുണ്ടാക്കും. കുതിർന്ന പനകൾ വഴുതും. അതിനാൽ കുത്തിയിരുന്നു നേരം പോക്കേണ്ടതുതന്നെ.

രണ്ടുനാൾ മഴ ഇരച്ചുപെയ്തു. മൂന്നാം ദിവസം വെളുപ്പിന് കുഞ്ഞി ഉണർന്നുവരുമ്പോൾ കൊപ്ലൻ മൂട്ടുംകെട്ടി കൂനിയിരുപ്പാണ്. ഉടുതുണിയഴിച്ച് പുതച്ചിട്ടുണ്ട്. തല ഒടിച്ചുകുനിച്ചിട്ടുമുണ്ട്. കുഞ്ഞി നോക്കി. പുത്രനിരുന്നു തുള്ളുകയാണ്. വാതപ്പനിപിടിച്ചതുപോലെ. അവർ അമ്പരന്ന് കൊപ്ലനെ വിളിച്ചു. അവൻ തല ഉയർത്തിയില്ല. തുള്ളുന്ന താളത്തിൽ അവനൊരു ഒച്ചയും പുറപ്പെടുവിക്കുന്നുണ്ട്.

ഹൊ... ഹൊ... ഉം... ഊം... ഹൊ... ഹോ... ഉം... ഊം...

കുഞ്ഞിക്ക് സങ്കടം വന്നു. അവൾ പാഞ്ഞു ചെന്ന് അവന്റെ തലതലോടി.

"എന്ന മക്കാ... എന്നാ. ഉനക്കെന്നാ[12] ....?"

"എനക്കു കുളൂ[13] ... എനക്കു കുളൂ...?"

"ഏമാന്ക്കെ കടയിലിരുന്ത് പിട്ടു വാങ്ങിത്തരട്ടാ..?"

"വോണ്ടാമെടീ വേണ്ടാം.. എനക്കു കൂളു... എനക്കു കൂളൂ..."

"തേയിലവെള്ളം വാങ്ങിത്തരട്ടാ...?"

"വേണ്ടാം വേണ്ടാം... എനക്ക് കൂളൂ..."

"ചുക്കുവെള്ളം വാങ്ങിത്തരട്ടാ...?"

"വേണ്ടാമമ്മാ വേണ്ടാം... എനക്കു കൂളൂ..."

"ചക്കപ്പളം വാങ്ങിത്തരട്ടാ മക്കാ?'

അവൻ പിന്നെയും തുള്ളി: "വേണ്ടാമെടീ.."

കുഞ്ഞി നിവൃത്തികെട്ട് ലേശം നിന്നിട്ട് ചോദിച്ചു: "ഒരുപെണ്ണു കെട്ടിത്തരട്ടാ...?"

"അതു കേക്കയും വേണുമാ?"[14] എനക്കു കൂളു...

---

12. മകനേ നിനക്കെന്ത്?

13. എനിക്കു കുളിരുന്നു.

14. അതു ചോദിക്കാനുണ്ടോ?

കുഞ്ഞി ചിരിച്ചോണ്ട് അടുക്കളയിൽക്കയറി. അടുപ്പിനടുത്തു തീകാഞ്ഞിരുന്നു തപസിമുത്തു. അവൾ കെട്ടിയോനോട് കാര്യം പറഞ്ഞു.

അപ്പനുമമ്മയും സംസാരിക്കുന്നത് കൊപ്ലനു കേൾക്കാം.. അവൻ ഒന്നുകൂടി ചെവി വട്ടംപിടിച്ചു. "ങ്ഹും.. പാക്കട്ടെന്ന് ചെല്ലടീ... മുളമുടി[15] യട്ട്...."

"പയ്യ ചത്തുപോവാൻ[16] ...." കുഞ്ഞി തേങ്ങി.

"പെറക്ക്ത് മാതം ആനിയല്ലിയാ. ആനിയിലെ കൊമരു പാത്തെണ്ണു വച്ചുക്കോ.. ആവണിയിലെത്താനേ[17] കെട്ടമുടിയും?"

"പാത്തുവയ്ക്കണ്ടാമാ?[18]"

"ഉം..."

കൊപ്ലൻ എല്ലാം കേട്ടു. അവന്റെ വിറ കുറഞ്ഞു. ഇത്തിരിനേരം കൊണ്ടു തണുപ്പുമാറി. ചൂടുള്ള കിനാവുകൾ മനസ്സിൽനിന്ന് രണ്ടു മാസത്തിനപ്പുറമുള്ള ആവണിച്ചില്ലകളിലേക്കു പറന്നു. ആ ചൂടിൽ അവൻ ചെരിഞ്ഞു. ഉറക്കം കണ്ണു മൂടി. അവന്റെയും മഴയുടെയും കൂർക്കം അലിഞ്ഞലിഞ്ഞൊന്നായി.

പിറ്റേന്നുണർന്നപ്പോൾ ആകെയൊരു രസം. മഴയില്ല. മടുപ്പില്ല. സുഖമുള്ള തണുത്ത കാറ്റ്. പുലരുംമുമ്പേ അവൻ പനകയറാൻ ഒരുങ്ങിയിറങ്ങി.

മുരുക്കിൻതടിയിൽ കയറി പനയെ ആലിംഗനം ചെയ്തൊന്നു പൊന്തിയപ്പോൾ ഉടലാകെ രോമാഞ്ചം. അതേകണക്കങ്ങനെ ഇരിക്കാൻ തോന്നി.

നെഞ്ചും വയറും ഉരച്ചുരച്ചു മുകളിലേക്കു പൊങ്ങുമ്പോൾ മുമ്പനുഭവിച്ചിട്ടില്ലാത്ത ഒരിക്കിളി.

പനയുടെ മുകളിലിരുന്നു നോക്കിയപ്പോൾ കണ്ടത് പഴയ ഭൂമിയല്ല. ചുറ്റുപാടും കൊച്ചുകൊച്ചു കൂരകൾ. ആ ഇത്തിരി മുറ്റങ്ങളിൽ പെണ്ണുങ്ങളുടെ വർണ്ണഭംഗി. അതിലാരായിരിക്കും അവന്റെ പെണ്ണായി വരിക?

അനന്തേപ്പു മകൾ റോസയോ...

ചുപ്പന്റെ മോള് മരിയമ്മയോ...

തൈവാനിയുടെ പെണ്ണ് ചാമിക്കണ്ണോ...

ആരായാലും അവനൊന്നു കെട്ടിപ്പിടിച്ചിറുക്കും. കൊപ്ലൻ കരിമ്പനയെ നെഞ്ചോടു ചേർത്തമർത്തി.

പെൺപനകളിൽ കയറുന്നത് ഒരു പ്രത്യേക സുഖംതന്നെ. ആ പനകളിൽ നൊങ്കുണ്ട്. അവൻ ഓരോ നൊങ്കിനെയായി തഴുകും. നൊങ്കിന്റെ നടുവിൽ മുലക്കണ്ണുപോലൊന്നുണ്ട്. ഇരുണ്ടു ചുമന്ന വട്ടം. അവിടെ

---

15. നോക്കട്ടെയെന്നു പറ മഴ തീരട്ടെ.
16. പയ്യൻ ചത്തുപോകും.
17. വരുന്ന മാസം മിഥുനമല്ലേ? മിഥുനത്തിൽ പെണ്ണുനോക്കിയാലും ചിങ്ങത്തിലല്ലേ കെട്ടാൻ പറ്റൂ.
18. നോക്കിവയ്ക്കേണ്ടേ?

കൈവയ്ക്കുമ്പോൾ കൊപ്ലൻ ഒരുപുതിയ ലോകത്തെത്തും.

നെട്ടപ്പനയുടെ മുകളിലിരുന്ന് ആകാശം മുഴങ്ങുമാറ് അടുത്ത പനകളിലേക്ക് വിളിച്ചു പറയാൻ പൂതി തോന്നി: "ടേയ് അണ്ണാ, നാൻ കെട്ടപ്പോറേൻ."[19] തപസിമുത്തുവിന് പനകയറ്റു കഴിഞ്ഞുവന്നാലും വീട്ടിലിരിപ്പില്ല. കൊപ്ലന് പെണ്ണുതേടി ചുറ്റിനടപ്പുതന്നെ.

പലരോടും സംസാരിച്ചു. മുട്ടിപ്പായി പ്രാർത്ഥിച്ചു. ചിലർ ഒഴിഞ്ഞു. വേറെ ചിലർ അവധി പറഞ്ഞു തലയൂരി.

ഓരോ ദിവസവും തിരികെ വന്ന് കുഞ്ഞിയോടു തപസിമുത്തു പറഞ്ഞു.

"അവച്ചിയള് ചപ്പട്ടയെണ്ണെ. അരുളനുക്ക് വേറെ പാപ്പോം."[20]

ആനിമാസം തീർന്നപ്പോൾ തപസിമുത്തുവിന്റെ യജ്ഞം വിജയിച്ചു. ഇത്തിരി ദൂരെ ഒരു പെണ്ണിനെ കണ്ടുകിട്ടി. രണ്ടു മൈലകലെ നടന്നുചെന്ന് കൊപ്ലനും പെണ്ണുകണ്ടു.

പേര് എലിസി. നല്ല പേര്. അവനേക്കാൾ പൊക്കവും വണ്ണവും ഉണ്ട്. ഇരുപത്തഞ്ചു കരുപ്പട്ടിയുടെ അക്കാനി ചുമന്നു കൊണ്ടുപോയി കാച്ചാൻ കരുത്തുണ്ട്. നല്ല കറുപ്പ്. ഏഴഴകുള്ള കറുപ്പ്.

രണ്ട് പവന്റെ ഉരുപ്പടി, ആയിരത്തഞ്ഞൂറു രൂപ— അങ്ങനെ വാക്കുറപ്പിച്ചു. കൊപ്ലന് വീടുവരെ ഓടാൻ തോന്നി. അത്രയ്ക്കുണ്ട് സന്തോഷം.

അവൻ നോക്കുന്നിടത്തെല്ലാം എലിസി നിന്നു ചിരിച്ചു. കരിമ്പനയെ കെട്ടിപ്പിടിക്കുമ്പോൾ പന എലിസിയായി നിന്നു ചിരിച്ചു. അപ്പോൾ നെഞ്ചും വയറും മാത്രമല്ല മുഖവും പനയോടമർത്തി അവനൊരു ഇരുപ്പിരിക്കും. അടുത്ത പനയിലിരുന്ന് ആരെങ്കിലും വിളിക്കുമ്പോഴാണ് അവനുണരുക. എങ്കിലും ദിവസവും രണ്ടുമൂന്നുവട്ടമെങ്കിലും അവനങ്ങനെ ഇരുന്നുപോകും. അക്കാനി കിട്ടാൻ നേരം താമസിക്കുന്നെന്ന് അമ്മയുടെ പരാതി. അന്തിപ്പന കേറീട്ട് ഇരുളും മുമ്പേ വരണമെന്ന് അപ്പന്റെ താക്കീത്. എങ്കിലും കൊപ്ലനങ്ങനെ ഇരുന്നുപോകും. പനയെ നെഞ്ചിന്നൊന്നകറ്റാൻ തോന്നണ്ടേ?

അങ്ങനെ നാണിച്ചുനാണിച്ചു നാണിച്ചു കല്യാണ ദിവസം വന്നു. കാവതിയും.[21] അയാൾ കൊപ്ലനെ ക്ഷൗരം ചെയ്തു. കുളിപ്പിച്ചു മുണ്ടുടുപ്പിച്ചു. ഉടുപ്പുമിട്ടു. എല്ലാറ്റിനും കൊട്ടും വാദ്യവുമുണ്ട്. വെള്ളത്തുണി പൊതിഞ്ഞ കുടയ്ക്കുതാഴെ വലിയ പൂച്ചെണ്ടും പിടിച്ച് കൊപ്ലൻ നടന്നു. അവന് സഹോദരിയില്ല. അതുകൊണ്ട് കൊച്ചമ്മയുടെ മകൾ പേളപെട്ടി[22] എടുത്തു. പെണ്ണുങ്ങൾക്കും തൊട്ടുമുൻപേ കൊപ്ലൻ. പുറകിൽ അപ്പനും മറ്റുള്ളവരും. രണ്ടു മൈൽ ദൂരം നടപ്പ്. റോഡിന് ഇരുവശവും നിന്ന് ആളു

---

19. ഞാൻ കെട്ടാൻ പോകുന്നു.
20. അവര് മോശമാണെന്നേ. അരുളന് വേറെ നോക്കാം.
21. നാടാരുടെ ബാർബർ.
22. കല്യാണവസ്ത്രം വയ്ക്കുന്ന ട്രങ്ക്.

കൾ കൊപ്ലാനെ നോക്കി. അവൻ ആരെയും നോക്കിയില്ല.

ഏഴെട്ടു ദിവസമായി അപ്പുറത്തുമിപ്പുറത്തുമുള്ള പനകളിൽനിന്നും പറന്നു വന്നിരുന്ന കളിതമാശകൾ അവനോർത്തു. ഓർമ്മിക്കുമ്പോൾ അവന് മേലാകെ പെരുക്കുന്ന നാണം.

അവൻ പെണ്ണുകെട്ടി. വാദ്യാഘോഷത്തോടെ മടങ്ങിവന്നു. വൈകിട്ട് എലിസിയുടെ അപ്പനെത്തി അവരെ വിരുന്നിനു കൂട്ടിക്കൊണ്ടുപോയി.

ആ രാത്രി അവൻ എലിസിയുടെ വീട്ടിന്റെ വരാന്തയിൽ കിടന്നു. ഇടതുവശത്ത് അമ്മാച്ചൻ. വലതുവശത്ത് മച്ചിണൻ. അവരോരോന്നു ചോദിച്ചു. അവൻ എല്ലാറ്റിനും മൂളി; അത്രമാത്രം. ചോദ്യമൊന്നും അവൻ കേട്ടിരുന്നില്ല. അവന്റെ മനസ്സിൽ എലിസിയായിരുന്നു. അവളെ കെട്ടിപ്പിടിച്ചമർത്താനുള്ള മോഹമായിരുന്നു.

ആ പെണ്ണിപ്പോൾ തള്ളയുടെ അടുത്തായിരിക്കും കിടപ്പ്. അവൾക്ക് ഉറക്കം വന്നിരിക്കുമോ? അങ്ങനെ പലതും ആലോചിച്ചാലോചിച്ച് അവൻ തിരിഞ്ഞും മറിഞ്ഞും കിടന്നു.

പുറത്തു നിലാവുദിച്ചു. കൊപ്ലന് വല്ലാത്ത അസഹ്യത. അവൻ എണീറ്റിരുന്നു. മുറ്റത്തു നില്ക്കുന്ന കരിമ്പനയെ നിലാവു തഴുകുന്നു. ഇളം കാറ്റിൽ മാവിന്റെ നിഴൽ പനയെ ചുറ്റിപ്പിടിക്കുന്നു.

അവൻ ശബ്ദമുണ്ടാക്കാതെ എണീറ്റു പൂച്ചയെപ്പോലെ നടന്ന് മുറ്റത്തിറങ്ങി. പനയുടെ ചോട്ടിലെത്തി. കൈകുത്തി അള്ളിപ്പിടിച്ചു കയറി. ഒരാൾ പൊക്കത്തിലെത്തിയപ്പോൾ പനയെ ഇറുകെ കെട്ടിപ്പിടിച്ചിരുന്നു. ക്രമേണ അവൻ എല്ലാം മറക്കുന്ന ആനന്ദമൂർച്ഛയിലായി.

കോഴി കൂവിയപ്പോഴാണ് ബോധം വീണത്. മനസ്സിനൊരു സുഖം. ശരീരത്തിനൊരു ഭാരക്കുറവ്. അവൻ താഴെയിറങ്ങി ശാന്തനായി തിരികെ വന്നുകിടന്നു. കൂർക്കംവലിച്ചുറങ്ങി.

ഉച്ചയോടെ കൊപ്ലൻ ഭാര്യാസമേതം തന്റെ വീട്ടിൽ മടങ്ങിയെത്തി. കിഴക്കുവശത്തെ ചായ്പ് ചാണകം മെഴുകി ഒരുക്കിയിട്ടിരിക്കുന്നു. അതാണവന്റെ മണിയറ.

അവിടെ പുതിയ ഓലപ്പായയിൽ ചുമരും ചാരിയിരുന്ന് അവൻ എലിസിയെ ഓർത്തു. അവൾക്ക് ഭയങ്കര നാണം തന്നെ. ഇങ്ങോട്ടു വരുമ്പോഴും കുട തലവരെ താഴ്ത്തി പിടിച്ചതുകൊണ്ട് മുഖമൊന്നു കാണാൻ പറ്റിയില്ല. ഒന്നുരണ്ടുവട്ടം ആശയോടെ നോക്കിയതാണ്. കണ്ടതു കുടയുടെ മൂടുമാത്രം. വീട്ടിൽ വന്നിട്ടും അവളടുത്തെങ്ങും വരുന്നില്ല. വടക്കുപുറത്തുതന്നെ പതുങ്ങിയിരിപ്പാണ്. കൊപ്ലൻ ഒന്നുരണ്ടുവട്ടം കറങ്ങി നോക്കി. പക്ഷേ, പണി പറ്റിയില്ല. രണ്ടുവട്ടം വെള്ളം ചോദിച്ചു. പഴയപോലെ അമ്മ തന്നെ കൊണ്ടുവന്നു.

"ലാത്ത്റിയിലാവട്ട്..."[23] കൊപ്ലൻ പലവട്ടം തന്നോടുതന്നെ പറഞ്ഞാശ്വസിച്ചു.

---

23. രാത്രിയാവട്ടെ

രണ്ടു ദിവസമായി അവന്റെ പന മറ്റൊരാൾ കയറുകയാണ്. അന്ന് അന്തിപ്പനകയറാൻ അവൻ ഒരുങ്ങി. അതല്ലാതെ മനസ്സമാധാനമില്ല. പക്ഷേ, അപ്പൻ വിലക്കി; പിറ്റേന്നു തൊട്ടുമതി.

ഉന്തിത്തള്ളി രാത്രിയാക്കി. അവൻ ഓലപ്പായിൽ നീണ്ടുനിവർന്നു കിടന്നു. ഓരോ വിചാരത്തിൽ ചാടിഎണീറ്റ് വട്ടം കറങ്ങി. വീണ്ടും കിടന്നു.

ഒടുവിൽ എലിസിയെയും വലിച്ചിഴച്ചുകൊണ്ട് അമ്മ വന്നു. പെണ്ണിനെ ചായ്പ്പിലേക്ക് തള്ളിവിട്ട് കുഞ്ഞി കടന്നു.

എലിസി കാക്കത്തമ്പുരാട്ടിയെപ്പോലെ നിന്നു. മുഖം കുനിച്ചു - മൂലയിൽ ചുമരുപറ്റി.

കൊപ്ലന് മിണ്ടണമെന്നുണ്ട്. നാക്കിൽ വാക്കില്ല. അവൻ പലവട്ടം ചുറ്റിനടന്നു. അടിവച്ചടിവച്ച് അടുത്തുചെന്നുനിന്ന് - പിന്നെ കൈപൊക്കി പെണ്ണിന്റെ തലയിലും തോളിലും തൊട്ടു.

അവൾ അതേ നില്പുതന്നെ, പനപോലെ, അനങ്ങാതെ.

പെട്ടെന്ന് കൊപ്ലനിലൊരാവേശം. അവൻ പുറത്തുചാടി. മുരുക്കിൻതടിയുമായി മടങ്ങിവന്നു. തല അവളുടെ പൊക്കിളിൽ അമരുമാറ് അവനാ തടി ചാരിവച്ചു. എലിസി പകച്ചെങ്കിലും മുഖമുയർത്തിയില്ല. അടുത്ത ക്ഷണം അവനൊരു കാൽ മുരുക്കിൻതടിയുടെ ചലയിൽ വച്ചു. ഒറ്റക്കുതിക്ക് അവളെ കെട്ടിവരിഞ്ഞ് കാലു പിണച്ച് ഇരിപ്പായി. അമ്മയുടെ എളിയിൽ കുഞ്ഞ് അള്ളിപ്പിടിച്ച് ഇരിക്കുംപോലെ....

എലിസി കരഞ്ഞു. അപ്പോഴവൻ മുഖം അവളുടെ നെഞ്ചിൽ ചേർത്തുരസി....

നേരം പുലർന്നപ്പോൾ വലിയ ബഹളം. എലിസിയെ കാണ്മാനില്ല. കൊപ്ലൻ മുറ്റത്തെ പെൺപനയിൽ അള്ളിപ്പിടിച്ചിരിപ്പാണ്. ആ തൈമരത്തോടൊട്ടിച്ചേർന്ന്... നിർവൃതിയിൽ ലയിച്ച്...

അവൻ ഒരു മുഖവും കണ്ടിട്ടില്ല. ഒരു ശബ്ദവും കേട്ടില്ലാ...

ഓണാഘോഷം

കർക്കിടകവാവു കഴിഞ്ഞപ്പോഴേ രാമൻകുട്ടിക്ക് വലിയ ഉന്മേഷം. ഇരുപത്തഞ്ചു കൊല്ലത്തെ കൂട്ടുജീവിതത്തിനിടയിലൊരിക്കലും പത്മാവതി ഇത്ര ഉത്സാഹഭരിതയായി ഭർത്താവു കണ്ടിട്ടില്ല.

അയാൾ മുറ്റമാകെ ചെത്തി വെടിപ്പാക്കി. ചെടികളെയും മരങ്ങളെയും ചുവടുകിളച്ച് തടം വച്ച് ഉഷാറാക്കി. വീടിന്റെ ചുമരുകൾ വെള്ളതേച്ചു മിനുക്കി.

പത്മാവതി ചോദിച്ചു "ഇക്കുറിയെന്താ പതിവില്ലാത്തൊരോണം! വീടിന്റെ കൂര കൂടി മാറ്റ്ണ കോളുണ്ടല്ലോ."

"ഈ ഓണം ഒന്നാഘോഷിക്കാൻ തന്ന്യാ തീരുമാനം. ഞാൻ എഴുതീട്ടൊണ്ട് രാജനും ജയനും സോമനുമെല്ലാം. ജയന്തിയെയും കൂട്ടി വരണമെന്ന് രാഘവനും എഴുതി. മദ്രാസിയും ബംഗാളിയും ഡൽഹിവാലയും ലക്ഷദ്വീപുവാസിയും കുടുംബസമേതം വരും. പിന്നത്തെ പുകില് നീ നോക്കിക്കോ."

രാജനും ജയനും സോമനും രാമൻകുട്ടിയും ഇളയ സഹോദരന്മാരാണ്. ജയന്തി ഒരേ ഒരു പെങ്ങളും. നാലുപേർക്കുംകൂടി കുട്ടികൾ പത്ത്.

തങ്ങളുടെ ഏക സന്താനം രോഹിണി രണ്ടാമത്തെ പ്രസവത്തിനു വീട്ടിലെത്തിയിരിക്കുന്നു. അവളുടെ പുത്രി നീലിമ വീടാകെ അലയിളക്കി നടപ്പുണ്ട്. ഓണത്തിന് കൽക്കട്ടയിൽനിന്ന് മരുമകനും വന്നേക്കാം. എല്ലാവരും വന്നെത്തിയാൽ അതിഥികൾ ഇരുപത്തൊന്ന്. അല്ലെങ്കിൽ ഇവരാരും വിരുന്നുകാരല്ലല്ലോ എന്ന് പത്മാവതി ചിന്തിച്ചു.

ചിങ്ങം പിറന്നു. പുന്നെല്ലു കുത്തി തയ്യാറാക്കിവച്ചു. പലചരക്ക് നിർലോപം വാങ്ങി സംഭരിച്ചു. നേന്ത്രവാഴക്കുലകളെത്തി. ഉപ്പേരി വറുത്തു

കൂട്ടുമ്പോൾ രാമൻകുട്ടി കുട്ടികളെപ്പോലെ തുള്ളിച്ചാടി. അൻപതുകാരനു നിരക്കാത്ത ഉത്സാഹത്തിമിർപ്പ്. പന്ത്രണ്ടിന്റെ കളിമുറ്റത്തേക്കു താൻ പിന്നോക്കം ഓടുകയാണെന്നയാൾക്കു തോന്നി. ഓണത്തുമ്പികൾക്കു പുറകേ തൊടിയിലാകെ അലയാനൊരു മോഹം.

ഉപ്പേരി, ശർക്കവരട്ടി, പല ഇനം അച്ചാറുകൾ. ഗ്ലാസ് ഭരണികൾ, നിറഞ്ഞ അലമാരിയിൽ അവ നിരന്നു കണ്ടപ്പോൾ രാമൻകുട്ടിയുടെ മനം തുളുമ്പി.

മുറ്റത്തെ മാവിന്റെ താണ ചില്ലകൾ വെട്ടിമാറ്റുമ്പോൾ പത്മാവതി ചോദിച്ചു.

"മാവ് മുറിക്കാൻ പോവ്വാണോ?"

അയാൾ പൊട്ടിച്ചിരിച്ചു.

"നെനക്ക് ദൈവം ലേശം ബുദ്ധി തന്നില്ലല്ലോ എന്റെ കഴുതേ. ദേ ആ കൊമ്പിലാ ഊഞ്ഞാലിടുക. നീലിമയടക്കം കുട്ടികൾ പതിനൊന്നില്ലേ. ആറ് പെമ്പിള്ളേര്. അവർക്ക് ഊഞ്ഞാലാടണ്ടേ?"

കൃഷിക്കാരൻ ഔത പനംനാരും വാട്ടിയ തെങ്ങോലയും പിണച്ച് ഊഞ്ഞാൽവള്ളിയുണ്ടാക്കാൻ തുടങ്ങി. രാമൻകുട്ടി ഇടയ്ക്കിടെ മുറ്റത്തു ചെന്നു താക്കീതു നല്കി. "എടാ ഔതേ, വള്ളി നല്ലോണം മുറുക്കണം. അറ്റു വീഴരുത്."

"ഈ കെഴവൻ ഔത മെടഞ്ഞാൽ വള്ളി മുറുക്കുമോ? ഒരു നല്ല കയർ വാങ്ങിയാൽ പോരേ?" പത്മാവതി ഗുണദോഷം പറഞ്ഞു.

രാമൻകുട്ടി മന്ദഹസിച്ചു.

"കയറ് തൂങ്ങിച്ചാവാൻ കൊള്ളാം. ഊഞ്ഞാലിടുകാണേൽ ഈ വള്ളീല് വേണം. തീയില് വാട്ടിയെടുത്ത ഓലേടെ മണം... ഹായ് ആ ഹരം ഒന്നുവേറെതന്നെ."

രണ്ടു ദിവസം കൊണ്ട് ഔത വള്ളി മെടഞ്ഞു തീർത്തു. മാവിൻ കൊമ്പിലതു കെട്ടി. അതിലിരുന്നാടി വള്ളിയുടെ ബലം പരിശോധിക്കുകയും ചെയ്തു.

മകം. രാമൻകുട്ടി മണ്ണു കുഴയ്ക്കാൻ തുടങ്ങി. വാർപ്പുകയറ്റിവെക്കാനുള്ള അടുപ്പുണ്ടാക്കാനാവുമെന്നാണ് പത്മാവതി കരുതിയത്. വിയർത്തൊലിക്കുന്ന ഭർത്താവിനോട് സഹതാപപൂർവ്വം അവൾ ചോദിച്ചു. "അഞ്ചാറു ചുടുകല്ല് പിടിച്ചുവച്ചാൽ പോരേ?"

രാമൻകുട്ടി ഇളകി ചിരിച്ചു. നിലത്തു കൈകളൂന്നി മലർന്നിരുന്നു ചിരിച്ചു. ചിരിച്ചു ചിരിച്ചു കണ്ണു നിറഞ്ഞു. പത്മാവതിയിലുടലെടുത്ത നീരസം പരിഭ്രമമാകുവോളം ചിരിച്ചു. ചിരി തീർന്നപ്പോൾ ചോദിച്ചു. "എടീ, ഓണത്തപ്പനെ വയ്ക്കാൻ ഇഷ്ടിക മതിയോ?"

ഒരു ശില്പിയുടെ കരവിരുതോടെ അയാൾ അത്തപ്പൂവിടാനുള്ള തട്ട് പണിതെടുത്ത് ഉണങ്ങാൻ വച്ചു. അത്തപ്പൂക്കളം ചാണകം മെഴുകി ശുദ്ധ

മാക്കി.

ഉത്രം. രാത്രി അയാൾ കൊച്ചുമോളോടു പറഞ്ഞു: "നീലിമമോളേ, നാളെ അത്തമാ... വെളുപ്പിനെണീക്കണം. നമുക്കു രണ്ടുപേർക്കും കൂടി തൊടിയിലും തോട്ടിലുമൊക്കെ നടന്ന് പൂവേ പൊലി പാടി, പൂ ശേഖരിച്ചു കൊണ്ടുവരണം."

നീലിമ കളിത്തോക്കിൽ അഭ്യാസങ്ങൾ തുടർന്നുകൊണ്ടു ചോദിച്ചു. "വാട്ട് ഈസ് അത്തം?"

അയാൾ കുട്ടിയുടെ നെറുകയിൽ ഉമ്മവച്ച് അത്തത്തെപ്പറ്റി ഓണത്തെപ്പറ്റി അവളെ ബോധവതിയാക്കാൻ ശ്രമിച്ചു.

അത്തം. നാലര വെളുപ്പിന് രാമൻകുട്ടി പിടഞ്ഞെണീറ്റു. അയാൾ ആവതു ശ്രമിച്ചിട്ടും നീലിമ കൺ തുറന്നില്ല. ഓരോ വിളിക്കും അവൾ പുതപ്പിനുള്ളിലേക്കു കൂടുതൽ ചുരുണ്ടു.

സഹികെട്ട മട്ടിൽ മകൾ രോഹിണി പറഞ്ഞു: "കുഞ്ഞുറങ്ങട്ടെ. ഇത്ര നേർത്തേ ഉണർത്തിയാൽ ശരിയാവില്ല."

അയാൾ ഒന്നും മിണ്ടാതെ ഉമ്മറത്തെത്തി. തെങ്ങോലയിൽ മെടഞ്ഞെടുത്ത പൂക്കുടയുമായി തൊടിയിലേക്കു നടന്നു.

രാമൻകുട്ടി ദശപുഷ്പങ്ങളെ ഓർത്തു. അവയിൽ ഒന്നെങ്കിലും കിട്ടിയാൽ മഹാഭാഗ്യം. മൊസാന്ത, ഹൈഡ്രാഞ്ചിയ, ബോഗൺവില്ല. ഏതു കുടിലിലും ഈ മദാമ്മമാരേയുള്ളൂ. വാടാമല്ലി, കനകാംബരം, രാജമല്ലി ആ പേരുകൾ കൂടി മറന്നു.

തെച്ചിയും കാട്ടുമുല്ലയും അമ്പരത്തിയും കൊണ്ടു കുട നിറച്ച് രാമൻകുട്ടി മടങ്ങിവന്നു.

നീലിമ ഇറയത്ത് കുനിഞ്ഞിരിപ്പുണ്ട്. മുന്നിൽ ഒരു പുസ്തകവും.

ചാണകം മെഴുകിയ വൃത്തത്തിൽ പൂക്കുട വച്ചിട്ട് അയാൾ കുട്ടിയെ വിളിച്ചു. "ഓടി വാ മോളേ, അത്തപ്പൂവിടാം." കുട്ടി ചലിച്ചില്ല.

"വാ മോളേ നല്ല രസമുണ്ടാവും. എന്തെല്ലാം പൂക്കളാ ഈ കൂടയിലെന്നു നോക്കൂ."

കുട്ടി പുസ്തകത്തിലെ എന്തോ കണ്ണുനട്ടു പുഞ്ചിരിതൂകി. അയാൾ മുട്ടിപ്പായി വിളിച്ചപ്പോൾ അവൾ മുഖമുയർത്താതെ നീരസം വ്യക്തമാക്കുമാറ് പറഞ്ഞു.

"ഞാൻ കോമിക്സ് നോക്കുകാ."

അയാൾക്ക് അരിശം വന്നു: "എന്തു കോമിക്സ്? ഇതിനേക്കാൾ രസമാ അത്?"

"യെസ് ദ അഡ്വഞ്ചർ ഓഫ് ഹനുമാൻ... ദാ മങ്കി മിനിസ്റ്റർ യു നോ."

നടുമുറ്റത്ത് ഒറ്റയ്ക്കു കുന്തിച്ചിരുന്നു പൂവിതളുകൾ നിരത്തുമ്പോൾ രാമൻകുട്ടിയുടെ കാൽമുട്ടു വേദനിച്ചു. കഴുത്തിലും ഒരു പിടുത്തം. ഭാര്യയെ

സഹായത്തിനു വിളിച്ചാൽ അവൾ ചീറിയേക്കും. രോഹിണിമോൾ നിലത്തു കുന്തിച്ചിരിക്കാവുന്ന പരുവത്തിലുമല്ല. അയാൾ ദിശകൾ മാറി മാറി ചമ്രം പടിഞ്ഞിരുന്നു പൂ നിരത്തി. ശരീരത്തിന്റെ അരുതായ്മകളെ അഗണ്യമാക്കുന്നൊരാവേശം. ആ സിരകളിലുണർന്നു. പണി കഴിഞ്ഞപ്പോൾ നീണ്ടു നിവർന്നുനിന്ന് സാഭിമാനം ഭാര്യയെ നോക്കി.

വൈകീട്ട് നിശ്ചലം തൂങ്ങുന്ന ഊഞ്ഞാൽ കണ്ടപ്പോൾ രാമൻകുട്ടിക്കൊരു വല്ലായ്മ. അയാൾ നീമിലയെ വിളിച്ചു.

"വാ മോളേ അപ്പൂപ്പൻ ആട്ടാം. മാവേലിപ്പാട്ടും പാടിത്തരാം."

കുട്ടി അമ്മയെ നോക്കി.

"വേണ്ടച്ഛാ. മോളു തലചുറ്റിവീഴും." രോഹിണി തടഞ്ഞു.

"പിന്നെ! വീണുപോവും! നീ എത്ര വീണിട്ടുണ്ട്. തുലാമാസമായാലും ഊഞ്ഞാലഴിക്കാൻ നീ സമ്മതിക്കുമായിരുന്നില്ലല്ലോ."

അയാൾ നീലിമയേയും എടുത്തു നടന്നു. കുട്ടിയെ ഊഞ്ഞാലിലിരുത്തി മൃദുവായി ആട്ടിത്തുടങ്ങി. നീലിമയുടെ ഭയം കതിരിട്ട കണ്ണുകൾ ഇറയത്തു നില്ക്കുന്ന അമ്മയുടെ മുഖത്തായിരുന്നു. രാമൻ ഈണത്തിൽ 'മാവേലി നാടു വീണീടും കാലം' പാടി. പിന്നെ 'ഓമനക്കുട്ടൻ ഗോവിന്ദൻ.'

രോഹിണി കണ്ണുരുട്ടുന്നത് സ്വയം മറന്ന പിതാവ് കണ്ടില്ല. നീലിമ കരയാൻ തുടങ്ങിയപ്പോൾ അയാൾ പാട്ടിൽ നിന്നിറങ്ങി. ഊഞ്ഞാൽ നിശ്ചലമായി. വലിയ വയറും താങ്ങി രോഹിണി മുറ്റത്തെത്തിയിരുന്നു. അവൾ കുഞ്ഞിനെ കൈക്കു പിടിച്ചു നിലത്തിറക്കിക്കൊണ്ടു പറഞ്ഞു. "മതി മോള് പേടിക്കും."

രാമൻകുട്ടി ഇതികർത്തവ്യതാമൂഢനായി നിന്നു. പിന്നെ സമാശ്വസിച്ചു. മറ്റു കുട്ടികൾ വന്നോട്ടെ. ഊഞ്ഞാലാടൻ മത്സരമായിരിക്കും. പിണക്കം തീർക്കാനേ നേരമുണ്ടാവൂ..

രാത്രി മുറ്റത്ത് അനാഥമായി നില്ക്കുന്ന ഊഞ്ഞാലിനെ നോക്കി ഓരോ മനോരാജ്യങ്ങളിൽ മുഴുകി രാമൻകുട്ടി വരാന്തയിലിരുന്നു.

പണ്ട്, നിലാവിൽ ആകാശംമുട്ടെ ഊഞ്ഞാലിൽ പന്തയംവച്ചുപറന്നതും അയൽപക്കത്തെ പെൺകിടാങ്ങളെ തലയ്ക്കു മുകളിലൂടെ പറപ്പിച്ചു വിറപ്പിച്ചതും ഒരിക്കൽ വീണു കൈയൊടിഞ്ഞതും.

"എന്താ നിരീച്ചോണ്ടിരിക്കണെ? കെടക്ക്ണില്ലേ?"

പത്മാവതിയുടെ ചോദ്യത്തോടൊപ്പം കൈയോന്നിയിട്ടു കാച്ചിയ എള്ളെണ്ണയുടെ മണമെത്തി. അയാൾ ശബ്ദം താഴ്ത്തി പറഞ്ഞു:

"നീ വാ... നമുക്കിത്തിരി ആടാം."

"അയ്യോ!" അയാൾ വാപൊത്തി. "എണീറ്റു വരണം. പ്രാന്തു പറയാതെ." അവൾ നടന്നു.

"പക്ഷേ, അയാൾ എണീറ്റില്ല. ഈയിടെയായി മനസ്സിൽ വന്നു മുട്ടുന്ന

മോഹങ്ങളെപ്പറ്റി ചിന്തിച്ച് വിസ്മയം കൊള്ളുകയായിരുന്നു. ഒരു ഓലപ്പുരയിൽ ചാണകം മെഴുകിയ നിലത്തിരുന്ന് കൂട്ടുകാരോട് കൊച്ചുവർത്തമാനം പറയണം. പുഴയിൽ ഒച്ചവച്ചു നീന്തി കുളിക്കണം. മണ്ണെണ്ണ വിളക്കിന്റെ വെട്ടത്തിൽ നിലത്തിരുന്നുണ്ണണം. തുറസ്സായ ഇറയത്തോ വരാന്തയിലോ കിടന്ന് നക്ഷത്രങ്ങളെ നോക്കി നോക്കി ഉറക്കത്തിലാണ്ടുപോണം. ഓണപ്പന്തും കിളിത്തട്ടും കളിക്കണം.

പുറത്ത് പറഞ്ഞാൽ പത്മാവതിപോലും കളിയാക്കും. മനസാ അവ ഓരോന്നിന്റെയും രസം നുണഞ്ഞു നുണഞ്ഞ് രാമൻകുട്ടി ഇരുന്നു.

രാവിലെ കിട്ടുന്നു സോമന്റെ കത്ത്, ലക്ഷദ്വീപിൽ നിന്ന് വല്യ ജോലിത്തിരക്കാണ്. അടുത്ത ഓണത്തിന് വന്നാൽ പോരേ?

ഉടനെ പോസ്റ്റാഫീസിലേക്ക് പാഞ്ഞു. കമ്പിയടിച്ചു: "വരണം വന്നേ തീരൂ."

ഒരു മുഴം നീട്ടിയെറിഞ്ഞേക്കാമെന്നു കരുതി മറ്റു രണ്ടനുജന്മാർക്കും. അളിയനും അതേ സന്ദേശം തന്നെ കമ്പിമാർഗ്ഗം വിട്ടു. വരണമെന്ന് താൻ പറഞ്ഞാൽ അവർക്ക് വരാതിരിക്കാനാവില്ലെന്ന് രാമൻകുട്ടിക്കറിയാം.

കമ്പിയെപ്പറ്റി പറഞ്ഞപ്പോൾ പത്മാവതി ചോദിച്ചു. "അവർക്കൊക്കെ ഓരോ ബദ്ധപ്പാടു കാണും. എന്തിനു നിർബ്ബന്ധിക്കുന്നു?"

"എല്ലാവരും ഒന്നൊത്തുകൂടിയിട്ട് എത്ര കാലമായി! അമ്മ മരിച്ചപ്പോ എല്ലാവരും വന്നു. ആ സങ്കടത്തിനിടയിലും അപ്പൊ മനസ്സിനെന്തൊരു നെറവായിരുന്നു. ഞങ്ങളെ ചെറുപ്പകാലത്ത് ഈ വീട്ടിനുള്ളില്..."

ആ സംഭാഷണം നീണ്ടുപോയി.

നാളുകൾ കടന്നുപോകേ അയാൾക്ക് നേരിയ ആശങ്കയും വേവലാതിയും തോന്നാതിരുന്നില്ല ആരെങ്കിലും വരാതിരിക്കുമോ?

നിത്യവും നൂറുവട്ടം അയാൾ സ്വയം പറഞ്ഞുറപ്പിക്കും. "വരും. എങ്ങനെ വരാതിരിക്കും."

കുറേ പന്തുകളുമായി അയാൾ കയറി വന്നപ്പോൾ പത്മാവതി ചിരിച്ചു. "ചിരിക്കണ്ട. തോൽപ്പന്തും റബ്ബർപന്തുമൊക്കെയുണ്ട്. ഇതിനു തന്നെയാണ് ഈ മുറ്റമെല്ലാം ചെത്തി മിനുക്കിയത്."

ഒരു റബ്ബർ പന്ത് നിലത്തെറിഞ്ഞു. തട്ടിക്കളിച്ച് കൊണ്ട് അയാൾ പറഞ്ഞു.

"ഞങ്ങള് വാഴനാരുകൊണ്ട് സ്റ്റൈലായിട്ട് പന്തുണ്ടാക്കുമായിരുന്നു. കാലിന് അതാ സുഖം. രാജൻ അതിന്റെ എക്സ്പർട്ടാ. അവൻ വന്നോട്ടെ ആ വിദ്യ മറന്നുപോയിട്ടുണ്ടാവില്ല."

കേട്ട രാവിലെ അത്തപ്പൂവിട്ടു കഴിഞ്ഞ് അയാൾ മുറ്റം ഒന്നുകൂടി മിനുക്കി. ക്ഷീണം മാറാൻ മാവും ചാരി നില്ക്കെ കണ്ണുകൊണ്ടൊരു സർവ്വേ നടത്തി. കിളിത്തട്ടും ഓണപ്പന്തും കുടുകുടുവും ഒരേ സമയം കളിക്കാം. ഊഞ്ഞാലാട്ടം ഈ കളിക്കൊന്നും തടസ്സമാവില്ല. ആ മുറ്റം

മുഴുവൻ കുട്ടികൾ കൂത്താടുന്നത് അയാൾ മനസ്സിൽ കണ്ടു.

പൂരാടം. രാവിലെ മുതൽ രാമൻകുട്ടിക്കൊരു വേവലാതി. ആരെങ്കിലും വരാതിരുന്നാലോ പെട്ടെന്നെന്തെങ്കിലും അസൗകര്യം... അമംഗളമായി ട്ടൊന്നും സംഭവിക്കില്ല. അയാൾ പരദൈവങ്ങളെ പലവട്ടം ധ്യാനിച്ച് ഇട വഴിയിൽ കാറിന്റെ ഇരമ്പലിനു കാതോർത്തു നിന്നു.

പത്മാവതിയോടു നാലു ദിവസത്തെയും ഭക്ഷണത്തിന്റെ വിശദാം സങ്ങൾ ചർച്ച ചെയ്തു. ഉത്രാടത്തിന് അടപ്രഥമൻ. തിരുവോണത്തിന് മൂന്നുകൂട്ടം വേണം. കടല, പഴം, പാൽ പായസം, അവിട്ടത്തിന് ചക്ക പ്രഥമൻ, നാലാമോണത്തിന് സേമിയ മതി.

ഉച്ചതിരിഞ്ഞപ്പോൾ ഒരു ഹോൺ കേട്ട് മുറ്റത്തോടിയെത്തി. വളവു തിരിഞ്ഞ് കാർ പ്രത്യക്ഷമായി. രാമൻകുട്ടി വീർപ്പടക്കി നിന്നു. ജയനും കുടുംബവും ഇറങ്ങിവന്നു. അയാൾ ഓടിച്ചെന്ന് ഇളയകുട്ടിയെ വാരിയെ ടുത്തു.

സന്ധ്യയോടെ ലക്ഷദ്വീപിൽനിന്ന് സോമൻ സകുടുംബമെത്തി. വന്ന വരൊക്കെ നേരിയ കുശലപ്രശ്നങ്ങൾക്കുശേഷം അവരവർക്കായി തയ്യാ റാക്കിയിരുന്ന അറകളിലൊതുങ്ങി, കുട്ടികൾപോലും. യാത്രാക്ഷീണംകൊ ണ്ടാവും. ശല്യപ്പെടുത്തേണ്ടെന്ന് രാമൻകുട്ടിയും കരുതി. ഇനിയും വന്നെ ത്താത്ത രാജനും സഹോദരിയും അയാളുടെ ചിന്താമണ്ഡലകാകെ നിറഞ്ഞു നിന്നു.

പാതിരയ്ക്ക് യാത്രയുടെ യാതനകളും പാടിക്കൊണ്ട് അവരും വന്നെത്തി. ഉറക്കത്തിലേക്കു പോവുകയും ചെയ്തു.

ഉത്രാടം പുലർന്നിട്ടും ആരും എണീറ്റില്ല. കുട്ടികൾ ഉണർന്നുവരാൻ വേണ്ടി രാമൻകുട്ടി പൂക്കൂടയുമായി കാത്തുനിന്നു. വെയിലിനു ചൂടു പകർന്നപ്പോഴാണ് ഓരോരുത്തരായി മാളം വിട്ടിറങ്ങി വന്നത്.

ഇറയത്ത് ഓരോ കസാലകളിൽ ചടഞ്ഞുകൂടി പത്രങ്ങളിൽ അലസ മായി കണ്ണുപായിക്കുന്ന അനുജന്മാരെ നോക്കി രാമൻകുട്ടി അത്ഭുതപ്പെട്ടു. പണ്ട് ഇവരാരും ഇങ്ങനെയായിരുന്നില്ല. ജയനും സോമനും തമ്മിൽ എന്തിനും തർക്കിക്കുമായിരുന്നു. രാഷ്ട്രീയമായാലും വേദാന്തമായാലും ഒരേ ആവേശത്തോടെ വാഗ്വാദം നടത്തും. വഴിയേറെ നടന്നു തളർന്ന വരെപ്പോലുള്ള അനുജന്മാരുടെ ഇരിപ്പ് അയാളെ വേദനിപ്പിച്ചു.

അത്തപ്പൂവിടാൻ അയാൾ കുട്ടികളെ ക്ഷണിച്ചു. ചിലർ വന്ന് കൗതു കപൂർവ്വം നോക്കിനിന്നു. ജയന്തിയുടെ മകൾ അമ്മാവനെ സഹായിക്കാ നൊരുങ്ങി. അവൾ അരളിപ്പൂ കൈയിലെടുത്തപ്പോഴേക്കും അമ്മയുടെ നിരോധനാജ്ഞയെത്തി. “എടീ നീയാ പൂവെടുക്കുന്നോ? നിനക്കത് അലർജിയല്ലേ?”

കുട്ടി പൂ തിരികെ ഇട്ട് എണീറ്റ് പരുങ്ങിനിന്നു.

ഉച്ചയ്ക്ക്, ഇടനാഴിയിലൂടെ പോകുമ്പോൾ സോമന്റെ ഭാര്യയുടെ

ശബ്ദം മുറിക്കുള്ളിൽ നിന്ന്: "നിങ്ങടെ ഏട്ടനെന്താ ഒരു പിരിയെളക്കം?" സോമൻ അതിന് മറുപടി പറഞ്ഞില്ല.

"ജയന്റെ ഭാര്യ പത്മാവതിയോടു പറഞ്ഞതും കാതിലെത്തി. "ഞങ്ങളുടെ മലയാള സമാജം വക ഓണാഘോഷമുണ്ടായിരുന്നു. ഹോട്ടൽ ടാജിൽ, സെവൻകോഴ്സ് ഡിന്നർ, പിന്നെ കാബറെ, റഷ്യൻ ബാലെയും."

ഓടി നടന്ന് പെൺകിടാങ്ങളോട് അയാൾ പറഞ്ഞു: "നിങ്ങൾക്കു വേണ്ടിയാ ഊഞ്ഞാല് കെട്ടിയത്. വരിൻ വന്നിരുന്ന് ആടിൻ."

അവർ പരസ്പരം നോക്കിയും അമ്മമാരെ ഒളിഞ്ഞു നോക്കിയും നിന്നതല്ലാതെ മുന്നോട്ടു വന്നില്ല. രാജന്റെ മകൾ പറഞ്ഞു: "വല്യച്ഛൻ ഞങ്ങൾക്ക് കാരംസ് വാങ്ങിത്തരൂ. കാർഡ്സായാലും മതി. വല്ലാണ്ട് ബോറടിക്കുന്നു."

രാമൻകുട്ടി പന്തുകളുമെടുത്ത് ആൺകുട്ടികളെ തേടി നടന്നു. ആരെയും വീട്ടിനുള്ളിൽ കണ്ടില്ല. മുറ്റത്തൊരു ബഹളം കേട്ട് അങ്ങോട്ടു ചെന്നു. ആൺകുട്ടികൾ വിക്കറ്റു നാട്ടി ക്രിക്കറ്റു കളിക്കുന്നു. "ഇതൊക്കെ കെട്ടിച്ചുമന്നു കൊണ്ടുവന്നോ" എന്നു ചോദിച്ചുകൊണ്ട് അയാൾ കളിക്കളത്തിലെത്തി. ആ കടന്നുകയറ്റം പയ്യന്മാർക്ക് രസിച്ചില്ല.

അയാൾ സഗൗരവം പറഞ്ഞു: "ഓണത്തിനു കളിക്കേണ്ടത് ക്രിക്കറ്റും ഹോക്കിയുമല്ല ഓണപ്പന്താണ്. ദാ ഞാൻ വാങ്ങിവച്ചിട്ടുണ്ട്."

കുട്ടികൾ കളിയാക്കി ചിരിച്ചു.

ഒരു ചെക്കൻ അയാളെ തള്ളിമാറ്റി. "ഒന്നു മാറി നില്ല് നാശം. ഞങ്ങള് കളിക്കട്ടെ."

വേറൊരുത്തൻ ചോദിച്ചു.

"ബാറ്റു ചെയ്യുന്നോ?'

തലമുതിർന്നവർ കല്പിച്ചു: "ലീവ് ഹിം."

കുട്ടികൾ അയാളെ അവഗണിച്ചു വീണ്ടും കളിയാരംഭിച്ചു. അയാൾ ഒന്നും മിണ്ടാതെ വീട്ടിനുള്ളിലേക്കു നടന്നു.

രാജൻ കാതിലൊരു ട്രാൻസിസ്റ്റർ ചേർത്തുപിടിച്ച് ക്രിക്കറ്റ് കമന്ററി കേൾക്കുന്നു. സോമനും രാഘവനും നിശ്ശബ്ദം ചെസു കളിക്കുന്നു. ഒരു വാരികയുടെ താളുകൾ അലസം മറിച്ചുനോക്കി നേരം കൊല്ലുകയാണ് ജയൻ. പെണ്ണുങ്ങൾ അവരവരുടെ അറകൾക്കുള്ളിൽ ചടഞ്ഞു കൂടിയിരിക്കുകയാണ്. പത്മാവതി മാത്രം ദേഹണ്ഡിക്കുന്നു. വീടിനുള്ളിലെ ഉദാസീനമായ നിശ്ശബ്ദത രാമൻകുട്ടിക്ക് അസഹ്യമായി. അയാൾ അനുജന്മാരോട് സ്നേഹപൂർവ്വം പറഞ്ഞു.

"എല്ലാവരും എണീറ്റുവരിൻ. നമുക്ക് തലപ്പന്തു കളിക്കാം. ഒന്നാന്തരം തോൽപ്പന്തു വാങ്ങിവച്ചിട്ടൊണ്ട്. നല്ല തമാശയായിരിക്കും. വാടാ ജയാ. നീയല്ലേ പഴയ ചാമ്പ്യൻ."

പ്രത്യുത്തരം എല്ലാ മുഖങ്ങളിലും നേരിയെ പുഞ്ചിരി മാത്രം.

ചെസിൽനിന്നു മുഖമുയർത്താതെ സോമൻ അറിയിച്ചു: "പ്രഷറും കൊണ്ട് പന്തടിക്കാനിറങ്ങിയാൽ കളികൊഴുക്കും."

രാമൻകുട്ടി തോല്പ്പന്തു മുകളിലേക്കെറിഞ്ഞുപിടിച്ച് പ്രലോഭിപ്പിച്ചിട്ടും ആരും അനങ്ങിയില്ല.

അയാൾ വനിതകളെ ഓരോരുത്തരെയായി സമീപിച്ച് പറഞ്ഞു: "നിങ്ങൾക്കുവേണ്ടിയാ ഊഞ്ഞാലിട്ടത്. നാലുമൊഴി പാടി ആടിൻ. ഈ വീട്ടിലും ഓണം വരട്ടെ."

ജയന്തി മാത്രം മറുപടി പറഞ്ഞു. "ഞങ്ങള് കയറി ആടിയാല് മാവിന്റെ കൊമ്പൊടിയും."

ഉച്ചയ്ക്ക് എല്ലാപേർക്കും തൂശനിലയിട്ടു വിളമ്പി വളരെ നിർബ്ബന്ധിച്ചു ഓരോരുത്തരെയായി ഇലയുടെ മുന്നിലേക്ക് എഴുന്നള്ളിച്ചു.

സോമന്റെ പത്നി പറഞ്ഞു. "എനിക്കു പ്ലേറ്റിൽ മതി. ഈ വാഴയിലയുടെ നാറ്റം എനിക്ക് പിടിക്കില്ല. ഞാൻ മാറിയിരുന്നോളാം. നാസ്റ്റിസ്മെൽ."

അവൾ ഏറെ അകലേക്ക് കസേരയും തൂക്കിപോയി.

കുട്ടികൾ 'പരിപ്പുവേണ്ട' 'സാമ്പാറുവേണ്ട' എന്നു വിലക്കുന്നതു കണ്ട് അയാൾ അനുനയം പറഞ്ഞു. അവൾ കോഴി തീറ്റ ചിക്കിയെറിയും പോലെ ചോറിൽ വിരൽകൊണ്ടു പെരുമാറി.

രാജന്റെ മകൻ പറഞ്ഞു. "എനിക്കിത് ഇഷ്ടോല്ല. ഫ്രൈഡ്റൈസുണ്ടെങ്കിൽ തരൂ. അതില്ലെങ്കിൽ ഒരു ഗ്ലാസ് കോൾഡ് വാട്ടർ മതി."

ജയന്തി വിളമ്പി. "എന്റെ കുട്ടികള് ചിക്കനോ മട്ടനോ ഇല്ലാതെ ഒരു വറ്റു തിന്നില്ല."

"ഓണസദ്യക്കാണോ മീനും ഇറച്ചിയും! അശ്രീകരം!" പത്മാവതിക്ക് അരിശം വന്നു.

അതുകേട്ട് പെണ്ണുങ്ങൾ കളിയാക്കി ചിരിച്ചു.

ഓരോ ഇലയുടെ തുഞ്ചത്തും ശർക്കരവരട്ടിയും ഉപ്പേരിയും കരസ്പർശം കൊതിച്ചിരിക്കുന്നതുകണ്ട് രാമൻകുട്ടിക്ക് സഹികെട്ടു.

"ഉപ്പേരി പോലും വേണ്ടാതായോ? ശർക്കരവരട്ടി നല്ല പാകത്തിലാക്കിയിട്ടുണ്ട്."

"പക്ഷേ, നമ്മുടെ പല്ലിന്റെ പാകം പോരല്ലോ ചേട്ടാ." രാഘവന്റെ മറുപടി കൂട്ടച്ചിരി.

പ്രഥമനുമുമ്പേ മിക്കപേരും ഇലമടക്കി. രാമൻകുട്ടി നെഞ്ചു തകർന്നു പറഞ്ഞു. "നിങ്ങളെന്താ കാട്ടണെ? പ്രഥമൻ... അടപ്രഥമൻ..."

രാജൻ ശാന്തനായി ചൊല്ലി: "കൊതിയില്ലാഞ്ഞിട്ടല്ല ചേട്ടാ... മധുരം കയ്പാണെന്നാ ഡോക്ടറുടെ കല്പന. പിള്ളേർക്കിതൊന്നും വയറ്റിനു പിടിക്കില്ല."

ആളൊഴിഞ്ഞ കസേരകളെയും വിഭവസമൃദ്ധമായ ഇലകളെയും നോക്കി രാമൻകുട്ടി തെല്ലുനേരം നിന്നു.

ജയന്റെ അറയിൽനിന്ന് കുട്ടിയുടെ ചിണുങ്ങൽ പൊങ്ങി. "മമ്മീ എനിക്കു നൂഡിൽസ് ഉണ്ടാക്കിത്താ... വെശക്ക്ണു."

പത്മാവതി ആരോടെന്നില്ലാതെ പുലമ്പിക്കൊണ്ട് എച്ചിൽ മാറ്റി.

ഏകാന്തമായി വെയിൽ കാഞ്ഞു കിടക്കുന്ന മുറ്റത്തെയും ആട്ടം മറന്ന ഊഞ്ഞാൽവള്ളിയെയും നോക്കി, ചിന്ത മരവിച്ച് രാമൻകുട്ടി ഇരുന്നു.

സായാഹ്നമായി. പെട്ടെന്നൊരു ഉൾവിളി. ഒരാവേശം അയാൾ ചാടിയെണീറ്റു. അകത്തേക്കു പാഞ്ഞു. ഒരു റബ്ബർപന്തുമെടുത്തു പുറത്തേക്ക്.

ചെത്തി മിനുക്കിയ നിലത്തിറങ്ങി മതിലിനെ എതിരാളിയായി സങ്കല്പിച്ച് പന്തെറിഞ്ഞു. മതിലിൽ തട്ടി തിരികെവന്ന പന്തിനെ കാലുമടക്കി ആഞ്ഞടിച്ചു.

ചില വായ്ത്താരികൾകൊണ്ട് മതിലിനെ ഉത്സാഹിച്ചും ഇടയ്ക്കിടെ മത്സരിച്ചും പന്തടിച്ചു.

ആ ശബ്ദാഘോഷം കേട്ട് പൊന്തകളിൽ ആലസ്യം പൂണ്ടിരുന്നവർ ഇറയത്തോടിവന്ന് വായ്പൊളിച്ചു നിന്നു.

രാമൻകുട്ടി അതൊന്നുമറിഞ്ഞില്ല ഉത്സാഹം മുറ്റി, ആവേശം വിങ്ങി, തുള്ളിച്ചാടിച്ചാടി പന്തടിച്ചുകൊണ്ടേയിരുന്നു.

എന്റെ പരദൈവങ്ങൾ

നേർത്ത പാടം. പാടത്തിൻകരയിൽ കൈചൂണ്ടിപ്പാറ. അതായത് മൂന്നു പാറകൾ. മാടനും യക്ഷിയും ഭൂതവും. ആ ത്രിമൂർത്തികൾ ഞങ്ങടെ പരദൈവങ്ങൾ. മാനംമുട്ടി നില്ക്കുന്ന ആ ഇരുണ്ട രൂപങ്ങൾക്കുനേരെ അബദ്ധത്തിലെങ്ങാൻ കൈചൂണ്ടിപ്പോയാൽ വിരൽ പത്തും വായ്ക്കുള്ളിലാക്കി അമർത്തി കടിക്കണം. അതത്രേ പാപപരിഹാരം.

ആ ദൈവങ്ങൾ നാടിനെ കാത്തു. നെല്ലും തേങ്ങയും വിളയിച്ചു. പനകളിൽ അക്കാനി നിറച്ചു. മനം പോലെ മഴയും വെയിലും കൊണ്ടുവന്നു. നടുവിൽ നില്ക്കുന്ന യക്ഷിയമ്മയായിരുന്നു മൂവരിലും ഉഗ്രതയാണ്ടവൾ.

ആവണിയിലാണ് പെരുംകെടുതി. അന്ന് പാറകൾക്കു മുന്നിൽ മുരിക്കിൻകമ്പു നിറുത്തി, കുരുത്തോല മെടഞ്ഞു വളച്ചുവയ്ക്കും. കുരുത്തോലയിൽ പ്ലാവില കെട്ടി തോരണം ചാർത്തും. എട്ടുദിക്കിലും പന്തം കൊളുത്തി നിർത്തും. കരടിയും മുരശും കൊട്ടി മൂർത്തികളെ ഉണർത്തും.

കോരൻപൂശാരി തുള്ളി ഉറയും. നേർച്ചക്കോഴികളുടെ കഴുത്തു കടിച്ച് രക്തം കുടിക്കും. രക്തംമുറ്റിയ കോഴിയെ തലയ്ക്ക് മൂന്നുരു ചുറ്റിച്ചുഴറ്റിയെറിയും. ആ പക്ഷികൾ ഇഴഞ്ഞ് പറന്ന് ഓടി പാറകളെ പ്രദക്ഷിണം വയ്ക്കും. മൂന്നു വലംവച്ച് യക്ഷിയമ്മയ്ക്ക് മുമ്പിൽ കിടന്നു പിടയും. പടികർമ്മികൾവന്ന് ആ പ്രാണികളുടെ തല വെട്ടിമാറ്റും. കബന്ധങ്ങൾ വീണ്ടും പിടയും. പിടഞ്ഞമരുമ്പോൾ വാലും പൂടയും പറിച്ചെറിഞ്ഞ് ബലിക്കല്ലിൽ വച്ചു കൊത്തി നുറുക്കി ചട്ടിയിലിട്ടു പച്ചരിയും ചേർത്തു വേവിക്കും.

ഇറച്ചിവെന്ത മണം പൊങ്ങുമ്പോൾ കോരൻപൂശാരി ചിലമ്പു കുലുക്കി വാളിളക്കി വീണ്ടും തുള്ളിത്തുടങ്ങും. മാംസം തുള്ളുന്ന ഉരുളി

യേന്തി നൃത്തം ചവിട്ടും. വഴിപാട് ചോറ് നാക്കിലകളിൽ കോരി ദൈവങ്ങൾ മൂവർക്കും നേദിക്കും. തുള്ളലിന്റെ ഉശിരിനൊത്ത് ആർപ്പും കുരവയും വാദ്യഘോഷങ്ങളും തിമിർക്കും.

കോമരം ഉറഞ്ഞുനില്ക്കുന്ന പൂശാരി ഭക്തരായ മക്കളുടെ സങ്കടത്തിന് പരിഹാരം പറയും. ചിലത് കരഞ്ഞുകൊണ്ട്, മറ്റു ചില കാര്യങ്ങൾ അട്ടഹസിച്ചുകൊണ്ട്, വിശ്വാസമില്ലാത്ത നിഷേധികൾക്ക് നേരെ ഭീഷണി മുഴക്കും. ചിലരെ ശപിക്കും.

ഏറ്റവും ഒടുവിൽ ഗുരുസി. ഗുരുസി തീരുമ്പോൾ പൂശാരി യക്ഷിയമ്മയുടെ കാലിൽ ബോധംകെട്ടുവീഴും. കമുകിൻപൂക്കുലയിൽ വെള്ളം കോരി തളിച്ചും പാളകൊണ്ടു വീശിയും ഭക്തർ പൂശാരിയെ ഉണർത്തും.

നിവേദ്യച്ചോറും ഇറച്ചിയും തിന്ന് അമ്മയെ ഒന്നുകൂടിതൊഴുത് ജനം നാട്ടുവെളിച്ചത്തിൽ കുടികളിലേക്കു മടങ്ങും.

ചൊവ്വയും വെള്ളിയും നട്ടുച്ചയ്ക്കും സന്ധ്യക്കും ആരും ചൂണ്ടിപ്പാറയുടെ ചുറ്റുവട്ടത്തു പോവുകയില്ല. പ്രത്യേകിച്ചും പൈതങ്ങൾ. പോയാൽ പനിക്കും, പിച്ചും പേയും പറയും. പിന്നെ പൂശാരി വന്ന് തിരുനൂറിട്ടാലേ എണീറ്റു നടക്കൂ.

ചൂണ്ടിപ്പാറയുടെ തെക്ക് വിശാലമായ കുളം. അർദ്ധരാത്രി മൂവരും അവിടെച്ചെന്നു നീരാടും. നീരാട്ടുകഴിഞ്ഞെത്തുമ്പോൾ ഭൂതവും മാടനും അമറും. യക്ഷിയമ്മയും മൂന്നുമൊഴി കുരവയിടും.

മിക്ക വീട്ടിലും യക്ഷിയെ കുടിയിരുത്തിയ തെക്കതുണ്ട്. എല്ലാ പറമ്പിലും മാടന്റെ വാസമുള്ള കരിമ്പനകളുണ്ട്. ഒറ്റമുലച്ചി, മറുത, കൊച്ചുപവതി എന്നിങ്ങനെ വേറെയും കുട്ടിദൈവങ്ങൾ, അങ്ങിങ്ങു പാർക്കുന്ന ഇവരൊക്കെ രാത്രി ചൂണ്ടിപ്പാറയിലേക്ക് ചെല്ലും. അവരുടെ അരശരെ കാണാൻ. ചില ദിവസം നീരാട്ടിന് അവരും കൂടും. പിറ്റേന്ന് വെള്ളം കലങ്ങിമറിഞ്ഞ കുളം കണ്ടാലറിയാം. പല രാത്രിയിലും തലയിൽ മാണിക്കക്കല്ലുള്ള സർപ്പങ്ങളും അങ്ങോട്ടു പാഞ്ഞുപോകുന്നതു കാണാം.

യക്ഷിപ്പാറയുടെ തലയിൽ ഒരു ആൽമരം പന്തലിച്ചു വളർന്നു നിന്നു. ഇരുളിലോ മരത്തിന്റെ കൊമ്പുകളിൽ മിന്നാമിനുങ്ങുകൾ തിളങ്ങും. അകലെനിന്നു നോക്കിയാൽ പേടിയാകും. യക്ഷിയമ്മ മുടിയാകെ തീക്കനൽ വാരിയണിഞ്ഞ് നൃത്തം ചവിട്ടുംപോലെ.

പാറകളുടെ അടുത്തെങ്ങും അന്നും ഇന്നും ആൾപ്പാർപ്പില്ല. പാടത്തിനക്കരെ തലപ്പുലയന്റെ മാടം. പത്തുവയസ്സുള്ള പുലയക്കിടാത്തൻ ഇടയ്ക്കിടെ പറയും: "ഇന്നലെ ഞാൻ ഇറയത്തു കൊടുക്കുമ്പോ യക്ഷിയമ്മ കുളിച്ചുവന്ന് കൊരവയിടണതു കേട്ട്, എണീറ്റിരുന്നു നോക്കുമ്പോ മൂന്നുപേരുമൊണ്ട്. മാടൻതമ്പ്രാന് നെട്ടപ്പനേടെ ഒയരം. ഭൂതത്താന് ആനേക്കാളും വണ്ണം. യക്ഷിയമ്മയ്ക്ക് വടക്കേവീട്ടിലെ തമ്പ്രാട്ടിയേക്കാളും ചന്തം. ഞാൻ കിടുങ്ങി വെറങ്ങനെ കെടക്കുമ്പോ പാറ മൂന്നും പെലർന്ന് മൂന്നുപേരും അടുത്തുകേറി പെയ്."

ഉൾക്കിടിലത്തോടെ ഞങ്ങൾ പറയും. "സത്യം ചെയ്യ്" "മുടിപ്പുര

പൊന്നമ്മച്ചിമാരാണെ, കണ്ണുദൃഷ്ടിയാണെ—" അവൻ സ്വന്തം തലയിലടിച്ചു സത്യം ചെയ്യും.

മുടിപ്പുര അമ്മച്ചിമാർ യക്ഷിയേക്കാൾ ഉഗ്രമൂർത്തികൾ. ശാന്തരൂപിണിയായ ഏട്ടത്തിയും കോപിഷ്ഠയായ അനിയത്തിയും. നാട്ടിലെ ചിന്നദൈവങ്ങൾക്ക് അവരെ പേടിയാണ്. ഭദ്രകാളിയല്ലേ. കാളി പിണങ്ങിയാൽ മാവിലയിൽപ്പോലും വസൂരി കുരുത്തുപൊങ്ങും. അമ്മച്ചിമാരെ പിടിച്ച് ആരും കള്ള ആണയിടുകയില്ല.

ശൂരനായ ആ ചെറുമനെ ഞങ്ങൾ അന്തംവിട്ട് നോക്കിനില്ക്കും.

യക്ഷിപ്പാറയുടെ മുന്നിൽ തോട്ടുവക്കിൽ താഴ തഴച്ചുനിന്നു. താഴ പൂക്കും കാലം നാടാകെ മണം കുമിയും. ഒരിക്കൽ കള പറിപ്പാൻവന്ന പുലക്കിടാത്തികൾ താഴമ്പു ഒടിച്ച് തലയിൽ ചൂടി. പാതിരായ്ക്കവർ കുടികൾ വിട്ടിറങ്ങി കുരവയിട്ടോണ്ടോടി. ഓടി ഓടി യക്ഷിപ്പാറച്ചുവട്ടിലെത്തി തലയിട്ടറഞ്ഞു.

പാടത്തിനപ്പുറം പാറകൾക്കഭിമുഖം കുന്നിൻമുകളിൽ പള്ളിവക പള്ളിക്കൂടം. ഹെഡ്മാസ്റ്റർ ആമോസ് സാറിന് ഹിന്ദുദൈവങ്ങളെ കണ്ടുകൂടാ. ശ്രീകൃഷ്ണനെ 'കള്ള'നെന്നേ വിളിക്കൂ. ഭൂതവും മാടനും യക്ഷിയും സാത്താന്മാരാണെന്നും പൂജിക്കരുതെന്നും രഹസ്യമായി പറയും.

ഏഴുവെളുപ്പിന് വവ്വാലാടിയ പുന്നയ്ക്ക പെറുക്കാനും മാമ്പഴം തേടാനും പോയവരെയൊക്കെ ചിലമ്പും കിലുക്കി മാടൻ പോകുന്നതു കണ്ടിട്ടുണ്ട്. രൂപം കാണാത്തവരും ഓട്ടുമണിക്കിലുക്കം കേട്ടിട്ടുണ്ട്. നേരം തെറ്റി പനകയറാൻ ചെന്ന കാർലോസ് ത്ളാപ്പിട്ടു കേറിയത് പനപോലെ നിന്ന മാടന്റെ ഉടമ്പിലാണ്. ചുറ്റിപ്പിടിച്ചങ്ങു കയറിയതും ഒരു കുലുക്കം. തെറിച്ചുമലർന്നുവീണ പാവത്തിന്റെ നെഞ്ചെത്തൊരു ചവിട്ടും. വടി കൊണ്ട് നാഭിക്കൊരു കുത്തും കൊടുത്തു മാടനൊന്നലറി. ആ ഒച്ചകേട്ട് ആടുമാടും കോഴിയും നാടാകെ നെലവിളിച്ചു. കാർലോസിന്റെ പിണത്തിൽ ചവിട്ടിന്റെ പാടും കുത്തിന്റെ കുഴിയുമുണ്ടായിരുന്നു. പനകേറ്റക്കാരായ ഉഴക്കനും ആമ്പ്രോസും അപ്പിയാനും ചത്തത് മാടനടിയേറ്റാണ്. അവരുടെയെല്ലാം മുതുകിൽ അഞ്ചുവിരൽപ്പാടുകൾ മുരിങ്ങയ്ക്കപോലെ തിണർത്തു കിടപ്പുണ്ടായിരുന്നു.

ഭൂതത്താന്റെ കാലിൽ ആനച്ചങ്ങലയുണ്ട്. കൊമ്പനൊഴുന്നള്ളും ചേലിലാണ് നടപ്പ്. ആരേം തല്ലാത്ത ഭൂതത്തിന് മറ്റൊരു കുന്നായ്മയുണ്ട് പെണ്ണുങ്ങൾ (ചില ആണുങ്ങളും) പണവും പൊന്നും കുടുക്കയിലാക്കി വീട്ടിനുള്ളിൽ കുഴിച്ചുവയ്ക്കും. ആരുമറിയാതിരിക്കാൻ നിലം ഒന്നുകൂടെ ചാണകം കൊണ്ട് മെഴുകും. ഒടുവിലൊരുനാൾ കുഴിച്ചുനോക്കുമ്പോൾ കുടുക്ക കാലി. അച്ചതി പറ്റാതിരിപ്പാൻ കാശുപത്തുള്ളോരെല്ലാം ഭൂതത്താന് കൈക്കാണം കൊടുക്കും.

പണ്ട് പണ്ട് യക്ഷിയമ്മ നാട്ടിലെ പെണ്ണുങ്ങൾക്ക് പുടമുറിക്കും പുലകുളിക്കും തൂക്കത്തിനും തിരണ്ടതിനും അണിഞ്ഞുപോകാൻ ഉരുപ്പടി ഉരവൽ കൊടുത്തിരുന്നുപോലും. യക്ഷിപ്പാറ നടുവിൽ ഒരാൾപ്പൊക്കത്തിന്

മേലെ ഒരു ജാലകമുണ്ട്. നാലടി ചതുരത്തിൽ ആരോ കല്ലു വെട്ടി മാറ്റിയതുപോലെ വാതിൽപ്പാളിയും കല്ലിൽത്തന്നെ.

ഇരവൽ വേണ്ട പെണ്ണിന്റെ ഉടയവൻ നാലിരുട്ടുമ്പോൾ വാസനപ്പൂക്കളും കരിക്കും കരിമ്പും തൂശനിലയിൽവച്ച് ഇല തലയ്ക്കു മുകളിലുയർത്തിപ്പിടിച്ച്, യക്ഷിയമ്മയ്ക്ക് മുന്നിൽ നിന്ന് മുട്ടിപ്പായി ഇരക്കണം. കണ്ണ് നിലത്തൂന്നിവേണം നില്പാൻ. മനം തെളിഞ്ഞാൽ യക്ഷി കിളിവാതിൽ തുറക്കും. മുട്ടോളം തരിവളയണിഞ്ഞ തങ്കക്കൈകൾ നീണ്ടുവരും. ഇലയിലെ കാഴ്ചദ്രവ്യങ്ങളെടുത്തിട്ട് ആഭരണങ്ങൾ അതിൽ വയ്ക്കും. പിന്നെ ജാലകം അടയും.

മൂന്നാംപക്കം രാത്രി ആഭരണങ്ങൾ തൂശനിലയിൽവച്ച് തലയ്ക്കു മുകളിൽ പിടിച്ചുകൊണ്ട് പഴയപടിനിന്ന് അയാൾ അമ്മയെ വിളിച്ചുണർത്തണം. കിളിവാതിൽ തുറന്നു കൈകളെത്തും. ആഭരണങ്ങളെടുത്തുകൊള്ളും. നാട്ടിലെ ദരിദ്രവാസിപ്പെണ്ണുങ്ങൾപോലും അന്ന് വിവാഹമുണ്ടതും, വിരുന്നുപോയതും ആഭരണമണിഞ്ഞ് ഞെളിഞ്ഞിട്ടാണ്.

ഇരവൽ മടക്കുമ്പോൾ ഒരു സർപ്പമോതിരം പതുക്കിക്കളഞ്ഞ പാച്ചിയമ്മ കുടംകണക്ക് രക്തം ഛർദ്ദിച്ച് ചത്തു. അവളുടെ കണവൻ പേയിളകി 'മോതിരം കട്ടത് ഞാനല്ല ഞാനല്ലേ'ന്ന് തോറ്റം പാടി നടന്നു.

ഒരു സന്ധ്യക്ക് പാടത്തിനക്കരെ വലിയ വീട്ടിലെ നാരായണിപിള്ള വടക്കെ മുറ്റത്തിരുന്ന് മീൻ മുറിക്കുമ്പോ ചൂരമത്സ്യത്തിന്റെ വയറ്റിലൊരു നീർപ്പാമ്പിനെക്കണ്ടു. "അയ്യോ, ദാ കണ്ടോ കണ്ടോ" എന്നു പാവം നിലവിളിച്ചു തൊട്ടടുത്ത പറമ്പിൽ പനമുകളിലിരുന്ന അപ്പിച്ചെറുക്കനും വിളിച്ചുകൂവി: "കണ്ടേ കണ്ടേ നാനും കണ്ടേ.."

അവൻ കണ്ടത് ജാലകം തുറന്ന് ആഭരണം ഇരവലേകുന്ന തിരവളക്കൈകളാണ്. ഞൊടിയിടയിലാ തൃക്കൈകൾ ഉൾവലിഞ്ഞു. അപ്പിച്ചെറുക്കൻ കരണം നാലുമറിഞ്ഞ് നിലംപൊത്തി. കഴുത്തൊടിഞ്ഞു നാവു താണു. അരയിൽത്തിരുകിയ അരിവാൾക്കത്തി പൃഷ്ഠം പിളർന്നു. കഥകളിമുദ്രകാട്ടിയും 'ഗ്വാഗ്വാ' വിളിച്ചും മൂന്നുനാൾ കിടന്നിട്ട് അവൻ മയ്യപ്പെട്ടി പൂകി.

പിന്നൊരിക്കലും യക്ഷിപ്പാറയിലെ ആ കിളിവാതിൽ കരഞ്ഞില്ല. തുറന്നില്ല.

ഞങ്ങൾ ഒന്നാംക്ലാസിൽ പഠിക്കുന്ന കാലം. ഒരു വെള്ളിയാഴ്ച ഉച്ചയ്ക്ക് വീട്ടിൽ പോയ രാജാമണി കഞ്ഞി കുടിച്ചു മടങ്ങിവന്നത് ആലിലപോലെ വിറച്ചുകൊണ്ടാണ്. ഉരുണ്ടു വീണും പിടഞ്ഞെണീറ്റും കുന്നു കയറി സ്കൂൾ മുറ്റത്തെ ചരലിൽ അവൻ കമിഴ്ന്നുവീണു. നുരയും പതയും തള്ളി കാലിട്ടടിച്ചു.

സ്കൂൾ ഇളകി. ജോസഫ് സാർ ചെക്കനെ എടുത്തു ബഞ്ചിൽ കിടത്തി. റോസ്‌ലിടീച്ചർ അവന്റെ മുഖത്ത് വെള്ളം തളിച്ചു. ആമോസ് സാർ കല്പനയായി. "പിള്ളേരൊക്കെ മാറി നില്ക്കിൻ, കാറ്റു കിട്ടട്ടെ."

നേരമേറെക്കഴിഞ്ഞപ്പോൾ രാജാമണിക്ക് വിറയടങ്ങി. കണ്ണു തുറന്നു.

വെള്ളം കുടിച്ചു. അവന്റെ കൈയും കാലും മുറിഞ്ഞ് ചോര പൊടിഞ്ഞിരുന്നു. ജോസഫ് സാർ മുറിവിലൊക്കെ ഐഡിൻ പുരട്ടി. അവൻ വിക്കി വിക്കി താൻ കണ്ട കാഴ്ച വിവരിച്ചു. അവൻ വരുമ്പോ യക്ഷിപ്പാറയിലെ ആലിൻകൊമ്പിൽ രണ്ട് പെൺകുട്ടികൾ. തെളുതെളെ തെളങ്ങണ ചെംപട്ടുപാവാടയും ബ്ലൗസും. കഴുത്തിൽ കല്ലുമാലകൾ. കണ്ണ് വാലിട്ടെഴുതീട്ടൊണ്ട്. ചുണ്ടും രണ്ടും ചൊമ ചൊമ. മുഖത്തങ്ങു നോക്കിക്കൂടാ. കണ്ണഞ്ചിപ്പോവും. അത്രയ്ക്കുണ്ടു ചന്തം. ഇരുവരും ആലിൻ കൊമ്പില് തൂങ്ങിയാടി കളിക്കയാണ്. രാജാമണി വാ പൊളിച്ചു നോക്കി നിന്നപ്പോ അവര് മാടിവിളിച്ചു. അങ്ങ് കേറിച്ചെല്ലാൻ. അവൻ വിരണ്ടോടി.

ഞങ്ങൾ ഓടി കുന്നിൻചെരുവിൽ ചെന്ന് ഏന്തിവലിഞ്ഞുനോക്കി. സാറന്മാരും വന്നു. അകലെ യക്ഷിപ്പാറയും തലയിലെ ആൽമരവും കണ്ടു. മറ്റൊന്നുമല്ല. ഒരു വാവൽ പോലുമില്ല.

"ഇറങ്ങിച്ചെന്നു നോക്കാം." പലരും പലവട്ടം പറഞ്ഞെങ്കിലും ഒരു കുഞ്ഞും ഇറങ്ങിയില്ല. നെടുംകുരിശു വരച്ച് ആമോസ്സാർ പറഞ്ഞു: "സാത്താന്റെ ഓരോ പരീക്ഷകള്. എല്ലാരും ക്ലാസിൽ പോവിൻ."

മണിമുഴങ്ങി. ആരും അക്ഷരങ്ങൾ കണ്ടില്ല. രാജാമണി അപ്പോഴും പേക്കിനാവു കണ്ടപോലെ വിറച്ചിരുന്നു. അവന്റെ ഉടൽ ചുട്ടുപൊള്ളിയിരുന്നു. ജോസഫ് സാർ അവനെ വീട്ടിൽ കൊണ്ടാക്കിയിട്ട് അവന്റെ അമ്മയോട് പറഞ്ഞു "പേടിച്ചിട്ടാണ്. യക്ഷിക്ക് രണ്ട് കോഴിയെ നേർന്നോളിൻ."

അന്ന് വയലിൽ കള പറിച്ചുനിവർന്ന കൗസു പാറയിൽ കാലും നീട്ടിയിരിക്കുന്ന രണ്ടു പെൺകിടാങ്ങളെ കണ്ടു. അമ്പരന്നു വീണ്ടും നോക്കുമ്പോ ആ പൈതങ്ങളില്ല. അവരിരുന്നിടത്തു നീലത്തീ കത്തുന്നു. കൗസു പ്രാണനും മടിയിൽ കെട്ടി ഓടി.

ഉച്ചക്കടയിൽ മരിച്ചീനി വിറ്റു മടങ്ങിയ ദമയന്തി അവരെക്കണ്ടത് പാറച്ചോട്ടിലാണ്. കളം വരച്ച് കൊന്നിക്കളിക്കുന്നു. ചുറ്റും വല്ലാത്തൊരു മണം. ദമയന്തി വട്ടിയുമെറിഞ്ഞ് മണ്ടി.

വെയിലാറവേ ഓരോ വീട്ടിലും റോഡിലും നാവായ നാവിലൊക്കെ രണ്ടു പെൺകുട്ടികൾ.

"ആരാപ്പാ അവര്?"

"ഭൂതവും മാടൻതമ്പ്രാനും വേഷം മാറി വന്നതായിരിക്കും."

"ഏതോ യക്ഷിക്കുഞ്ഞുങ്ങള് നമ്മുടെ യക്ഷിയമ്മയെ കാണ്മാൻ വന്നതാണെന്നോ."

"പോടാ, പാറേലമ്മേടെ പുന്നാരമക്കളാ. മൂന്നുതരം."

"യക്ഷി പെറുവോ?"

സംശയാലുക്കൾ സംഘം ചേർന്ന് പൂശാരിടെ വീട്ടിൽ ചെന്നു. വീരാളിപ്പട്ട് അരയിൽക്കെട്ടി, തിരിനൂറു തലയിലിട്ട് പൂശാരി ചമ്രം പടഞ്ഞിരുന്നു. കണ്ണടച്ചു ചാഞ്ചാടി. അദ്ദേഹം പനങ്കുലപോലെ വിറച്ചു. മൂന്നുമൊറി അമറിക്കൊണ്ട് കണ്ണു തുറന്നു വെളിപാടു കൊണ്ടു. "മുടിപ്പുര പൊന്നമ്മച്ചിമാര് വന്നതാ. യക്ഷിയമ്മേം നാടിനേം കാക്കാൻ. മക്കള് പേടിക്കാണ്ട് പോ... പോ..."

“അത് ശരി.” ജനത്തിന് വിശ്വാസമായി.

എങ്കിലും ഞങ്ങളാരും കുറേനാൾ ചൂണ്ടുപാറയുടെ ഏഴയലത്തു പോയില്ല. ഇങ്ങു ദൂരെ നിന്നുനോക്കും. ആ സുന്ദരികൾ അവിടുണ്ടോ? ആലിൻകൊമ്പിൽ ഊഞ്ഞാലാടുന്നുണ്ടോ? ഇത്തിരി നോക്കി നില്ക്കുമ്പോ പേടിവരും. പിന്നെ തിരിഞ്ഞുനോക്കാതെ ഓട്ടം.

നാലാം ക്ലാസിലെ തങ്കപ്പൻ ഒരു ദിവസം യക്ഷിയമ്മ ഒരു കുടിലില് അമ്പട്ടത്തിയായിച്ചെന്ന് പേറെടുത്തെന്നും മറുപിള്ള തിന്നെന്നും തട്ടിവിട്ടു.

“പോടാ അദ് നമ്മടെ യക്ഷിയമ്മയല്ലാ. അവരു കള്ളം കാണിക്കൂലാ. മറുപിള്ളേം തിന്നൂലാ.”

“അതേതോ കൂളിയായിരിക്കും” ഞങ്ങളുടൻ തീർത്തു പറഞ്ഞു. തങ്കപ്പൻ ഒന്നു പരുങ്ങി.

ഒന്നാം പഞ്ചായത്ത് ഇലക്ഷൻ വന്നു. നുകംവച്ച കാളയുമായി പത്രോസ് വന്നു. അരിവാൾ നെൽക്കതിരും കൊണ്ട് ഭാസ്കരപിള്ള. ഏണിയുമേന്തി ബാവക്കുട്ടി. ആന അടയാളത്തിൽ സ്വതന്ത്രൻ പുഷ്പാംഗദൻ.

പത്രോസ് ഒരു കൊടുതിക്ക് ചട്ടം കെട്ടി. അഞ്ച് കരിംകോഴികൾ ബലിക്കല്ലിൽ പിടഞ്ഞു. ത്രിവർണ്ണപതാകമന്ത്രം ഉരുവേറ്റി. ആലിൻ കൊമ്പിൽ കെട്ടണമെന്ന് പൂശാരിയോട് ഇരന്നു.

മറ്റുള്ളവരും വിട്ടില്ല. കോഴികളും കൊടിയുമായി അവരുമെത്തി. യക്ഷിയമ്മയ്ക്ക് കക്ഷിഭേദമില്ല. ജാതീം മതവുമില്ല. നാലു കൊടികളും നാലു കൊമ്പിൽ ഒരേ നിരപ്പിൽ കെട്ടി.

കാറ്റിൽ കൊടികൾ ആടിക്കളിച്ചു. പ്രചരണം മുറുകി. ജനഹിതം മാറുംപടി കൊടിതൂക്കിയ കൊമ്പുകൾ പൊങ്ങിയും താണും നിന്നു. ഒരുനാൾ പത്രോസിന്റെ മുവർണ്ണക്കൊടി ലേശം പൊങ്ങിയതായിക്കണ്ടു. മൂന്നാം നാൾ പിള്ളയുടെ ചെങ്കൊടി ഉയർന്നുപാറി. ബാവക്കുട്ടീടെ പച്ചക്കൊടിയും സ്വതന്ത്ര വെള്ളക്കൊടിയും കൊടുങ്കാറ്റു വീശിയിട്ടും പൊങ്ങിയില്ല.

ഇലക്ഷന്റെ തലേന്നാളെത്തി. ജനം പാറയെ ചുറ്റി വട്ടം കറങ്ങി നിന്നു. കൊടിയുടെ ഉയർച്ച നോക്കി ജനഹിതമറിയാൻ ചെങ്കൊടിയും ത്രിവർണ്ണപതാകയും സമനിലയിൽ കൊന്നിക്കളിച്ചു.

ഇരുളായി. ജനം പിരിഞ്ഞു. ഇരുളിന്റെ ചാലിൽ കള്ളും കറൻസിയും കുടിയിടകളിലൊഴുകി നടന്നു.

കിഴക്കുവെള്ള പൂശിയപ്പോൾ മുവർണ്ണക്കൊടി മാനംമുട്ടെ ഉയർന്നു നില്പതു കാണായി. ചെങ്കൊടി പഴയ നില തന്നെ.

ബാവക്കുട്ടി രണ്ടടി താണു. വെള്ളക്കൊടി ഞാത്തിയ ചില്ല ഒടിഞ്ഞു തൂങ്ങി.

വോട്ട് എണ്ണി തീർന്നപ്പോൾ അക്ഷരം തിരിയാത്ത പത്രോസിന് കൊമ്പൻ വിജയം. ആനയ്ക്കും ഏണിക്കും വിലാസമില്ല. പള്ളിയിൽ മണി മുഴങ്ങി.

ചൂണ്ടിപ്പാറ നില്ക്കുന്ന പറമ്പ് കുളത്തിൽ തമ്പിമാരുടെ വക. ആളോ

ഹരിഭാഗത്തിൽ കള്ളുഷാപ്പിൽ അന്തിയുറങ്ങുന്ന കണ്ണൻതമ്പിയുടെ പട്ടികയിലെതു ചേർന്നു. കണ്ണൻ പ്രമാണം നോക്കിയില്ല. പട്ടിക കണ്ടുമില്ല.

എങ്കിലും ഭാഗ്യം ഒരുനാൾ പൊടുന്നനെ കണ്ണൻതമ്പിയെത്തേടി കല്ലു കൺട്രാക്ക് അന്തോണി വന്നു. കാറിൽ വന്നു തമ്പിയേയും കൊത്തി വിദേശമദ്യം തേടി പറന്നു. ഏതോ സ്വപ്നലോകത്തിരുന്ന് കണ്ണൻ കടലാസുകളിൽ വിരലുരുട്ടി.

ചൂണ്ടിപ്പാറേടെ ചുവടിളകുമെന്ന വാർത്ത നാടാകെ ഭീതി വിതച്ചു. പെണ്ണുങ്ങൾ മണ്ണുവാരിയിട്ട് കണ്ണനെ പ്രാകി. ആണുങ്ങൾ ടിയാനെ വാ നെറയെ തെറി പറഞ്ഞു നടന്നു. പച്ചനോട്ടുകൾ പറത്തി തിരുവാതിരകളിച്ചു നടന്ന തമ്പി ഒന്നുമൊന്നും കേട്ടില്ല.

അന്തോണിയുടെ നോട്ടം ആദ്യം വീണത് മാടൻതമ്പുരാനിൽ. തമരും കൂടവും വെടിമരുന്നും ഭാണ്ഡം കെട്ടി സംഘമെത്തി.

പാറയിൽ തമരുരഞ്ഞപ്പോൾ പൂശാരി തുള്ളിയലച്ചുവന്നു. അലറി. ആ കോപവും ശാപവുമേല്ക്കാൻ മുഖമെവിടെ? തുള്ളിത്തുള്ളി പൂശാരി മലർന്നുവീണു. ബോധം തെളിഞ്ഞപ്പോൾ വേച്ചുവേച്ചു നടന്നുപോയി.

ഞങ്ങൾ ഗുണനപ്പട്ടിക തെറ്റിച്ചു തല്ലു വാങ്ങുമ്പോഴാണ് കന്നിവെടി പൊട്ടിയത്. ജോസഫ് സാറിന്റെ കൈയിൽനിന്ന് വടി തെറിച്ചു. സാർ കുനിഞ്ഞുനിന്നു കുരിശു വരച്ചു. അങ്ങേ ക്ലാസിൽ ഗാന്ധാരിവിലാപം പാടിനിന്ന ആമോസ് സാറിനൊരു ചിരി. റോസ്‌ലി ടീച്ചറും ഞങ്ങളും കിടുകിടെ വിറച്ചു. ഭൂകമ്പം വരുമെന്നും തീമഴ പെയ്യുമെന്നും ആടുമാടുകളെയും മനുഷ്യരെയും മാടൻ തല്ലിക്കൊല്ലുമെന്നും മാടനടിയേറ്റ് അന്തോണി ചുരളുമെന്നും ഞങ്ങൾ തങ്ങളിൽത്തങ്ങളിൽ കുശുകുശുത്തു.

നാടാകെ ഒരങ്കലാപ്പ്. എല്ലാവരും ഇരുളിൽ ആ ചിലമ്പൊലി ചെവിയോർത്തു കിടന്നു.

എന്നാലോ ഒന്നും സംഭവിച്ചില്ല. മാടന്റെ തല പൊടുപൊടാ പൊട്ടിപ്പിളർന്നു. കറുത്ത പാറയ്ക്കുള്ളിൽനിന്ന് വെൺമേഘത്തുണ്ടുകൾ പോലെ കരിങ്കൽപ്പാളികൾ പാറിവന്നു. മാസം ഒന്നു കൊണ്ട് മാടൻ ഭൂമുഖത്തുനിന്നും മാഞ്ഞു. അവിടം ആഴമേറിയ ഒരു കുഴിയായി. ആ കയത്തിൽ പെരുകിയ മഴവെള്ളത്തിൽ തവള മുട്ടയിട്ടു. വാൽമാക്രികളും നീർക്കോലിയും നീന്തിത്തുടിച്ചു.

ചൂണ്ടിപ്പാറയിലേക്ക് പുത്തൻറോഡു നീണ്ടു. അന്തോണി ഉത്സാഹിച്ച് വഴിവിളക്കും വന്നു. നാടാകെ വെട്ടം. പനയിടകളിലും പറങ്കിമാവിന്റെ ഇരുളിലും പതിയിരുന്ന മാടനും മറുതയും ഒറ്റമുലച്ചിയും എങ്ങോ ഓടി. പെണ്ണുങ്ങളിൽ കുടിയേറും വാതകൾക്കും നിലയില്ലാതായി.

പക്ഷേ, ചൂണ്ടിപ്പാറയ്ക്കടുത്ത പോസ്റ്റുകളിൽ ബൾബെരിഞ്ഞില്ല. ഉദ്ഘാടിച്ച ദിവസം തന്നെ മൂന്നു ബൾബുകൾ പൊട്ടിത്തെറിച്ചു. പുതിയ ബൾബിട്ടു. വീണ്ടും പൊട്ടിത്തെറി.

“യക്ഷിയമ്മയ്ക്ക് ഇരുട്ടുവേണം... ഇരുട്ട്.” പൂശാരി തുള്ളി.

പിന്നെ സർക്കാരും അന്തോണിയും ഉത്സാഹിച്ചില്ല. നാട്ടുകാർക്കിത്

പണ്ടേ അറിയാം. രാത്രി പാറമുന്നിലെത്തുമ്പോൾ ആരും ചൂട്ടു മിന്നിക്കൂലാ. അസമയമായാൽ അവിടെത്തുമ്പോൾ ടോർച്ചു ഞെക്കിയാലും മിന്നുകയില്ല.

അന്തോണി ഭൂതത്താന്റെ നെറുകയിൽ കേറി. ഭൂതം തമ്പുരാനെ പിളർന്നു. ആദ്യ വെടി പൊട്ടിയപ്പോഴും ആമോസ് സാർ ചിരിച്ചു. ജോസഫ് സാർ കുരിശുവരച്ചു. കാണെക്കാണെ ആ ആനക്കൂറ്റൻ ശോഷിച്ചു. നാല്പതു നാൾകൊണ്ട് അവിടവും മാക്രി നീന്തും കുളമായി. പാലം കെട്ടാൻ, അണകെട്ടാൻ കരിമ്പാറ വേണം. ഇനി മാടനും ഭൂതവും പാലത്തിനും അണക്കെട്ടിനും കാവലിരുന്നോട്ടെ— ഞങ്ങൾ ആശ്വസിച്ചു.

യക്ഷിയമ്മ മാത്രം ശേഷിച്ചു. അവിടെത്തൊടുമ്പോ കളി കാണാം— പൂശാരി വീമ്പിളക്കി. കേട്ടവരൊക്കെ അത് ശരിവച്ചു. കാത്തിരുന്നു. വിശ്വാസം കീഴ്മറിഞ്ഞ ജനം യക്ഷിയമ്മ പകരം വീട്ടുമെന്ന് ആശിച്ചു.

മാടനും ഭൂതവും യക്ഷിപ്പാറയിൽ അഭയം തേടിയിരിപ്പാണെന്ന് കവിടി നിരത്തിയ കണിയാൻ കണ്ടു.

മീനം പിറന്നു. വേനൽപരീക്ഷയെത്തി. മൂന്നാംപാറ പിളർക്കാൻ അന്തോണിപ്പട വന്നു. അങ്കം കാണാൻ ആൺപട വന്നു. പ്രാകി കൊല്ലാൻ വയലിനക്കരെ പെൺപട നിന്നു.

നെടുവാലി പോലൊരു ചെക്കൻ പാറയുടെ ഉച്ചിയിലെത്തി. കൊടുവാൾ കൊണ്ടവൻ ആൽമരച്ചില്ല വെട്ടി. ആ മുറിവായിൽ ഊറിയൊഴുകിയ പാലിന് ഇളംചുവപ്പ്. വിനാഴികകൊണ്ടതു ചോരച്ചുകപ്പായി. വെട്ടിയവൻ നിലവിളിയോടെ നിലത്തുചാടി കല്ലിൽ ചന്തിയിടിച്ച് താഴപ്പടർപ്പിൽ താണു.

മറ്റൊരുവൻ പാറയുടെ കിഴക്കേ മൂല പറ്റി തമരുവച്ച് ചുറ്റികയോങ്ങി. ചുറ്റികയും തമരും തെറിച്ചുപോയി. ആരോ തൂക്കിയെറിഞ്ഞ ചേല് അവനാ ഭൂതം വാണ കുഴിയിൽ വീണു. മോന്ത കല്ലിലടിച്ചു താടി പൊടിഞ്ഞു. മണ്ടപൊട്ടി രക്തം ചിന്തി.

പൂശാരി എങ്ങോ നിന്നലറിത്തുള്ളി വന്നു താണ്ഡവമാടി. ആകാശം കീറെ അട്ടഹസിച്ചു.

നച്ചെലിപോൽ വിറച്ച് അന്തോണി കൈകൂപ്പി. ശടേന്ന് കൺട്രാക്കും തുള്ളിത്തുടങ്ങി. ഉടുതുണിയഴിഞ്ഞുവീണു. ലങ്കോട്ടിധരനായ് അന്തോണി തുള്ളി.

അക്കരെനിന്ന പെൺപട മുടിയഴിച്ചാടിത്തുള്ളിയുലഞ്ഞുവന്നു. കാണികൾ ഒന്നൊന്നായ് താളം ചവിട്ടിത്തുള്ളി.

ബോർഡിലെഴുതിക്കൊണ്ടുനിന്ന ജോസഫ് സാർ ചോക്കുമെറിഞ്ഞ് പുറത്തേക്കു ചാടി താഴോട്ടോടി. ചൂരലുമായി ചുറ്റിനടന്ന ആമോസ് സാർ ചൂരലും തുള്ളിച്ച് വട്ടംകറങ്ങി താഴോട്ട് പാഞ്ഞു. സാറിന്റെ പറന്നുപോയ മേൽമുണ്ടും അഴിഞ്ഞുവീണ വേഷ്ടിയും ശിഷ്യഗണങ്ങൾ എടുത്തു. സ്കൂളാകെ ചൂണ്ടിപ്പാറയിലേക്ക് തുള്ളിയലച്ചൊഴുകി.

പാറയെ ചൂഴ്ന്നും വിണ്ടുകീറിയ പാടത്തും ജനം കൈമെയ് മറന്ന് ഇരമ്പിത്തുള്ളി. പൂശാരി ഇടയ്ക്കിടെ രക്തം തുപ്പിക്കളഞ്ഞു. ഏതോഭാഷ

യിൽ വെളിപാടുകൊണ്ടു സർവ്വരും ഒരാവേശത്തുള്ളലിൽ വട്ടം കറങ്ങേ വെടിയൊച്ചപോലൊരു ശബ്ദം.

യക്ഷിപ്പാറയിലെ ജാലകവാതിൽ പാടേ തുറന്നു.

കണ്ണുകളെല്ലാം അങ്ങോട്ടോടി. പാറയ്ക്കുള്ളിൽ നിന്ന് ഒരു തങ്കത്തരിവളക്കൈ പുറത്തേക്കു നീണ്ടു. അതൊന്നു പൊങ്ങിത്താണു.

ഞൊടിയിട. സർവ്വം നിശ്ചലം കാറ്റും ആലിലയും സ്തംഭിച്ചു. ചലനമറ്റ ജനത്തിന്റെ തലയ്ക്കു മുകളിലാ ജാലകം അടഞ്ഞു.

അന്തോണി രക്തം ഛർദ്ദിച്ചു കമിഴ്ന്നുവീണു. തളർന്ന ശബ്ദത്തിൽ പിഴയ്ക്ക് പിഴ മൂളി.

ഇന്നും ഏതോ ഇരുളിൽ പോറലേല്ക്കാതെ ആ യക്ഷിപ്പാറ നില്ക്കുന്നു. കണ്ണിലും കരളിലും ഇടയ്ക്കിടെ ആ ജാലകം തുറക്കുന്നു.

വേനൽമഴ

സന്ധ്യമയങ്ങിയ നേരം. നാല്പത്തിയാറു തികഞ്ഞ സരസമ്മ നിത്യേനയുള്ള സന്ധ്യാവന്ദനവും ലഘുഭജനയും രാമായണവായനയും കഴിച്ച് പൂമുഖത്തെത്തി. അവിടെ ചൂമരോരം ചേർന്നുകിടക്കുന്ന കട്ടിലിൽ ഇരുളിനെ നോക്കി വെറുതെ ഇരുപ്പായി. മനുഷ്യർക്ക് അങ്ങനെ വെറുതെ കുത്തിയിരുപ്പാൻ സാദ്ധ്യമല്ലാത്തതുകൊണ്ട് ചിന്തയുടെ തരംഗാവലിയിൽ വീണുലഞ്ഞു.

അവൾ ഉണ്ണിയെപ്പറ്റി ആലോചിച്ചു. വേറെ ആരെക്കുറിച്ചാണ് സരസമ്മയ്ക്ക് ചിന്തിക്കാനുള്ളത്? ഏകസന്താനം. കർമ്മപുത്രൻ.

ഒരു കവിതാശകലം മനസ്സിൽ നുരഞ്ഞുപൊന്തി.

"..... അതിചിന്ത വഹിച്ചു സീതപോയ്.

സ്ഥിതിചെയ്യാൻ ഉടജാന്തവാടിയിൽ.."

അടുത്ത നിമിഷം ചിരിച്ചുപോയി. സുതർ എന്ന ബഹുവചനം തെറ്റ്. ഈ കഥയിൽ മാമുനി എന്ന ജന്തുവില്ല. സ്ഥിതി ചെയ്‌വാൻ സീതയ്ക്ക് മരക്കട്ടിൽ മാത്രം ഉടജമില്ല. വാടിയുമില്ല.. ഓരോ ജീവിത സന്ദർഭത്തിലും യാതൊരൗചിത്യവുമില്ലാതെ പണ്ടു പഠിച്ച ഈരടികൾ മൂളുന്ന മനസ്സിനെ ശാസിച്ചു. മലയാളം വിദ്വാൻ പഠിച്ചതിന്റെ ഉപലബ്ധിയായി ലഭിച്ച ദുശ്ശീലം.

രാവിലെ യാത്ര തിരിക്കുമ്പോൾ ഉണ്ണി പ്രത്യേകം പറഞ്ഞു. "ഇന്നു മടങ്ങിവരാൻ പറ്റില്ല. അമ്മ അന്തിക്കൂട്ടിന് അങ്ങേതിലെ മുത്തശ്ശിയെ വിളിച്ചോണം. മടിക്കരുത്."

"കുഞ്ഞേ തലയാകെ വെള്ളികെട്ടിക്കഴിഞ്ഞ സ്ത്രീ ആരെ, എന്തിനെ, പേടിക്കണം." ഈ ചോദ്യം നാവാൽ അമർത്തി നിർവ്യാജം ചിരിച്ചതേയുള്ളൂ.

"മോനേ, നീ അതോർത്തു വേവലാതിപ്പെടണ്ട. ഇക്കുറിയെങ്കിലും

കൃഷ്ണഭഗവാനൊന്നു കനിഞ്ഞാൽ മതിയായിരുന്നു. പരദൈവങ്ങളെ നന്നായ് ധ്യാനിച്ചോളൂ. വല്യമ്മാവന്റെ വീട്ടിൽ പോണം. അമ്മായിയെ ഞാൻ പ്രത്യേകം ചോദിച്ചതായി പറയണം."

ഉണ്ണിയുടെ ഈ ഇന്റർവ്യൂ യജ്ഞം ആരംഭിച്ചിട്ട് വർഷം മൂന്നായി. സർക്കാരിന്റെ പത്തു കാശു വാങ്ങാനും സുകൃതം ചെയ്യണം. ഇപ്പോ ഇന്റർവ്യൂ കഴിഞ്ഞ് അവൻ വലിയമ്മാവന്റെ വീട്ടിലെത്തി വിശ്രമിക്കുകയാവും.

പാവം കുട്ടി. കുറെ ദെവസം തെകച്ച് അമ്മയെ പിരിഞ്ഞു നിന്നിട്ടില്ല. അവന് അമ്മയല്ലാതെ മാറ്റാരാണുള്ളത്? അച്ഛനെന്ന മാന്യദേഹത്തെ അവൻ കണ്ടിട്ടില്ല. തന്ത ഉയിരോടെ ഇരിക്കേ തന്തയില്ലാത്തവനായി വളരേണ്ടിവന്ന വിധി.

എന്തൊരു മനുഷ്യനാണയാൾ! മനുഷ്യനോ മൃഗമോ? ആ മുഖത്തു നോക്കി 'മൃഗം' എന്നു വിളിച്ചതാണ്. ഇന്നും അതിൽ പശ്ചാത്താപം തോന്നുന്നില്ല.

വായിച്ചുകൂട്ടിയ പുസ്തകങ്ങൾ ഭർത്താവിനെപ്പറ്റി. കുടുംബ ജീവിതത്തെപ്പറ്റി, പല സങ്കല്പങ്ങൾ മനസ്സിൽ സ്വരൂപിച്ചു. പ്രേയസി പാടുമ്പോൾ താളംപിടിക്കുന്ന പ്രാണനാഥൻ. സ്വകാര്യനിമിഷങ്ങളെ രോമാഞ്ചമണിയിക്കുന്ന കാമദേവൻ. സുഗന്ധമുള്ള സ്വപ്നങ്ങൾ നെയ്തുതരുന്ന കലാകാരൻ.

നഗരത്തിലെ കമ്പനിയിൽ കൊമ്പിച്ച ഉദ്യോഗമുള്ള ഇരുപത്തെട്ടുകാരൻ പെണ്ണുകാണാനെത്തിയപ്പോൾ ഉള്ളിലൊതുങ്ങാത്ത ആഹ്ലാദവും ലേശം അമ്പരപ്പും. വിരുന്നുമുറിയിലിരുന്ന രൂപത്തെ കടക്കണ്ണാലൊന്നുഴിഞ്ഞപ്പോൾ നല്ല മനസ്സിണക്കം തോന്നി. വെളുത്തു ചടച്ച ശരീരം. ചുരുളൻ മുടി. രോമാവൃതമായ കൈത്തണ്ട. തിളങ്ങുന്ന കണ്ണുകൾ. സങ്കല്പത്തിലെ ഭർത്താവിന്റെ അവതാരം.

പക്ഷേ, ആ ആദ്യരാത്രി. ആ ഓർമ്മ ഇപ്പോൾപ്പോലും ഞടുക്കുന്നു. മറ്റാരുമില്ലാത്ത ക്വാർട്ടേഴ്സ്. പുഷ്പദലം പോലെ പരിമൃദുലമായ മനസ്സുമായാണ് മുറിയിലെത്തിയത്. ലഭിച്ചതോ പ്രേമോദാരമായ പരിരംഭണമല്ല. മൃഗീയമായ ആക്രമണം. അണിഞ്ഞിരുന്ന മനുഷ്യന്റെ മുഖപടം വലിച്ചെറിഞ്ഞ് കണ്ണുകളിൽ നീലജ്വാലകളുള്ള ചെന്നായ് ചാടിവീണു. നിലവിളിക്കാനാഞ്ഞപ്പോൾ കരുത്തുറ്റ ആ കൈ വായ്പൊത്തിപ്പിടിച്ചു. ശ്വാസം വിങ്ങി. പിന്നൊന്നും ഓർമ്മയില്ല.

ബോധം തിരിച്ചുവന്നപ്പോൾ സൂര്യരശ്മികൾ അകത്തു കടന്നിരുന്നു. നഗ്നമായ സ്വന്തം ശരീരത്തെ ലജ്ജയോടെ നോക്കിക്കണ്ടു. അയാൾ കൂർക്കംവലിച്ചുറങ്ങുന്നു. ശരീരത്തിലെങ്ങും ആ ആക്രമണം സമ്മാനിച്ച പരിക്കുകൾ, നീലിച്ച പാടുകൾ, രക്തം കിനിഞ്ഞുണങ്ങിയ രേഖകൾ. ഒരാക്രമണത്തിന്റെ ഉച്ഛിഷ്ടമായ സ്വന്തം ശരീരത്തോടു കഠിനമായ വെറുപ്പു തോന്നി.

ഉണ്ണിക്ക് ആ മനുഷ്യന്റെ സുന്ദരമായ ബാഹ്യരൂപം അപ്പടി കിട്ടിയി

ട്ടുണ്ട്. ആ വന്യമായ ആക്രമണത്വരയും പൈതൃകമായി കിട്ടി യിട്ടുണ്ടാവുമോ... എങ്കിൽ..

മുറിപ്പാടുകളുമായി പുറത്തിറങ്ങാൻ മടി തോന്നി. ദുഃഖവും നാണവും. എന്തു ചെയ്യണമെന്നറിയാതെ പകച്ചുനില്ക്കേ അയാൾ മൂരി നിവർത്ത്, കോട്ടുവായിട്ട് കണ്ണു തുറന്നു. എന്നിട്ട് പരുക്കൻ ശബ്ദത്തിൽ പറഞ്ഞു. "അയാം സോറി. ടേക്ക് ഇറ്റ് ഈസി. പോയി ഒരു ഗ്ലാസ് കാപ്പി കൊണ്ടു വരൂ."

വെറുപ്പെന്ന വികാരത്തിന്റെ തീക്ഷ്ണതയറിഞ്ഞ നിമിഷം.

ഒന്നും മിണ്ടാതെ അടുക്കളയിലേക്കു തിരിച്ചു. ആർക്കും മുഖം കൊടു ക്കാതെ പതുങ്ങി നടന്നു.

അടുത്ത രാത്രി ആ കിടപ്പറയിൽ കയറാൻതന്നെ ഭയമായിരുന്നു. നിർദ്ദയമായ ആക്രമണത്തിനിരയായ മൂന്നു രാത്രികൾ പിന്നെയും. കണ്ണീ രോടെ യാചിച്ചുനോക്കി: "ഇത്തിരി മൃദുലമായി... സ്നേഹത്തോടെ..."

അന്നേരം ഒരു വിഡ്ഢിച്ചിരി ചിരിച്ച് തലയാട്ടും. അയാൾക്ക് വാക്കു കളിൽ വിശ്വാസമില്ല. രതിയെന്നാൽ ചില നിഷ്ഠൂരമായ ക്രിയകൾ മാത്രം. ലൈറ്റണഞ്ഞാൽ ആ നിമിഷം ആ ചെന്നായ് പല്ലിളിച്ചു ചാടിവീഴും.

"നാലാം പക്കം വീട്ടിൽ ചെന്നപ്പോൾ അമ്മയോടു കരഞ്ഞു പറഞ്ഞു. "ഇനി ഞാൻ പോകുന്നില്ലമ്മേ.. അയാളെന്നെ കൊല്ലും.. ഇവിടെ നിന്നോളാം.."

അമ്മ ആദ്യമൊന്നമ്പരന്നെങ്കിലും ലേശം കഴിഞ്ഞ് ചിരിച്ചുകൊണ്ട് പറഞ്ഞു. "സാരമില്ല കുട്ടീ. ഒക്കെ നേരെയാകും. അവൻ നിന്റെ ഭർത്താ വല്ലേ."

മടങ്ങിപ്പോവില്ലെന്നു വാശിപിടിച്ചപ്പോൾ അച്ഛനും സാന്ത്വനവുമാ യെത്തി. ആ പെണ്ണിനെന്തോ മാനസികപ്രശ്നമുണ്ടെന്ന് ബന്ധുജനം വിധിച്ചു.

വീണ്ടും ആ നരിമടയിലേക്ക് ആട്ടിയോടിക്കപ്പെട്ടു. ബലാത്സംഗ പരാ ക്രമങ്ങളുടെ രാത്രികൾ. മുറിവുകളുടെ നീറ്റലുമായി ഉയർന്ന പ്രഭാതങ്ങൾ..

ഗർഭിണിയാണെന്ന ബോദ്ധ്യം വന്നപ്പോൾ മനസ്സിലുദിച്ചത് വിചിത്ര മായൊരു ചിന്തയാണ്. ഈ ജന്തുവിന്റെ സന്തതി പിറന്നുകൂടാ.. എന്തെ ങ്കിലും ചെയ്യണം... എങ്കിലും...

ദിനങ്ങൾ കടന്നുപോകെ, ആ വിചാരം മാറിവന്നു. ഈ സന്തതി വളരട്ടെ, വന്യമായ ഒരു ദാമ്പത്യത്തിന്റെ സ്മരണയായി....

കരഞ്ഞും വിളിച്ചും, സുഖമില്ലെന്നു നടിച്ചു. ഉപവാസമനുഷ്ഠിച്ചും അഞ്ചാംമാസം അമ്മയുടെയടുത്തേക്കു പോന്നു. അയാൾ വല്ലപ്പോഴും വന്നുപൊയ്ക്കൊണ്ടിരുന്നു. ഭീകരമായ ഒരു ഈതിബാധയായെന്നോണ മാണ് ആ എഴുന്നള്ളത്തിനെ സ്വീകരിച്ചിരുന്നത്.

പ്രസവിച്ചു കിടക്കുമ്പോൾ ആശുപത്രിയിൽവച്ചാണ് ആ മനുഷ്യാധ മന്റെ മൃഗയാവിനോദങ്ങളെപ്പറ്റിയുള്ള ഇരുണ്ടകഥകൾ കേട്ടത്. അവ ആദ്യ മെത്തിയത് അച്ഛന്റെ ചെവിയിലാണ്.

കുപ്രസിദ്ധ വേശ്യാത്തെരുവിലാണത്രേ അയാളുടെ അന്തിയുറക്കം. ആ പെണ്ണുങ്ങൾക്കുപോലും അയാളെ ഭയമാണ്. ഈ ഭീകരനോടു ദ്വന്ദ്വ യുദ്ധത്തിനു തയ്യാറുള്ള രണ്ടെണ്ണമുണ്ടുപോൽ. കിട്ടുന്ന ശമ്പളത്തിന്റെ മുക്കാൽപങ്കും അവറ്റ വസൂലാക്കുന്നു. കേട്ടതൊക്കെ സത്യമാണെന്ന് അച്ഛൻ അന്വേഷിച്ചറിഞ്ഞു.

കുഞ്ഞിനെ കാണാൻ അയാൾ ആശുപത്രിയിൽ വന്നു. രണ്ടാഴ്ച കഴിഞ്ഞ് വീട്ടിലും. കുഞ്ഞിനെ കണ്ടിട്ട് അയാൾ പുറത്തിറങ്ങിയപ്പോൾ അച്ഛൻ വാതില്ക്കലെത്തി.

"മിസ്റ്റർ ശിവൻ. ഇനി നിങ്ങൾ ഇങ്ങോട്ടു വരണമെന്നില്ല. സൗകര്യം പോലെ കച്ചേരിയിൽ വന്നാൽ മതി. വിവാഹമോചനത്തിന്..."

അയാൾ അമ്പരന്നു പകച്ച് ഭാര്യയെന്നു പേരിട്ടവളുടെ മുഖത്തു നോക്കി. ശബ്ദമിടറി ചോദിച്ചു: "നീ എന്തു പറയുന്നു?"

പല്ലിറുമ്മിക്കൊണ്ടാണ് മറുപടി പറഞ്ഞത്: "മൃഗം... മനുഷ്യമൃഗം!"

അയാൾ ഒന്നും മിണ്ടാതെ പടിയിറങ്ങിപ്പോയി. ഭാര്യയെ വിട്ടുകിട്ടാൻ കേസു കൊടുത്തില്ല. മോചനം നേടാൻ കച്ചേരിയിൽ വന്നുമില്ല. ശരീരത്തിലെ കലകളും, ആത്മാവിൽ തീരാവ്യാധിയും അവശേഷിപ്പിച്ചുകൊണ്ട് അവസാനിച്ച ദാമ്പത്യം.

ധനുമാസമാണെങ്കിലും കാർമേഘം നിറഞ്ഞ ആകാശം. നേരിയ തണുപ്പുള്ള കാറ്റ്. അകലെയെങ്ങോ മഴ പെയ്യുന്നുണ്ടാവും.

ഉണ്ണി ഇപ്പോൾ അമ്മയെ ആലോചിച്ചുകൊണ്ടു കിടക്കുകയാവും. അയലത്തെ കിളവിയെ അന്തിക്കൂട്ടിനു ക്ഷണിക്കാൻ ചെന്നപ്പോൾ ആ പാവംവയറുവേദന താങ്ങാനാവാതെ നിലത്തുകിടന്നുരുളുകയായിരുന്നു. ഇവിടെന്തു പേടിക്കാനാണ്. ചുറ്റും വീടുകളുണ്ട്. അതും ഉറ്റ ബന്ധുക്കളുടെ. ഒരു ശബ്ദം കേട്ടാൽ അവരോടിവരും. എങ്കിലും ഉണ്ണി കോപിച്ചേക്കും. അവൻ പറഞ്ഞത് അനുസരിക്കാത്തതിലുള്ള അരിശം കാട്ടാതിരിക്കില്ല.

മുറ്റത്തൊരു കാല്പെരുമാറ്റം കേട്ടു. എണീറ്റു പുറത്തെ ലൈറ്റിട്ടു. ഒരാൾ നടന്നുവരുന്നു. ഉള്ളൊന്നു പിടഞ്ഞു ഈ നേരത്ത്... ആരാണിത്? നടന്നുവരുന്ന മനുഷ്യനെ നോക്കി നീണ്ടുമെലിഞ്ഞ്.... നരകയറിയ...

ഈ രൂപം... എവിടെയോ കണ്ടിട്ടുള്ളതു പോലെ.

അയാൾ ഇറയത്തേക്കു കയറി. പുറത്ത് മഴ ചാറിത്തുടങ്ങി.

അയാൾ നിർന്നിമേഷം നോക്കുകയാണ്.

ഒരിടവേള താണ്ടി അയാൾ ഒച്ചയൊതുക്കി ചോദിച്ചു. "മനസ്സിലായില്ലേ... ഞാനാണ്."

ആ ശബ്ദം... ഈശ്വരാ!...

അയാൾ വന്നിരിക്കുന്നു. കാൽനൂറ്റാണ്ടിനുശേഷം എന്തിന്.... എന്തിന്...

"ഇപ്പോ..." എത്ര ഒതുക്കിയിട്ടും പരിഭവം ശബ്ദത്തിൽ പാടുകെട്ടുക തന്നെ ചെയ്തു. അതോ വെറുപ്പോ...

ഇയാൾ നേർത്ത മഴയിൽ നിന്നാവണം വന്നത്. ഷർട്ട് നനഞ്ഞിട്ടുണ്ട്. തല തോർത്താൻ ടൗവ്വൽ കൊടുക്കേണ്ടതാണ്. ആ മര്യാദയ്ക്കുപോലും മനസ്സു സന്നദ്ധമായില്ല.

അയാൾ ഉടൽ വളച്ച് മുണ്ടിന്റെ തലപ്പുകൊണ്ട് തലമുടിയിലെ ഈറൻ തിരുമ്മി നീക്കുമ്പോൾ ആ ദൃശ്യം കണ്ടില്ലെന്ന ഭാവത്തിൽ ചുമരിലെ ശ്രീകൃഷ്ണനിൽ മിഴിയൂന്നി. ആ ബാലഗോപാലന്റെ ഉടലിൽ ഉണ്ണിയുടെ മുഖം സങ്കല്പിച്ചുനിന്നു.

വാക്കുകൾക്കു നന്നേ വിഷമിക്കുംമട്ടിൽ അയാൾ സംസാരിച്ചു തുടങ്ങി: "ഉണ്ണിയെ ഒന്നു കണ്ടുപോകാൻ വന്നതാണ്.... ഇടയ്ക്കു വണ്ടി തകരാറായി. അതാ ഇത്രേം നേരം വൈകിയത്...."

പുറത്ത് കാറ്റിളകി. മരങ്ങൾ ആടിയുലഞ്ഞു. മഴത്തുള്ളികൾ ഇറയത്തേക്കു പാറിവീണു. അയാൾ സങ്കോചത്തോടെ ഒരല്പം മുന്നോട്ടു നീങ്ങി.

തെല്ലും ഈർപ്പമില്ലാതെ പറഞ്ഞു; "ഉണ്ണി ഇവിടില്ല."

അതു താൻ വിശ്വസിക്കുന്നില്ലെന്ന മട്ടിൽ അയാൾ നോക്കി. കണ്ണുകളിലെ പഴയ ഹിംസ്രഭാവം തളർന്നിരിക്കുന്നു.

തെല്ലുകഴിഞ്ഞ് അനുബന്ധമായി ചൊല്ലി: "ഒരിന്റർവ്യൂവിന് പോയിരിക്കയാണ്. ഇന്നുവരില്ല."

അയാൾ ഒന്നു നെടുവീർപ്പിട്ടെന്നു തോന്നി. പെട്ടെന്നെന്തോ ഓർത്തമട്ട് തലതിരിച്ച് മുറ്റത്തേക്കു നോക്കി. ഇരമ്പിച്ചൊരിയുന്ന മഴയുടെ താണ്ഡവത്തെയാവണം.

ഈ കൂടിക്കാഴ്ച ഇവിടെ അവസാനിപ്പിക്കാവുന്നതാണ്. അകത്തു കയറി കതകു കുറ്റിയിടുകയാണ്. ഉചിതമായ വിടവാങ്ങൽ. ഇരുപത്തിനാലു കൊല്ലം താണ്ടി ഒരു പിതാവു വന്നിരിക്കുന്നു!

പറയാനൊരു വാക്കോ, ചലിക്കാൻ ലേശം ഉശിരോ ഇല്ലാതെ പതറിനില്ക്കുന്ന പുരുഷനോട് ഒരുനുകമ്പ തോന്നി. ആ ദൗർബല്യം ഒരുപചാരം മൊഴിഞ്ഞു: "അത്താഴം..."

"വേണ്ട. ഇപ്പോ വിശപ്പില്ല."

അയാൾ വീണ്ടും മഴയ്ക്കുനേരെ മുഖം തിരിച്ചു.

കാറ്റ് വല്ലാത്ത തണുപ്പു പരത്തി. മരച്ചില്ലകൾ ഒടിയുന്ന ശബ്ദം. ചേക്ക നഷ്ടപ്പെട്ട പക്ഷികളുടെ നിലവിളി.

ആരോടുമല്ലെന്ന മട്ടിൽ ചൊല്ലി "എന്തൊരു മഴ! ഈ രാത്രി എങ്ങനെ പോകും?"

"ദാ, ഇവിടെ കിടക്കാം." പൂമുഖത്തെ കട്ടിൽ ചൂണ്ടിക്കാട്ടി.

അയാൾ ഒരക്ഷരം ഉരിയാടാതെ പതിഞ്ഞ കാലടികൾവച്ചു നടന്നു വന്നു. കട്ടിലിലിരുന്നു മുഖം കുനിച്ചു.

രണ്ടുപേർക്കുമിടയിലെ നിഷ്ഠുരനിശ്ശബ്ദത ഒരു മധുരാനുഭവമായി തോന്നി. ഒരു വഴിപോക്കന് കാറ്റും കോളുമുള്ളൊരു രാത്രി അഭയം കൊടുത്തതിന്റെ പുണ്യം കിട്ടിയേക്കും. അത്രമാത്രം.

അകത്തുകയറി വാതിൽ ചാരി.

ഇപ്പോഴത്തെ പരവേശം ഒരഭിനയം മാത്രമാകാം. വിളക്കണയുമ്പോൾ ആ പഴയ ചെന്നായ്...

കുറ്റി രണ്ടും ഒച്ചയുണ്ടാകുമാറ് വലിച്ചിട്ടു. ക്രൂരമായ ഒരാഹ്ലാദത്തോടെ ഇടനാഴിയിലൂടെ കിടപ്പുമുറിയിലെത്തി. ആ കതകും ദൃഢമായി ബന്ധിച്ചു കിടക്കയിൽ മലർന്നു കിടന്നു.

കൂരയ്ക്കുമേൽ ചരൽ വാരിയെറിയുകയാണ് മഴ. തളത്തിലെ ജനാലകൾ കാറ്റിൽ തുറന്നടയുന്നു.

ഉണ്ണി ഇപ്പോൾ ഉറക്കമായിരിക്കും. അവൻ അച്ഛനെ സ്വപ്നം കാണുന്നുണ്ടാവുമോ?

മുതിർന്നതിനുശേഷം അവൻ ഒരിക്കൽ മാത്രമാണ് അച്ഛനെക്കുറിച്ചു ചോദിച്ചിട്ടുള്ളത്. അന്നേരം അമ്മയുടെ മുഖത്തുണ്ടായ സ്തോഭം അവനെ ഭയപ്പെടുത്തിയിരിക്കണം. പിന്നൊരിക്കലും അവനാ പദം ഉരിയാടിയിട്ടില്ല.

ആ മനുഷ്യൻ കിടന്നിട്ടുണ്ടാവുമോ? അതോ വർഷത്തിന്റെ താണ്ഡവം നോക്കി മിഴിച്ചിരിപ്പാവുമോ?

വന്ന കാലിൽ മടങ്ങിപ്പോകാൻ പറയേണ്ടതായിരുന്നു.

പുറത്തെ വാതിലിൽ മൃദുവായി മുട്ടുന്ന ശബ്ദമല്ലേ കേൾക്കുന്നത്. ചവിട്ടിത്തുറക്കാനും മടിക്കാത്ത ആളാണ്. കാതോർത്തു. കാറ്റിൽ എന്തോ വീഴുന്ന ശബ്ദമാണ്.

അയാളോടു പലതും ചോദിക്കാനുണ്ടായിരുന്നു. ഇപ്പോഴത്തെ ജീവിതത്തെപ്പറ്റി. ആ രണ്ടു വേശ്യമാരെയും പറ്റി. ഇരുചെവിയറിയാതെ നടത്തിയ രണ്ടാം വേളിയെപ്പറ്റി. അതിലുല്പാദിപ്പിച്ച മക്കളെപ്പറ്റി...

ഇതൊക്കെ അറിഞ്ഞിട്ട് എന്തു നേടാനാണ്?

നാളെ മകനെ കാണാൻ അച്ഛൻ വന്ന വിശേഷം പറഞ്ഞാൽ ഉണ്ണിയുടെ പ്രതികരണം എന്തായിരിക്കും? കോപിക്കുമോ? കരയുമോ? എന്തിന് അന്തിയുറങ്ങാൻ ഇടം കൊടുത്തുവെന്നു ചോദിക്കുമോ?

ഇല്ല. അതുണ്ടാവില്ല. അവന് അവന്റെ അമ്മയെ നല്ലോണം അറിയാം.

കിടന്നപാട് അയാൾ ഉറങ്ങിപ്പോയിരിക്കും.

യാത്രാക്ഷീണം കാണുമല്ലോ. മാംസപേശികളെ തുളച്ചുകയറുന്ന തണുപ്പ്. പുതയ്ക്കാൻ ഒരു ഷീറ്റു കൊടുക്കാമായിരുന്നു. ഇനി വാതിൽ തുറന്നിറങ്ങിച്ചെന്നാൽ അയാൾ മറ്റു വല്ലതും നിനച്ചാലോ... വേണ്ട.

ഉറങ്ങിയോ എന്നൊന്നു നോക്കാം. തണുത്തുവിറങ്ങലിച്ച് ചുരുണ്ടു കൂടി ഇരുപ്പാണെങ്കിൽ ഒരു ഷീറ്റ് എറിഞ്ഞുകൊടുക്കാം.

കിടപ്പറവാതിൽ ശബ്ദമുണ്ടാക്കാതെ തുറന്നു പൂച്ചയെപ്പോലെ നടന്നു. പൂമുഖത്തേക്കുള്ള വാതിലിനടുത്തെത്തി. താക്കോൽപഴുതിൽ കണ്ണൂന്നി. പൂമുഖത്തെ ലൈറ്റണച്ചിരിക്കുന്നു. ഒന്നും കണ്ടുകൂടാ.

ഒരു കൊള്ളിയാൻ മിന്നിയെങ്കിൽ ആ കട്ടിൽ കാണാൻ കഴിഞ്ഞേനെ. പ്രതീക്ഷയോടെ കാത്തുനിന്നു.

“മിന്നി മിന്നിത്തളർന്ന തൂമിന്നലാം.”

പെണ്ണുമൊന്നിച്ചു രാവന്നുപോക്കണം."

നാശം! വീണ്ടുമാ നശിച്ച കവിതാകമ്പം! തിരികെ വന്നു മെത്തയിലിരുന്നു.

ആ പെരുംമഴയത്ത് പൂമുഖത്ത് അയാളെ കിടത്തിയത് ശരിയാണോ? ഒരപരിചിതനാണെങ്കിൽപോലും അകത്തെ ഏതെങ്കിലും മുറിയിൽ കിടക്കാനനുവദിക്കാമായിരുന്നില്ലേ. വാർദ്ധക്യം ബാധിച്ചു തുടങ്ങിയ ഈ പ്രായത്തിൽ ആ സാധു...

കതകു തുറന്ന് അശരീരി മട്ടിൽ വിളിച്ചുപറയാം. "വല്യ തണുപ്പല്ലേ... ഓ ഇവിടെ... ഉണ്ണിയുടെ മുറിയിൽ കിടന്നോളൂ..." അയാൾ എണീല്ക്കാനൊരുങ്ങുമ്പോഴേക്കും ഈ കിടപ്പറയിൽ പാഞ്ഞെത്തി വാതിൽ തഴുതിടാം.

അയാളിപ്പോൾ ചിന്തിക്കുക തന്നെക്കുറിച്ചാവും. പെണ്ണല്ലേ. അവൾ ഇറങ്ങിവരും. വന്ന് ചാരത്തിരിക്കും. എന്നൊക്കെ മധുരപ്രതീക്ഷകൾ നുണയുന്നുണ്ടാവും. കതകു തുറന്ന് കിന്നാരം പറയാൻ ചൊല്ലുന്നത് ശരിയാവില്ല. ഒരുപക്ഷേ, രണ്ടാംവേളിയെ മടുത്തിട്ടാവാം ഈ തിരിച്ചുവരവ്.

മഴ ഒന്നിനൊന്ന് ആവേശത്തോടെ ഇരമ്പിക്കയറുകയാണ്. വലിയൊരു ശബ്ദം, കിഴക്കുവശത്തെ മൺമതിൽ നിലംപൊത്തിയിരിക്കും. കഴിഞ്ഞ മഴയ്ക്ക് ലേശം അടർന്നിരുന്നതാണ്. എന്തുതന്നെ ഇടിഞ്ഞു വീണാലും. ഈ രാത്രി ചെന്നു നോക്കാൻ വയ്യ. ഒരാൺതരിയുണ്ടായിരുന്നെങ്കിൽ...

ഉണ്ണി വീട്ടിലുണ്ടായിരുന്നെങ്കിൽ അവനെ വിളിച്ചുണർത്തി ടോർച്ചും കൊടുത്തു വിടുമായിരുന്നില്ലേ... പാവം കുട്ടി! അവിടെയും ഈ പേമഴ പെയ്യുന്നുണ്ടാവുമോ...

മതിൽ വീണ കഠോരമായ ഒച്ച കേട്ടിട്ടും അയാൾ എണീറ്റമട്ടില്ല. പൂമുഖത്തു ലൈറ്റ് തെളിഞ്ഞില്ലല്ലോ. പോത്തുപോലെ ഉറങ്ങുകയാവും ഒരുപക്ഷേ, ഭയന്നു വിറച്ചു കട്ടിലിന്റെ മൂലയിൽ ചുരുണ്ടുകൂടി ഇരിക്കുകയാവും. ഇരുളിനെ പകച്ചു നോക്കിക്കൊണ്ട്.

തോട്ടുവരമ്പിലെ കൈത പൂത്തിട്ടുണ്ട്. തീർച്ച. കാറ്റിൽ നനുത്ത മണം അരിച്ചരിച്ചെത്തുന്നു. കുട്ടിക്കാലത്ത് കൈതപ്പൂവ് എന്തിഷ്ടമായിരുന്നു. ഉണക്കി പെട്ടിയിലും അലമാരയിലും വയ്ക്കും. ഉണങ്ങുന്തോറും മണം ഏറിയേറിവരുന്ന പൂവ്.

അകത്തുകയറി കിടക്കാൻ ക്ഷണിക്കാനൊന്നും ഒരുമ്പെടണ്ടാ. ഒന്നും പുറകോട്ടുവായിച്ചുകൂടാ. പൂമുഖത്തെ വാതിൽ ശബ്ദമുണ്ടാക്കാതെ തുറന്നിടാം. തണുപ്പ് അസഹ്യമാകുമ്പോൾവാതിലിൽ മുട്ടിവിളിക്കാതിരിക്കില്ല. ഒന്നു തള്ളിനോക്കിയെന്നും വരും. അപ്പോൾ വാതിലടച്ചിട്ടില്ലെന്നു ബോദ്ധ്യപ്പെടും. പൂച്ചയെപ്പോലെ അകത്തുകടന്ന് ഏതെങ്കിലും മുറിയിൽ ചുരുണ്ടുകൂടും. അതൊരു നിർദ്ദോഷമായ കൗശലം തന്നെ.

ശബ്ദത്തിന്റെ തരിപോലും വായുവിൽ വീഴാത്തവിധം കുറ്റികൾ നീക്കിവച്ചു. അത്രയും നേരം ശ്വാസത്തെപ്പോലും നിയന്ത്രിച്ചു നിറുത്തി.

തിരികെവന്നു കിടക്കയിലിരുന്നപ്പോഴാണ് നെഞ്ചടിപ്പു നേരെയായത്.

വാതിൽപ്പാളികൾ അനങ്ങുന്നുണ്ടോ... വിജാഗിരി കരയുന്ന ശബ്ദം... കാതോർത്തങ്ങനെ കിടന്നു.

എന്തൊരു മനുഷ്യനാണ്. 'സൗഖ്യമാണോ' എന്നൊരു വാക്കു ചോദിച്ചില്ല. ഒരിക്കൽ താനനുഭവിച്ച സ്ത്രീയാണീ നില്ക്കുന്നതെന്നുപോലും. ഉണ്ണിയെപ്പറ്റി ഒന്നും അന്വേഷിച്ചില്ല.

അയാളേല്പിച്ച പരിക്കുകളുടെ കലകൾ ഇന്നും മായാതെ കിടപ്പുണ്ട്. വിരലോടിച്ചാലറിയാം. മാറിൽ, കവിളിൽ, തുടയിൽ...

വാതിലനങ്ങിയതുപോലെ തോന്നി. മൃദുവായ പാദപാതം കേൾക്കുമ്പോലെ. ഒരുവേള ഈ കതകിൽ മുട്ടിവിളിച്ചേക്കാം. എങ്കിൽ...

ആ നിമിഷം അടിച്ചിറക്കും... അല്ലെങ്കിൽ മുട്ടിത്തളർന്ന് തിരികെ പോകട്ടെ.

മഴയുടെ ഇരമ്പമല്ലാതെ ഒന്നും കേൾക്കുന്നില്ലല്ലോ. ഉണ്ണിയുടെ മുറിയിൽ ലൈറ്റിട്ടാൽ വെളിച്ചം വെന്റിലേറ്ററിലൂടെ ഈ മുറിയിലെത്തും. ലൈറ്റിടാതെ ആ മുറിയിലെ കിടക്ക കാണാനും പറ്റില്ല. വാതിൽ അനങ്ങിയെന്നു വെറുതെ തോന്നിയതാകും.

എണീറ്റു ശ്രദ്ധയോടെ കുറ്റികൾ മാറ്റി. കതക് ഒരല്പം തുറന്ന് നോട്ടം പുറത്തേക്കുപായിച്ചു. ഒന്നും കാണാൻ വയ്യ. ലൈറ്റിട്ടാൽ ശരിയാവില്ല. പുറത്തിറങ്ങി പൂമുഖപ്പടിയോളമെത്തി. വാതിൽ തലോടി നോക്കി. അനങ്ങിയിട്ടേയില്ല. കുറ്റിയിട്ടിരിക്കയാണെന്നാവും പാവത്തിന്റെ ധാരണ.

ലേശമൊന്നു തുറന്നുവച്ചേക്കാം. ലേശം.

പലക ഒന്നനങ്ങിയപ്പോഴേ വിജാഗിരിയുടെ നിലവിളി. വല്ലാത്ത നാണം തോന്നി. പണ്ടെന്നോ കൈവിട്ടുപോയ വികാരം. വിരലുകളൂന്നി തിരികെയോടി കിടക്കയിലിരുന്നു. ആ തിരക്കിൽ കിടപ്പറ വാതിലടയ്ക്കാൻ മറന്നു.

അല്ലെങ്കിൽ എന്തിന് വാതിലടച്ചു കുറ്റിയിടണം? സ്വന്തം വീട്ടിലെ സുരക്ഷിതത്വത്തെ ശങ്കിക്കുന്ന ഭീരുത്വം... ച്ഛേ... സരസമ്മ തൊട്ടാവാടിയൊന്നുമല്ല.

കട്ടിലിലിരുന്ന് കാൽ നീട്ടി കതകു ചാരി. പിന്നെയും ശബ്ദങ്ങൾക്കായി ചെകിടോർത്തു.

ഇരുളിൽ അയാൾ ജാരനെപ്പോലെ പമ്മിപ്പതുങ്ങിവന്ന് ഈ കട്ടിലിലിരുന്നാൽ മുഖം കുനിച്ച്...

ച്ഛേ... എന്തൊക്കെയാണു ചിന്തിച്ചുകൂട്ടുന്നത്. "അനിയന്ത്രിതമായ് ചിലപ്പൊഴീ മനമോടാത്ത.." പിന്നെയും വന്നു നശിച്ച കവിത!

ഹരിനാമകീർത്തനം ഉരുവിട്ടു കിടക്കാം.

ഉണ്ണിയുടെ വിവാഹത്തെപ്പറ്റി, അവന്റെ ഭാര്യയായി വരാവുന്ന പെൺകുട്ടിയെപ്പറ്റി ചിന്തിക്കാം.

പൂമുഖത്ത് ആരോ നടക്കുമ്പോലെ... അതേ കാലടിശബ്ദം തന്നെ... അസ്വസ്ഥമായി ഉലാത്തുകയാവും... ഒന്നോർത്താൽ കഷ്ടം തന്നെ.

മഴ കിതയ്ക്കുകയാണ്. ആവേശത്തിന്റെ അവരോഹണത്തിലെ

കിതപ്പ്.

വീണ്ടും എണീറ്റ് വാതില്ക്കലെത്തി. നേരത്തെ സൃഷ്ടിച്ച വിടവിലൂടെ നോക്കി. ഇരുട്ട്. ശബ്ദമില്ല. ചലനവുമില്ല. ഒരാൾ ചലിക്കുന്നത് ഇരുളിലും അറിയാൻ കഴിയുമല്ലോ.

ഇത്തിരിനേരം നിന്നു. ഇല്ല. ഒരു ചലനവുമില്ല.

കൂർക്കംവലിക്കുന്ന പഴയ ശീലം മാറിയിട്ടുണ്ടാവും. ലൈറ്റിട്ടു നോക്കിയാലോ? 'വേണ്ട' എന്നു വിവേകം വിലക്കി.

വീണ്ടും കിടക്കാൻ വന്നിരുന്നു.

ഈ മനുഷ്യന് അടുത്തു വന്നിരുന്ന് പശ്ചാത്താപത്തിന്റെ സ്വരത്തിൽ രണ്ടുവാക്കു പറയുമായിരുന്നില്ലേ. ഭർത്താവു മാപ്പു ചോദിക്കാനൊരുങ്ങുമ്പോൾ അദ്ദേഹത്തിന്റെ വായ് പൊത്തി 'അരുതേ'ന്നു വിലക്കാത്ത സ്ത്രീയുണ്ടോ? തെല്ലു മനുഷ്യത്വമുണ്ടെങ്കിലല്ലേ അതൊക്കെ തോന്നൂ.

മഴയുടെ ആരവം തീരെ ദുർബ്ബലമായിരിക്കുന്നു. പക്ഷേ, കാറ്റിന്റെ വീറ് അടങ്ങുന്നില്ല. തുറന്നു കിട്ടിയ വാതിൽപ്പഴുതിലൂടെ ചൂളം കുത്തി ചീറി വരികയാണ്. അസ്ഥികൾ കിടുങ്ങുന്നു.

ആ വാതിൽ പഴയപടി ചേർത്തടച്ചേക്കാം. ഇല്ലെങ്കിൽ കിടന്നുറങ്ങാനാവില്ല.

വീണ്ടും എണീറ്റു. ആ വാതില്ക്കലോളമെത്തിയപ്പോൾ കോഴി കൂവി.

വെളുപ്പാൻകാലമായോ! ക്ലോക്കു പുറത്താണ്. ലൈറ്റിടാതെ സമയമറിയാൻ വയ്യ.

ആ മനുഷ്യൻ എന്തു വേണേൽ വിചാരിച്ചോട്ടെ. അഭിസാരികയാണെന്നു കരുതിയാലും സാരമില്ല. ഈ കഴുത്തിൽ താലിചാർത്തിയ പുരുഷനല്ലേ... സ്ത്രീത്വത്തിന്റെ അനുഭവങ്ങളേകിയ ഏക പുരുഷൻ.

സാവകാശം കതകു തുറന്ന് പൂമുഖത്തിറങ്ങി. ചുവരോരം പറ്റിത്തടഞ്ഞുചെന്നു ലൈറ്റിട്ടു. ആ വെളിച്ചത്തിൽ കട്ടിൽ കണ്ടു. ഝടിതി ആളിപ്പടർന്ന അമ്പരപ്പടങ്ങി. നാണം ശരീരത്തെ പൊതിഞ്ഞു.

കണ്ണു തിരുമ്മി നോക്കുമ്പോൾ ആ കട്ടിലിൽ ബ്രീഫ്കേസ് തലയണയാക്കി വച്ച് നീണ്ടു നിവർന്ന് കിടന്നുറങ്ങുന്ന ഉണ്ണിയെ കണ്ടു.

ഇവനെപ്പോൾ വന്നു!

ഖാണ്ഡവം കത്തുമ്പോൾ

"**നേ**രം ഇരുട്ടിയപ്പോമൊതല് അമ്മ എന്താ പകച്ചുപകച്ചു നോക്ക ണത്.."

"എന്താ അമ്മേ..."

ഫണം വിടർത്തി തല പൊന്തിച്ചു നീട്ടി നില്ക്കുന്ന നാഗരാജപുത്രി തക്ഷകിയോട് മകൻ അശ്വസേനൻ ചോദിച്ചു.

"ദാ ആ വെട്ടം കണ്ടില്ലേ നീ? എന്താദ് എന്റീശ്വരാ! നിന്റച്ഛനുമിവി ടില്ല."

"അയ്യോ! അദ് മിന്നാമിനുങ്ങല്ലേ, ഒത്തിരി എണ്ണമുണ്ടാവും."

"അല്ല മോനേ, കാടിന്റെ നാലുമൂലയും മിന്നുന്നു. തീയാണ്. തീ കാട്ടുതീ പൊരിഞ്ഞുകയറുകയാ.. പുക വർണില്ല... നോക്ക്.."

"ഒന്നുമില്ല." അശ്വസേനൻ ചിരിച്ചു

"രാത്രിയായാല് അമ്മയ്ക്കങ്ങു പേടിതൊടങ്ങും. അച്ഛൻ കുരുക്ഷേ ത്രത്തില് പോയതിൽപ്പിന്നെ ഉറഷവുമില്ല."

"ഞാൻ മാത്രമല്ല മോനേ ഉറങ്ങാത്തത്. ഈ ഖാണ്ഡവത്തിലെ എല്ലാ അമ്മമാരും പേടിച്ചുവിറച്ച് ഉറക്കമിളച്ച് നാഴികയെണ്ണിയെണ്ണി നീക്കുക യാണ്. രാത്രി മാത്രമല്ല, പകലും മാളത്തിലിരുന്നാല് ഇരുപ്പൊറയ്ക്കൂല. ഞങ്ങടെ ഉള്ളില് തീയാ മോനേ കെടാത്ത തീ."

തക്ഷകി ഉഴന്ന് വീണ്ടും തലപൊന്തിച്ചു നാലുപാടും നോക്കി: "ആദ് മിന്നാമിന്നൊന്നുമല്ല. തീപ്പൊരിതന്നെയാ ഞാനെന്തു ചെയ്യും?"

അശ്വസേനൻ ഒരു കൂറ്റിച്ചെടിയിൽ ചുറ്റിപ്പിടിച്ചുകയറി തലനീട്ടി നോക്കി: "അമ്മ എന്തു പ്രാന്താ പറയണത്? തീ ഞാൻ കണ്ടിട്ടില്ലേ..."

"നെനക്കറിഞ്ഞുകൂടാ കുട്ടീ. മുട്ടവിരിഞ്ഞ് നീ പുറത്തുവന്നിട്ട് നാള ധികമായോ? ഈ അഗ്നി മുമ്പ് ഏഴുവട്ടം ഈ കാടു തിന്നാൻ ഒരുമ്പെട്ടുവ

ന്നതാ. ഏഴാം വട്ടം വരുമ്പൊ ഞാൻ നിന്നെയും മാറത്തടക്കി അടയിരിക്കുകയായിരുന്നു. ആ ഇരുപ്പിൽ നീയും ഞാനും വെന്തൊടുങ്ങുമെന്നാ വിചാരിച്ചത്. ഏഴുവട്ടവും ഈ ഖാണ്ഡവത്തിലെ ആനകള് തുമ്പിക്കൈയിൽ വെള്ളം കോരിക്കോരിക്കൊണ്ടുവന്നൊഴിച്ചും, ഒരുപാടു ഫണങ്ങളുള്ള സർപ്പങ്ങൾ വെള്ളം കവിൾക്കൊണ്ടു ചീറ്റിയും കുരങ്ങന്മാർ മരക്കൊമ്പുകൾ ഒടിച്ചും അടിച്ചും ഇരുകാലിജന്തുക്കള് മണ്ണു വാരിയെറിഞ്ഞുമാ പെടാപ്പാടുപെട്ട് അഗ്നിയെ ഓടിച്ചത്. കാടിന്റെ നെലവിളി കേട്ട് സഹികെട്ടിട്ടോ, നെന്റെ അച്ഛൻ വിളിച്ചുകൂവീട്ടോ ഓരോ വട്ടവും ദേവേന്ദ്രൻ മഴയും പെയ്യിച്ചു. നെന്റെ അച്ഛന്റെ തോഴനാണല്ലോ നമ്മെ ഭരിക്കണെ വാസവൻ. അയാളുടെ സ്നേഹമൊക്കെ ഒരഭിനയമാ. രാജാവല്ലേ. സൂത്രശാലി കള്ളൻ... എല്ലാ രാജാക്കന്മാരും കള്ളന്മാരാ.."

"ഈ കാടു ചാമ്പലാക്കീട്ട് അഗ്നിക്കും ഇന്ദ്രനും എന്തു കാട്ടാനാ?'

"കുഞ്ഞേ, നീ ലോകം കാണാനിരിക്കുന്നതേയുള്ളൂ. നമുക്കു കാണാൻ പറ്റാത്തതും അല്ലാത്തതുമായി എത്രയോ അഗ്നികളുണ്ട്. ജീവികളുടെ നെഞ്ചിൽത്തന്നെ പലതരം തീയുണ്ട്. തൃഷ്ണാഗ്നിയാണ് അശാമ്യം. അതിനു മര്യാദയേതുമില്ല. അണയ്ക്കാനും പറ്റില്ല. അകത്തെരിയുന്ന ആ തീ പുറത്തു പടരുമ്പോഴാ നമ്മള് കാണണത്. എങ്ങനെയിരുന്നതാ ഈ കാട്! എന്തുമാത്രം കൂറ്റൻ മരങ്ങള്! നട്ടുച്ചയ്ക്കും ഇതിനകത്ത് കൂരിരുട്ടായിരുന്നില്ലേ. കാലം കുറേയായി ഇരുകാലിജന്തുക്കൾ പാത്തും പതുങ്ങിയും ആയുധങ്ങളുമായി വന്ന് ഒക്കെയും വെട്ടി നശിപ്പിക്കുവാൻ തൊടങ്ങീട്ട്. ചന്ദനവും മരുതും തേക്കും ദേവതാരുവുമൊക്കെ അവറ്റ കൊണ്ടുപോയി."

"അച്ഛനും അമ്മയ്ക്കും അവരെ വിഷം ചീറ്റി ഓടിക്കാമായിരുന്നില്ലേ?' ഘോരസർപ്പങ്ങൾ ആയിരക്കണക്കിനുണ്ടല്ലോ ഇവിടെ?"

"അവരുടെ കൈയില് കുന്താലീം കോടാലീം മാത്രമല്ല കുട്ടീ, നമ്മള് കണ്ടിട്ടും കേട്ടിട്ടുമില്ലാത്ത ആയുധങ്ങളുമുണ്ട്. തീഗോളങ്ങളുണ്ട്. അടുക്കാൻ പറ്റ്വോ? സിംഹത്തിനും കടുവയ്ക്കുംകൂടി അവരെ പേടിയാണ്. വെട്ടിവെട്ടി കാടാകെ നശിപ്പിച്ചു. ഞങ്ങള് എല്ലാ ദേവന്മാരോടും സങ്കടം പറഞ്ഞു. ദേവേന്ദ്രനോടും പലവട്ടം കരഞ്ഞപേക്ഷിച്ചു. നമ്മളെക്കൊണ്ടു പൊറുതിമുട്ടിയപ്പോ ഇന്ദ്രചക്രവർത്തി കല്പനയായി, നാശത്തിന്റെ കണക്കെടുക്കാൻ. കുറ്റക്കാരെ ശിക്ഷിക്കുമെന്നും പ്രഖ്യാപിച്ചു. ഇതുവരെ ഒരു കണക്കനും വന്നില്ല. അദ് ഇന്നുനാളേന്നു നീളുകാ. അതിനെടയിലാ ഈ തൃഷ്ണാഗ്നി കാട്ടുതീയായി ഓടിവന്നത്. എല്ലാമങ്ങു ചുട്ടെരിച്ചാല് പിന്നെന്തു കണക്ക്? പരാതിക്കാർ ആര്? കാട്ടുതീ പടർന്നതിന് ആരേം പഴിക്കാനില്ലല്ലോ. ഇതാ അഗ്നിബുദ്ധി... പാമ്പന്റെ കൊക്കയിലെ വിഷവും തീ തന്നെ. പക്ഷേ, ഉരഗത്തിന് തീ തീണ്ടിക്കൂടാ. തീമണം ഏറ്റാല് ഏതു കങ്കാളസർപ്പവും ചുരുണ്ടുപോകും. പണ്ട് കാർക്കോടകൻ തീയിൽപ്പെട്ട കഥ അമ്മ പറഞ്ഞു തന്നില്ലേ... തീ പടർന്ന് പൊക കാടായകാടൊക്കെ തിങ്ങിനെറയുമ്പോ പൊനത്തിലും ഇരിക്കപ്പൊറുതിയില്ലാണ്ടാവും..."

“അമ്മേ അവിടെക്കണ്ട വെട്ടമൊക്കെ കെട്ടു. അതു മിന്നാമിനുങ്ങു തന്നെ. പാവങ്ങള് ഉറങ്ങിക്കാണും..”

അശ്വസേനൻ സസന്തോഷം വിളിച്ചുകൂവി. കാര്യം ശരിയാണെന്ന് ആ അമ്മയും കണ്ടു. ഒന്നു നിശ്വസിച്ചിട്ട് തക്ഷകി പുലമ്പി, “ആ ദുഷ്ടൻ ഇന്നീം വരും. ഏതുനേരവും വന്നേക്കും. വല്യവല്യ സഹായികളുമുണ്ടാവും അവന്... ഒരുപക്ഷേ, ഇന്നുണ്ടാവില്ല...”

അവൾ പറഞ്ഞത് ശരിയായിരുന്നു. മൂന്നാം നാൾ തെളിഞ്ഞ പകൽനേരത്ത് ഖാണ്ഡവത്തിൽ അഗ്നി ആളിപ്പടർന്നു ക്ഷണനേരം കൊണ്ട് വൻമലകളുടെ രൂപമാർന്ന് പുകപടലം ഉയർന്നുപൊങ്ങി.

തക്ഷകന്റെ മാളത്തെ മൂടിനിന്ന അരയാലിന്റെ കൊമ്പിലിരുന്ന് ജരിതയെന്ന ശാർങ്ഗപ്പക്ഷി നിലവിളിച്ചു. “തീ... തീയ്...”

അവൾ എത്രയോ നേരമായി ഭയാശങ്കകളോടെ അരയാലിനുമീതെ വട്ടംചുറ്റി പറക്കുകയായിരുന്നു. ആ മഹാവൃക്ഷക്കൊമ്പിലൊരു കൂട്ടിൽ, അവളുടെ നാലു കുട്ടികൾ, മഹാത്മാക്കളാകുമെന്ന് ഭർത്താവ് മന്ദപാല മുനി പ്രവചിച്ചിട്ടുപോയ സന്താനങ്ങൾ, ചിറകും പപ്പും മുളയ്ക്കാത്ത പൈതങ്ങൾ... മറ്റൊരുവളുടെ പുറകെ പോയ തന്തമുനിയെ വിളിച്ചു കരഞ്ഞിട്ട് എന്തു ഫലം? നാലെണ്ണത്തിനെ മുതുകിലേറ്റി പറന്നുയരാൻ എങ്ങനെ കഴിയും?

“എന്റെ പൊന്നുമക്കളേ!” ജരിത നിലവിളിച്ചു.

കൂട്ടിനുള്ളിലുണ്ടായിരുന്ന കുഞ്ഞുങ്ങൾ പുകപടർന്നു നിറയുന്ന ആകാശം കണ്ട് അമ്പരന്നു വിളിച്ചുചോദിച്ചു. “അമ്മേ, അമ്മേ എന്താ ഈ മേഘമൊക്കെ? എന്താണീ വെട്ടം? സൂര്യൻ താണുതാണു വരികാണോ?”

മരച്ചില്ലകൾക്കിടയിൽ ചിറകുതല്ലി വഴി കാണാതെ പറക്കുന്ന ജരിത പറഞ്ഞു: “തീയാ മക്കളെ, കൊടും തീ, അതു വാ പിളർന്നു പാഞ്ഞുവരുന്നു! ഇങ്ങെത്തി. നിങ്ങളും ഞാനും ചാമ്പലാകും. രക്ഷയ്ക്കൊരു പഴുതും കാണുന്നില്ലല്ലോ ഭഗവാനെ! ഒരു തെറ്റും ചെയ്യാത്ത എന്റെ കുട്ടികൾ...”

പക്ഷിക്കുഞ്ഞുങ്ങൾ തമ്മിൽത്തമ്മിൽ നോക്കി.

തക്ഷകി മകനോടു പറഞ്ഞ കഥ ജരിതയും മക്കളോടു നെഞ്ചുരുകി പറഞ്ഞതാണ്. ഖാണ്ഡവത്തിലെ ഓരോ മാതാവും മക്കളെ നെഞ്ചോടണച്ച് അക്കഥ പറഞ്ഞിട്ടുണ്ട്. ഒരായിരം തവണ.

പൊട്ടിയും ചീറിയും ശബ്ദമേളത്തോടെ തീ ആളിയാളി പടർന്നു കയറി. അംബരചുംബികളായ മരങ്ങൾ നിരന്നുകത്തി. കാടാകെ പുക പടർന്നു. ഇരുൾ മൂടി. അഗ്നിനാമ്പുകളുടെ അരുണിമ പകർന്ന് ഇടയ്ക്കിടെ ധൂമപാളികൾ അന്തിമേഘങ്ങളായി വിളങ്ങി. ദിക്കെട്ടും ഭേദിച്ച് അലമുറകൾ ഉയർന്നുപൊങ്ങി. പറന്നുയർന്ന കാകനും കഴുകനും പരുന്തും ഉല്ക്കകളായി നിലംപതിച്ചു. കുടൽപൊള്ളിയ മാനും മ്ലാവും നിലത്തുകിടന്നുരുണ്ടു മോങ്ങി. പാതി വെന്ത ഉടലുകൾ പരക്കംപാഞ്ഞു. വേർപാടിന്റെ

അസഹ്യതയിൽ സ്നേഹാലിംഗനത്തിലമർന്നവരൊക്കെ ഏകശരീരങ്ങളായി കത്തിജ്വലിച്ചു. വാലിൽ തീപ്പന്തങ്ങളുമായി പലതരം ജന്തുക്കൾ നെട്ടോട്ടമോടി. ആനകൾ കുടംകണക്കിനു ചീറ്റിയ ജലം അപ്പോഴേ ആവിയായി. കുപിതരായി പാഞ്ഞുവന്ന ഹിംസ്രമൃഗങ്ങൾ ജീവനോടെ നിന്നു കത്തി. ചുവടെരിഞ്ഞ മരക്കൊമ്പുകൾ ഓടുന്ന ജന്തുക്കളുടെ പുറത്തു വീണു ചിത കൂട്ടി.

ജലാശയങ്ങളൊക്കെയും തിളച്ചുതുടങ്ങി. ജലജീവികൾ അതിൽ കിടന്നുവെന്തു. അവയുടെ നെയ് പടർന്ന ജലപ്പരപ്പും തീനാളങ്ങളേറ്റു വാങ്ങി. യക്ഷഗന്ധർവ്വ രാക്ഷസപരിഷകൾ അലമുറയിട്ടു പിടഞ്ഞു വീണൊടുങ്ങി. സപ്തജിഹ്വാൻ സഹസ്രജിഹ്വനായി താണ്ഡവമാടി.

പുകമറ ഭേദിച്ച് ആകാശത്തേക്കുയർന്ന്, ഇടയ്ക്കിടെ തെളിയുന്ന ചെഞ്ചോരപ്രഭയിൽ ഖാണ്ഡവത്തെ വലംവച്ച്, വായുവേഗത്തിൽ പാഞ്ഞു നടക്കുന്ന രണ്ടു രഥങ്ങൾ ജരിത കണ്ടു. ആ തേർത്തടങ്ങളിൽ രണ്ടു തേജോരൂപികളെയും. ഇരുവരും ആയുധപാണികൾ. പ്രാണനും കൊണ്ടോടുന്നവരെ ഒരാൾ അമ്പെയ്തുവീഴ്ത്തുന്നു. എട്ടു ദിക്കിലേക്കും അയാളുടെ ശരങ്ങൾ പായുന്നു. ഇരുകൈകളും കൊണ്ട് അമ്പെയ്യുകയാണയാൾ. മറ്റേയാൾ പടുകൂറ്റൻ ഗദകൊണ്ട് പുറത്തുചാടുന്ന എല്ലാറ്റിനേയും തച്ചു കൊല്ലുന്നു. അയാൾ വിട്ടയയ്ക്കുന്ന ചക്രം ചീറ്റിപ്പാഞ്ഞ് എല്ലാമെല്ലാം അരിഞ്ഞെറിഞ്ഞിട്ട് മടങ്ങിവരുന്നു. വീണ്ടും വീണ്ടും വട്ടംകറങ്ങിപ്പായുന്നു.

നോക്കിനില്ക്കേ, ആ മഹാതേജ്വസികൾ ആരാണെന്ന് ജരിതയ്ക്ക് മനസ്സിലായി. കൃഷ്ണനും അർജ്ജുനനും തന്നെ. രണ്ടു നാൾമുമ്പ് കേട്ടതാണ്, അഗ്നിക്കു തുണയായി അവരും വരുമെന്ന്. ഈ കാടെരിച്ചു കളയേണ്ടത് വലിയവവരുടെ പൊതു ആവശ്യമായിരിക്കുകയല്ലേ അവരുടെ മനഃശാന്തിക്കും ക്ഷേമത്തിനും ദുഷ്ടന്റെയും കള്ളന്റെയും ത്രാണനമാണല്ലോ ഭഗവാന്റെ ധർമ്മം. എങ്കിലും എത്ര പരസ്യമായി. ഇത്രക്രൂരമായി...

പറന്നുതാണ് അവരുടെ കണ്ണുകൾ കൊത്തിപ്പറിക്കാൻ ജരിതയുടെ കൊക്കു ത്രസിച്ചു.

ഇവർ സർവ്വത്തെയും ഈ കാനനാന്തരത്തിലിട്ടു ചുട്ടെരിക്കും. ഒരു ചുണ്ടെലിപോലും രക്ഷപ്പെടുകയില്ല. വെട്ടിയ മരത്തിന്റെ വേരുപോലും ശേഷിക്കുകയില്ല. ഖാണ്ഡവത്തിൽ നടന്ന പകൽക്കൊള്ളയ്ക്കു സാക്ഷിയായ ഒരു ഉടലും ഭൂമിയിൽ അവശേഷിക്കുകയില്ല.

ഏതു ദൈവത്തെ വിളിച്ചാണൊന്നു കരയുക!

അവൾ പിന്നെയും അരയാൽ ചില്ലയിലേക്കു താണിറങ്ങി.

കൂടിനുള്ളിൽ കുഞ്ഞുങ്ങൾ ഏന്തിച്ചാടി വട്ടംകറങ്ങുന്നു. അവരുടെ ഒച്ചയ്ക്കുമേൽ ഭയം പാടകെട്ടിയിരിക്കുന്നു. മനമുരുകി ചിറകുതളർന്ന ജരിത കുടിലിന്റെ വക്കിലിരുന്ന് കുട്ടികളെ നോക്കി. അമ്മയുടെ പൊള്ളുന്ന കണ്ണീരടരുകൾ മക്കളുടെ ശിരസ്സിൽ പതിച്ചു.

ജരിതാരി എന്ന മൂത്ത പുത്രൻ പറഞ്ഞു: "അമ്മേ, അമ്മയ്ക്കു ചിറകുണ്ടല്ലോ. പറന്നു പോകൂ. പുത്രവാത്സല്യംകൊണ്ട് ആത്മനാശം വരു

ത്തരുത്. ചിറകു മുളയ്ക്കാതെ, ഈ ആകാശപ്പരപ്പു കാണാതെ ഞങ്ങൾ ചത്തൊടുങ്ങും. ഞങ്ങളുടെ മോഹങ്ങളും ചാമ്പലാകും. അമ്മയ്ക്കുപുറകെ പറന്നു പറന്ന് ഈ ഭൂലോകം ചുറ്റിക്കാണാമെന്നു കൊതിച്ചിരുന്നു. സാര മില്ലമ്മേ. ഈ അഗ്നിക്കു ദേഹം അർപ്പിച്ച് ഞങ്ങൾ മോക്ഷം പ്രാപിക്കും. അമ്മ രക്ഷപ്പെടൂ. പറന്നുപോകൂ."

രണ്ടാമൻ സാരിസൃക്കനും ചേട്ടൻ പറഞ്ഞതുതന്നെ ഏറ്റുചൊല്ലി: "അച്ഛൻ പറഞ്ഞിട്ടില്ലേ ഞങ്ങൾ ദൈവജ്ഞരാണെന്ന്. ഞങ്ങൾക്കറിയാ മമ്മേ ഇതുതന്നെയാണ് കാടായ കാടുകളുടെയെല്ലാം വിധി. സർവ്വവും നശിക്കും. തീയൊടുങ്ങുമ്പോൾ ഇവിടെ ശേഷിക്കുന്ന ചാമ്പൽ പോലും ആ ദുഷ്ടന്മാർ വിലപേശി വിറ്റിരിക്കും. അവശേഷിക്കുന്ന ശവപ്പറമ്പ് കൈവശമാക്കാവാൻ എത്രയോ കാപാലികർ കാത്തു നില്പുണ്ടാവും. ഈ ചിമിഴിനു പുറത്തിറങ്ങാതെ എല്ലാം ഞങ്ങൾ കാണുന്നു. അമ്മ കണ്ടില്ലേ, തേരിൽ പാഞ്ഞുനടക്കുന്ന ആ കൊലയാളികൾക്ക് ആയുധ ങ്ങൾ നല്കുന്നതാരാണെന്ന് അത് മറ്റൊരു ദേവൻ. അക്ഷയരത്നഖനി സ്വാധീനത്തിലുള്ള വരുണൻ. അയാളാണ് വെള്ളക്കുതിരകൾവലിക്കുന്ന തേരും ഗാണ്ഡീവവും അമ്പൊഴിയാത്ത ആവനാഴിയും പാർത്ഥനു കൊടു ത്തത്. കൃഷ്ണനേന്തുന്ന ഗദയും ചക്രവും ആ ദേവന്റെ സമ്മാനമാണ്. ഒന്നല്ലൊരായിരം ദേവന്മാരുടെ പിന്തുണയുണ്ടവർക്ക്. ഭരിക്കാൻ പിറന്ന ഭാഗ്യശാലികൾ; ദിക്പാലന്മാർ അമ്മ ദേവേന്ദ്രനെ വിളിച്ചു കരയുന്നത് കേട്ടുവല്ലോ, ഖാണ്ഡവപരിപാലകനായ ആ കള്ളനെ. അയാൾ വരുമോ? സ്വന്തം മകനല്ലേ അസുരനോ രാക്ഷസനോ ചെയ്യാത്ത പ്രാണിഹിം സയ്ക്കു കച്ചയും കെട്ടി നില്ക്കുന്നത്. മകനെ തോല്പിച്ച് അന്യരെ രക്ഷി ക്കാൻ ഏതു പിതാവും വരും? വൃദ്ധനായ തന്ത യുവാവായ മകനു തോറ്റു കൊടുക്കും."

"അങ്ങനെയല്ല. തന്ത്രശാലിയായ അച്ഛൻ തോറ്റെന്നഭിനയിച്ചു പിൻമാറും." കൂടുതൽ ജ്ഞാനിയും തപസ്വിയുമായി മൂന്നാമൻ സ്തംഭ മിത്രൻ തിരുത്തി. "അമ്മ കരയാതെ, ഇതു ഞങ്ങളുടെ മാത്രമല്ല, പിറക്കാ നിരിക്കുന്ന ശിശുക്കളുടെയും വിധിയാ. കരിഞ്ഞു പറന്നുപോവുക. അല്ലെ ങ്കിൽ പാതി വെന്തു ജീവിക്കുക. നാടുവാഴുന്നവരുടെ മക്കളായി പിറക്കാൻ ഭാഗ്യമില്ലാത്ത സർവ്വത്തെയും കാത്തിരുന്നത് ഈ നിഷ്ഠുരവിധിതന്നെ. ഖാണ്ഡവം മാത്രമല്ല ദണ്ഡകവും വിന്ധ്യനും ഹിമാലയവുമെല്ലാം ചാര മാകും."

"അല്ലമ്മേ, സമുദ്രങ്ങളെപ്പോലും ഈ കുടിലമാനസർ വറ്റിക്കും. ജല പ്രാണികൾപോലും ഇവരിൽനിന്നും രക്ഷപ്പെടുകയില്ല. ബ്രാഹ്മജ്ഞാനി യായ നാലാമൻ ദ്രോണർ പറഞ്ഞു. "അമ്മമാരുടെ വ്യസനമൊന്നും ആരും ശ്രദ്ധിക്കുകയില്ല. ഞങ്ങളെ മറന്ന് മനഃശാന്തി നേടൂ. അവരുടെ കണ്ണിൽപ്പെ ടാതെ പറന്നുപോകൂ. അച്ഛനെ കണ്ടു പിടിക്കൂ. മക്കൾ നാലും അഗ്നി യിൽ ദേഹത്യാഗം ചെയ്ത വൃത്താന്തം അദ്ദേഹത്തോടു പറയൂ. നിങ്ങൾക്ക് വീണ്ടും സന്തതികളുണ്ടാകട്ടെ. ഞങ്ങളെക്കാൾ യോഗ്യർ. അക്കാലം ഈ

ദേവന്മാരുടെ വംശമൊടുങ്ങുമെങ്കിൽ അവർ ഭാഗ്യശാലികൾ. ഇല്ലെങ്കിൽ ആ കൊച്ചനിയന്മാരും ഞങ്ങളെപ്പോലെ..."

ജരിത മരച്ചില്ലയിൽ അള്ളിപ്പിടിച്ചിരുന്ന് വിങ്ങിവിങ്ങിക്കരഞ്ഞു.

താഴെ അഗ്നിനാളമായ് നിന്നു നിലവിളിക്കുന്നു ഒരു യക്ഷൻ. ഘോരാരവത്തോടെ പറന്നുയർന്ന ഒരുപറ്റം പരുന്തുകളൊന്നാകെ പാഞ്ഞുനടന്ന ഒരമ്പിൽ കോർത്ത് കത്തിക്കാളുന്ന തീയിൽ പതിക്കുന്നു. ഉടൽ പാതി വെന്ത കുരങ്ങന്മാർ മരങ്ങളിൽ പൊത്തിപ്പിടിച്ചു കയറാൻ ശ്രമിക്കവേ മുസലതാഡനമേറ്റ് നിലം പൊത്തി പൊട്ടിത്തെറിയോടെ എരിഞ്ഞടങ്ങുന്നു. ആകാശചാരികൾ പലതും കരിഞ്ഞ മാംസപിണ്ഡങ്ങളായി കീഴോട്ടു പായുന്നു. ജന്തുക്കളുടെ വസയും മജ്ജയും ഉരുകിയൂറി വന്ന് തീനാമ്പുകൾക്ക് വീര്യം പകരുന്നു.

കൂടിനുള്ളിൽക്കിടന്ന് ശാർങ്ഗകിശോരങ്ങൾ 'അമ്മ പോകൂ... അമ്മ പോകൂ...' എന്നു നിലവിളിച്ചുകൊണ്ടിരുന്നു. ആ അമ്മ മന്ദബുദ്ധിയായി സ്വന്തം കൂടിനെ, മക്കളെ വലംവച്ചു പറന്നു ചുറ്റിക്കൊണ്ടേയിരുന്നു.

വിജയാഹ്ലാദത്തോടെ മുന്നേറുന്ന തീജ്വാലകളുടെ ചൂടുവെട്ടം ആ അരയാലിന്റെ ഇലച്ചാർത്തിലുമെത്തി. അശ്വസേനൻ ചൂടേറ്റു പുളഞ്ഞു തുടങ്ങി. അവൻ ചക്രംകണക്കെ വട്ടം ചുറ്റി. നിലയ്ക്കാതെ ചുരുണ്ടു നിവർന്നു. മണ്ണിൽ തലയും വാലും തല്ലിപ്പിടഞ്ഞു.

പിഞ്ചോമനയുടെ പ്രാണപ്പിടച്ചിൽ കണ്ടുനില്ക്കാനാവാതെ തക്ഷകി കണ്ണിമപൂട്ടി. പിന്നെ അവനുനേരെ വായും പിളർന്നു പാഞ്ഞു. പുത്രന്റെ തല തന്റെ വായ്ക്കുള്ളിലാക്കി. ഉടൽ വിഴുങ്ങിത്തുടങ്ങി. ക്ഷണനേരംകൊണ്ട് ഇത്തിരി വാലൊഴികെ തന്റെ ഉള്ളിലാക്കി മാറിടം പൊള്ളുന്ന മണ്ണിൽ തൊടാതെ പൊങ്ങിനിന്ന ഒരു വേരിൽ വട്ടം ചുറ്റി ഞാന്നുകിടന്നു.

ആ വേരിലും ചൂടുപകർന്നപ്പോൾ അവൾ നിലത്തുചാടി. ഉള്ളിൽ അരുമമകനെയും ഒതുക്കിപ്പിടിച്ചുകൊണ്ടവൾ പാഞ്ഞു. അവന്റെ പിഞ്ചുവാൽ അവളുടെ വായുടെ കോണിലൂടെ പുറത്തേക്കു നീണ്ടുകിടന്നു.

ഇനി ഇവിടെ നിന്നുകൂടാ. പുറത്തു ചാടണം. ഏതുവിധമെങ്കിലും..

അവൾ ഖണ്ഡവമാകെ ഇഴഞ്ഞോടി. ഒരു സർപ്പവും അന്നോളം ഓടിയിട്ടില്ലാത്ത വേഗതയിൽ അറിയാത്ത വഴികളിലൂടെ...

എങ്ങും വാളിന്റെ ഹുംകാരം. സുദർശനത്തിന്റെ മുരൾച്ച. വരുണന്റെ പൊട്ടിച്ചിരിയുടെ അലകൾ... മറ്റെന്തൊക്കെ ശബ്ദത്തിമിർപ്പുകൾ..

"തക്ഷകാ, നീ എവിടെ?" അവൾ മനംനൊന്തു വിളിച്ചു. "നിന്റെ സഖി, ആയിരം കണ്ണുള്ള ആ നീചൻ ഒന്നും കാണുന്നില്ലേ?"

ഒരു നിമിഷാർദ്ധത്തിൽ സുരക്ഷിതമെന്നു തോന്നിയ ഒരു ബിന്ദുവിൽ അവളെത്തി. ഝടിതി പുറത്തേക്കു കുതിച്ചു.

അർജ്ജുനന്റെ വാൾ അവളുടെ ശിരസ്സ് ഛേദിച്ചു. കരയാനോ ഒന്നു പിടയാനോ ഇടകിട്ടാതെ ആ മാതാവൊടുങ്ങി.

വാലിൽ ഇത്തിരി ക്ഷതത്തോടെ ആ സർപ്പശിശു പുറത്തുചാടി.

പാർത്ഥന്റെ കണ്ണുവെട്ടിച്ച് ധൂമാന്ധകാരത്തിൽ അഭയംതേടി.

ജരിതയുടെ മക്കൾ വീണ്ടും കേണപേക്ഷിച്ചുകൊണ്ടിരുന്നു.

"പറന്നുപോകൂ... അമ്മ ഞങ്ങളെ മറന്നേക്കൂ... ഒരുപക്ഷേ, അടുത്ത ജന്മം.. അല്ലെങ്കിലീ നശിച്ച ഭൂമിയിൽ ഞങ്ങൾക്കിനിയൊരു പിറവി വേണ്ട.."

രക്ഷകനായ ഇന്ദ്രന്റെ സഹസ്രനാമം ചൊല്ലിയുള്ള മുറവിളി എഴു ലോകങ്ങളെയും ഭേദിച്ചു പൊങ്ങി. ഖാണ്ഡവത്തിനും അകലെയെങ്ങോ നിന്നു തക്ഷകന്റെ ശബ്ദവും കേൾക്കായി.

ഝടിതി ആകാശത്തിന്റെ കിഴക്കേ ചെരുവിലൊരു അഭൗമപ്രകാശം പരന്നു. ഉച്ചൈശ്രവസ്സിന്റെ മുതുകേറി ദേവേന്ദ്രചക്രവർത്തി വരവായി. പുറകേ സർവ്വസന്നാഹങ്ങളോടും ദേവസേന.

വെന്തുപിടയുന്ന ജീവനൊക്കെയും ആ വരവിൽ ആശനട്ടു.

ആ എഴുന്നള്ളത്തുഘോഷത്തെ ഒളികണ്ണിട്ടു നോക്കി അർജ്ജുനൻ പറഞ്ഞു. "ദാ വര്ണൊണ്ട്."

വരുണൻ ചോദിച്ചു: "ഇവിടെ യാഗരക്ഷ ചെയ്യുന്നത് കുമാരനാണെന്ന് പിതാവിന് അറിവില്ലേ?"

കുന്തീസുതനൊന്നൂറിച്ചിരിച്ചു. "ഞാനൊന്നൊരുമ്പെട്ടിറങ്ങിയാൽ പിന്മാറില്ലെന്ന് വജ്രപാണിക്ക് അറിയാം."

"വിത്തുഗുണം" ആരോടെന്നില്ലാതെ കൃഷ്ണൻ പുലമ്പി. പിന്നെ ദേവേന്ദ്രനെ നോക്കി നീലക്കാർവർണ്ണൻ തന്റെ പ്രസിദ്ധമായ ആ ചിരി പൊഴിച്ചു.

ദേവനാഥൻ കൃഷ്ണനെ കണ്ണുകാട്ടി അടുത്തുവിളിച്ചു സ്വകാര്യമായി മന്ത്രിച്ചു.

"എങ്ങനെയുണ്ട്?"

"എല്ലാം കുശാൽ. പയ്യൻ മോശമില്ല കേട്ടോ. സവ്യസാചിതന്നെ. ഹരം പിടിച്ചു നില്പാണ്. രുധിരവർഷം കൊണ്ടു നീ കെട്ടുപോകുമോ എന്നൊരു ശങ്ക. അത്രയേയുള്ളൂ. അവന്റെ ഒരാശയല്ലേ അങ്ങ് തടസ്സത്തിനൊന്നും നില്ക്കണ്ട."

"മകന്റെ മിടുക്കിൽ സന്തോഷിക്കാത്ത പിതാവുണ്ടോ? പക്ഷേ, പ്രജാ പരിപാലനമെന്നൊരു ധർമ്മമില്ലേ? എനിക്ക് എന്തെങ്കിലുമൊക്കെ ചെയ്യാതിരിക്കാനാകുമോ? അവൻ ചെറുതു ജോല്പിച്ചോട്ടെ. ഇളന്തലയുടെ കരുത്തുകണ്ട് മനസ്സു നിറയുമല്ലോ."

കൃഷ്ണൻ കൂടുതലൊന്നും പറയാതെ വീണ്ടും ഗദയും ചക്രവും ചലിപ്പിച്ച് ഹിംസയിലാണ്ടു.

അംബരവീഥിയിൽ മിന്നൽപ്പിണരുകൾ തെളിഞ്ഞു. കഠോരമായ ഇടി രവമുയർന്നു. ഖാണ്ഡവത്തിലെ വെന്തുചാടിയ മനസ്സുകളിൽ പ്രതീക്ഷയുടെ പൊടിപ്പുകളുയർന്നു.

ദിഗന്തങ്ങൾ ഭേദിക്കുന്ന ശബ്ദനിർഘോഷത്തോടെ മഴ വർഷിച്ചു തുടങ്ങി. അഗ്നിഫണങ്ങളിൽ ജലധാരകൾ ആഞ്ഞുപതിച്ചു.

അർജ്ജുനൻ കോപാക്രാന്തനായി അക്ഷീണം, അഭംഗുരം ശരനിര

ഉതിർത്തുന്നു. ഖാണ്ഡവത്തിനുമേലെ അമ്പുകൾ കൊണ്ടൊരു കൂടാരം നിർമ്മിച്ചു. അതോടെ ഒരു ശലഭത്തിനുപോലും പറയന്നുയർന്നു രക്ഷപ്പെടാൻ പഴുതില്ലാതായി. ധൂമപടലം പൂർവ്വാധികം സാന്ദ്രമായി. ചൂടിനും കരുത്തേറി.

ശരമേലാപ്പിനു കീഴെ അഗ്നി പൂർവ്വാധികം ശക്തിയിൽ ആളിപ്പടരുന്നതും താനയച്ച പുഷ്പകലാവർത്തിമേഘങ്ങൾ വർഷിച്ച് ഖാണ്ഡവത്തിലെ നാലതിരുകൾക്കപ്പുറത്ത് നിരുപയോഗമായി ഒഴുകിപ്പോകുന്നതും ദേവനായകൻ നിർവൃതിയോടെ നോക്കിനിന്നു.

എങ്കിലും തന്റെ ജന്മം കേൾപ്പാനായി ഉച്ചൈസ്തരം ഘോഷിച്ചു. "അത്ര അഹമ്മതിയോ? ധാർഷ്ട്യം അത് സ്വന്തം ചോരയുടേതായാലും വജ്രായുധൻ പൊറുക്കുകയില്ല."

അദ്ദേഹം സമീപത്തുകണ്ട പർവ്വതത്തിലേക്കു പാഞ്ഞു. ഒരു കൊടുമുടി പിഴുതെടുത്ത് ശരകൂടത്തിനുമീതെ വലിച്ചെറിഞ്ഞു.

അർജ്ജുനൻ പറന്നുവരുന്ന പർവ്വതഖണ്ഡത്തിനുനേരെ, ഒരു ചെറുചിരിയോടെ ഒരു ദിവ്യാസ്ത്രം തൊടുത്തു. ആ മാമല പതിനായിരം നുറുങ്ങുകളായി ഖാണ്ഡവത്തിൽ പതിച്ച് പതിനായിരങ്ങളെ ഒടുക്കി. ഒരമ്പുകൊണ്ട് അയാൾ മേഘങ്ങളെ നയിച്ചുകൊണ്ടുവന്ന കാറ്റിനെ സ്തംഭിപ്പിച്ചു മറ്റൊന്നുകൊണ്ട് ജലധാരയെ നിശ്ചലമാക്കി.

താൻ നിസ്സഹായനാണെന്ന് ദേവഗണത്തിനും ഖാണ്ഡവത്തിലെ അർദ്ധപ്രാണങ്ങൾക്കും ബോദ്ധ്യം വരുവാനായി തെല്ലുനേരം വിളറിയ മുഖവുമായി ഇന്ദ്രൻ നിന്നുകൊടുത്തു.

അധീശവന്ദനത്തിനായി തന്റെ മുഖങ്ങളിലൊന്നു നീട്ടിയ അഗ്നിയുടെ കാതിൽ ഇന്ദ്രൻ മന്ത്രിച്ചു. "ആ തക്ഷകൻ എന്റെ ആളാണ്. ആ പാവം പയ്യനെയങ്ങു വിട്ടേരെ.."

അഗ്നി തല വണങ്ങി. മന്ദപാലമുനി ഓടി വന്ന് കൃഷ്ണന്റെ കാലിൽ വീണു.

"ഭഗവാനെ എന്റെ കുട്ടികൾ ചിറകുമുളയ്ക്കാത്ത പൈതങ്ങൾ.,.. നാലെണ്ണമുണ്ട്. ഞാൻ പണ്ടേ അഗ്നിദേവനോടു സൂചിപ്പിച്ചിരുന്നു..."

ലക്ഷ്മികാന്തന്റെ മനവുമലിഞ്ഞു. വീണ്ടും ചക്രത്തെ നിയോഗിക്കുന്നതിനിടയിൽ അദ്ദേഹംപറഞ്ഞു. "ഇതൊക്കെ നേരത്തെ പറഞ്ഞുകൂടേ? ശരി ശരി...."

പ്രാണനിൽ തീയാളുന്ന അമ്മമാർ ഏകസ്വരത്തിൽ കേണു...

"ഞങ്ങളുടെ കുരുന്നുപൈതങ്ങൾ, അവർക്കാരുമില്ലേ... ദേവേന്ദ്രാ... ഈ സാധുക്കളെ.."

അതിരും എതിരുമില്ലാതെ കത്തുന്ന തീനാമ്പുകളെ നോക്കി കൊടിയ വിഷാദമാണ്ട മുഖത്തോടെ ഇന്ദ്രൻ പറഞ്ഞു

"നിങ്ങൾ കണ്ടില്ലേ ശബ്ദഘോഷമെങ്കിലും കേട്ടില്ലേ? ഞാൻ എന്നാലാവുന്നതൊക്കെ ചെയ്തു. പക്ഷേ, നാണംകെട്ടു. ഞാനിവിടെ തോറ്റു. എന്റെ പരാജയത്തിന്റെ സ്മാരകമാവുകയാണീ ഖാണ്ഡവം."

കൃഷ്ണനൻ പതിയെ കൂട്ടിച്ചേർത്തു. “പുത്രവാത്സല്യത്തിന്റെയും”

ഇന്ദ്രൻ മറ്റാരും കാണാതെ സ്വന്തം പുത്രനെ നോക്കി. അന്നേരമുണ്ടായ രോമഹർഷം ദേവകീ സൂനുപോലും അറിയാതിരിപ്പാൻ ഝടിതി ഉച്ചൈശ്രവസ്സിന്റെ മുതുകേറി പാഞ്ഞുപോയി.

ആ കുതിരയുടെ വാലിന്റെ താഡനമേല്ക്കാനായി മാത്രം ആശ്രയമറ്റ അമ്മമാരുടെ രോദനം പുറകേ പാഞ്ഞുചെന്നു.

“ഈ പൈതങ്ങൾ... അവരെന്തു പിഴച്ചു? ഒരിറ്റു കാരുണ്യം... അവരുടെ ജീവൻ...”

അഗ്നിയുടെ കാരുണ്യം എല്ലാ ദുഃഖങ്ങളും ഭക്ഷിച്ചൊടുക്കിക്കൊണ്ടിരുന്നു.

വൈരം

കൊച്ചുമോളുടെ ചിരിയാണ്. പുലരുമ്പോ കഴുത്തിൽ താലി വീഴാൻ പോണ പെണ്ണിന്റെ ചിരി. പാവം പെണ്ണ് ശബ്ദം താഴ്ത്തിപ്പിടിക്കാൻ പാടു പെടണൊണ്ട്...

സുമതൃമ്മ ജീവസ്സറ്റ കണ്ണുകൾ മച്ചിലുറപ്പിച്ച്, കാതുകൾ ചമരിനപ്പു റമെത്തിച്ച്, അങ്ങനെ കിടന്നു.

എണീറ്റു നടക്കാമായിരുന്നെങ്കില് എന്തെങ്കിലുമൊക്കെ ചെയ്യാമായി രുന്നു. ഉരൽക്കളത്തിലോ. പാചകപ്പൊരയിലോ. കലവറയിലോ... ഒന്നുമി ല്ലെങ്കില് മേൽനോട്ടമെങ്കിലും... പറഞ്ഞിട്ടെന്താ..

ഇവളുടെ അമ്മ കല്യാണിക്കുട്ടി മരിച്ചിട്ടിപ്പോ കൊല്ലം പത്തുവരു മോ.. അതോ എട്ടോ.. ഒരു മേടത്തിലായിരുന്നു. മരിക്കുമ്പോ അവൾക്ക് വയസ്സെത്രയായിരുന്നു... അന്ന്, ഈ കൊച്ചു മോൾക്കോ... കല്യാണിയെ പ്രസവിച്ചത് നൂറ്റിപ്പത്തിലോ പതിന്നാലിലോ... ഉത്രം നക്ഷത്രം. വെളു പ്പാൻകാലത്തെ ജനനം.

ഒരു കണക്കും ദിക്കും നേരെ ഓർമ്മയില് വര്ണില്ലാ.

ഓർത്തിട്ടുതന്നെ ഇനി എന്തെടുക്കാനാ?

കൊച്ചുമോളെ കെട്ട്ണ ചെക്കന്റെ പേരും എത്രപ്രാവശ്യം കൗസു പറഞ്ഞുതന്നു. ഇപ്പോ ഓർമ്മയുണ്ടോ..

പത്തുവൃത്തവും ശിവരാത്രിമാഹാത്മ്യോം ഒരിരുപ്പിന് ഒരക്ഷരം തെറ്റാതെ ചൊല്ലണ തലച്ചോറുണ്ടായിരുന്നു.

പാവം കൊച്ചുമോള്! തള്ളയില്ലാത്ത കുട്ടി. കല്യാണി വസൂരിയില് മരിച്ച് അകത്തളത്തില് കെടുക്കുമ്പോ ഇവളെന്റെ മടീല് കെടന്നു കളി ക്ക്ണു. പാൽപ്പത മാറാത്ത ചുണ്ടില് കുരുന്നുചിരി...

അടുത്തയാണ്ട് ഈ മാസമാകുമ്പോ അവള് മൊലയൂട്ടും... നാരാ യണാ അന്ന്... ങാ..

എന്താ ഒരു മണം! അട കരിയ്ണതോ ഉപ്പേരി വറുത്തു കോരണതോ?

അപ്പറത്തെ ഒരു ബഹ്ളം കേട്ടില്ലേ? കൂട്ടുകാരികളാത്രേ. ഇപ്പഴത്തെ പെമ്പിള്ളേരെടെ ഒരു തൊണ്ട...! വെങ്കലമണീല് അടിച്ചപോലെ. കെട്ടിച്ചതും അല്ലാത്തതും കാണും. അടക്കമില്ലാതെ വരകള്! കൊച്ചുമോളേ കൊല്ലാതിരുന്നാമതി.

അന്ന് കല്യാണത്തിനും രണ്ടു ദെവസം മുമ്പേ അറയില് ഒളിച്ചുകളഞ്ഞില്ലേ... ആ ഇരുട്ടിലിരുന്നിട്ടും എന്തൊരു പരിഭ്രമമായിരുന്നു! അമ്മടെ മൊകത്തു നോക്കാൻപോലും നാണം...!

പന്തലിനു വലം ചുറ്റിച്ച് അതിനുള്ളിൽ പിടിച്ചുകേറ്റി അച്ഛൻ... പൊടവ വാങ്ങി. അച്ഛൻ തന്നെ പിടിച്ചു താഴെയിറക്കി.

താലി കെട്ടിയ മനുഷ്യന്റെ മൊകം കണ്ടില്ല. ചുറ്റും നിന്ന കാർന്നോന്മാരെ കണ്ടില്ല. നെലവിളക്കും നെറപറേം കണ്ടില്ലാ... കണ്ണു തൊറന്നിരുന്നെങ്കിലും എല്ലാം ഇരുട്ടിലായിരുന്നു. അലയടിയ്ക്ക്ണ ഇരുട്ടിൽ... താളമേളം കാലിലൂടെ വെറച്ചുവെറച്ച് അരിച്ചങ്ങനെ കേറീരുന്നതുമാത്രം അറിയാം.

പൊഴയില് വെള്ളം പൊങ്ങുമ്പോ കൈത്തോട്ടിലൊഴുകും. പൊഴയില് നീന്തിവന്നൊരു ചീങ്കിണ്ണി കൈത്തോട്ടിലായി. പെട്ടെന്ന് വെള്ളമിറങ്ങി. പാവം ചീങ്കണ്ണി തോട്ടിലെ ഒറ്റപ്പെട്ട ചെളിവെള്ളത്തിലായി.

അവിടെ കെടന്നതു ബഹളംവച്ചു. ചെളീല് കാലും വാലുമിട്ടടിച്ചു.

പുലർച്ചയ്ക്കു കാഴ്ചക്കാരു കൂടി. അതുകണ്ട് ചീങ്കണ്ണി ചാട്ടത്തോടു ചാട്ടം. ആൾക്കാർക്കോ രസം. നാലുവശത്തൂന്നും കല്ലുവന്നു വീണു. മുന കൂർത്ത നീളൻ കമ്പുകൾ താണു.

തോട്ടിലെ പനന്തടി കേറി കടന്നുവേണം. നാണുവാശാന്റെ കുടിപ്പള്ളിക്കൂടത്തില് പോകാൻ. അന്നു രണ്ടാം ക്ലാസിലായിരുന്നു.

തോട്ടിൻകരയിലെ ആൾക്കൂട്ടത്തിൽ നൂഴ്ന്നുകയറി നോക്കി. ചീങ്കണ്ണി കരയിലങ്ങനെ കെട്ക്കുണു. പള്ള പൊട്ടി കൊടല് വെളിയിലേക്ക് തള്ളിയിരിക്കുണു.

അപ്പോഴും വാലിട്ട് തറേല് ആഞ്ഞാഞ്ഞടിക്കതന്നെ. അദിന്റെ കണ്ണില് വല്ലാത്തൊരു നോട്ടം. ചുറ്റും നിക്ക്ണ ആരേയും അതു കാണാത്തതുപോലെ. ഒന്നിനേം പരിചയമില്ലാത്തപോലെ ഒരന്ധാളിപ്പ്!

നാളെ കൊച്ചുമോൾടെ കണ്ണിലും ആ അന്ധാളിപ്പ് കാണുമോ... എല്ലാവരും നോക്കിനില്ക്കേ ആരേയും കാണാൻ കഴിയാതെ...

ആ! ഇപ്പോഴത്തെ പിള്ളാരെ ഒരു പ്രത്യേക വഹയല്ലേ?

കൊച്ചുമോള് അമ്പലത്തില് ദീപാരാധനയ്ക്കു പോകും മുമ്പ് കൊടുക്കണംന്ന് വിചാരിച്ചതാണ്. പക്ഷേല് ഒന്നു മയങ്ങിപ്പോയി. ഇപ്പൊ കൂട്ടുകാരികളുടെ നടുക്ക് സുന്ദരിക്കുട്ടിയായി ഇരുപ്പാവും. അവറ്റകളും കാണട്ടെ. ഇക്കാലത്ത് ഇദുപോലൊരെണ്ണം ക്നാവുകാണാൻ പറ്റുമോ?

കല്യാണിക്കുട്ടിക്കും ഒരു നോട്ടമൊണ്ടാരുന്നതാ. ഞാൻ കഴുത്തീന്നഴിക്കാതെ ഇട്ടോണ്ടു നടന്നതുകൊണ്ടു ചോദിച്ചില്ലാന്നേയുള്ളൂ...

എങ്കിലും ഒരിക്കലോമറ്റൊ ഒന്നു മൊരണ്ടു: “ഇനി അമ്മയ്ക്കെന്തിനാ അഡ്യലെന്ന്...”

ഒരാട്ടു വച്ചുകൊടുത്തു. പിന്നെ കമാന്ന് മിണ്ടിയില്ല.

കൊച്ചുമോളിത് കണ്ടിട്ടുണ്ടോ...

ഉണ്ടാവാതിരിക്കുമോ... പക്ഷേ, ഞാനിത് കൊടുക്കുംന്ന് നെനച്ചിരിക്കില്ലാ... അതു തീർച്ച...

വല്യമ്മാവൻ സേലത്തീന്നൊരു ആശാരിയെ വരുത്തി പ്രത്യേകം പണീച്ചതല്ലേ. ഇതിലൊന്നു കല്ലിന് ഇന്ന് ലക്ഷം കൊടുക്കണം ലക്ഷം.

കല്ലുകള് പതിച്ചിരിക്ക്ണത് വെറും പവനിലാണോ, കട്ടിത്തങ്കത്തിലല്ലേ...

അമ്മ മംഗല്യദിവസം കഴുത്തിലിട്ടു തന്നത് ഇപ്പോഴെന്നപോലത്തെ ഓർമ്മയാണ്ട്.

അദ്ദേഹത്തിന്റെ കണ്ണടയുംവരെ പിന്നെ കഴുത്തീന്നത് അഴിച്ചിട്ടില്ല.

കൗസൂനെ വിളക്കണം. ഒന്നിനും തന്നെത്താനാവാതെ വന്നാല് നരകംതന്നെ.

ഇനി ഭൂതം കാക്കുംപോലെ വച്ചു കാക്കണതെന്തിന്? ഇനി വൈരവും വൈഡൂര്യവുമൊക്കെ കൊച്ചുമോളും തന്നെ.

കൗസുവേ, നീ ഇങ്ങോട്ടൊന്നു വാടീ. വിളിക്കാനും വയ്യല്ലോ.

ദാ, ഈ താക്കോലിട്ട് ആ പെട്ടിയൊന്നു തൊറക്ക്.

പതുക്കെ, ഒന്നു പതുക്കേന്ന് തൊറന്നോ...

പിന്നെ, ആ മൂലേലൊരു കൊച്ചുപെട്ടീല്ലേ? കൈപ്പെട്ടി... കണ്ടോ... അദിങ്ങെട്.

ശരി ഇനി നീ പൊയ്ക്കോ. കണ്ടവളൊക്കെ ഇത് കാണണതെന്തിനാ? കള്ളശവങ്ങള്...

അവള് പോയോ. വല്ലടവും പതുങ്ങി നിക്ക്ണോ...

എണീറ്റു നോക്കാനും വയ്യാ... പതുക്കെയൊന്നു വിളിച്ചു നോക്ക്യാലറിയാം.

കൗസ്വേ... കൗസു!

പോയി... എന്നെ ഇത്തിരി പേടിയൊണ്ട്.

പോടീന്ന് പറഞ്ഞാല് ഒടനെ പോവും. നിന്നാലുള്ള ഫലം എന്താന്ന് അറിയ്യാം. നെഷേധമൊന്നും ഇവിടെ പറ്റില്ലാ.

കൈപ്പെട്ടീലിരിക്കുമ്പൊത്തന്നെ എന്തൊരുതെളക്കം! ഉള്ളംകൈയിലിരിക്കുമ്പോ ഇരുന്നനങ്ങുംപോലെ തോന്ന്ണ്. ഓരോ കല്ലുമിരുന്നു തുടിക്കുന്നതുപോലെ... എന്തൊരു കനം!

അഡ്യലിന്റെ അറ്റങ്ങൾ കൈയിലെടുത്തുയർന്നു കഴുത്തോടു ചേർത്തുപിടിച്ച് ഇത്തിരിനേരം ഇരുന്നു. ആ ആത്മനിർവൃതിയിൽ നിമിഷങ്ങളൊഴുകിപ്പോയി. പിന്നെ കൈകൾ താഴ്ത്തി, അഡ്യലിനെ മടക്കി കൈപ്പത്തിയിലൊതുക്കിയൊളിച്ചു.

കൗസ്വേ... കൗസു..

എന്താടീ ഒന്നുറച്ചു വിളിക്കേട്ടാല്... ഹാളില് കൊച്ചുമോളുണ്ടല്ലോ. കൂട്ടുകാരികളുമില്ലേ?

ശരി, എന്നെ ഒന്നു പിടിച്ചെണീപ്പിക്ക്. എനിക്ക് മോളെ ഒന്നുകാണണം. നീ ഇടത്തെ കൈയില് പിടിച്ചാമതി..

കൊച്ചുമകൾ എണീറ്റടുത്തു വന്നു. മുത്തശ്ശി മകളെ ആലിംഗനം ചെയ്തു. മകൾ അനുസരണയുള്ളൊരാട്ടിൻകുട്ടിയായി മുത്തശ്ശിയോടു ചേർന്നുനിന്നു. മുത്തശ്ശി അവളുടെ തലയിൽ തഴുകിയനുഗ്രഹിച്ചു. പെൺകുട്ടിയുടെ കണ്ണുകൾ നനഞ്ഞു.

പിന്നെ മോളവിടിരിക്ക്. മുത്തശ്ശിക്ക് ഒരു കാര്യംണ്ട്...

മുത്തശ്ശി മെല്ലെക്കുനിഞ്ഞ് തിളങ്ങുന്ന വൈരക്കല്ലുകൾ പതിച്ച അഡ്യലെടുത്ത് മകളുടെ കഴുത്തോടു ചേർത്തു.

കൂട്ടുകാരികൾ ഉത്സാഹത്തോടെ അതിന്റെ കൊളുത്തു തൊടുത്തി.

തൊട്ടടുത്ത കസേരയിൽ അഡ്യലണിഞ്ഞ കഴുത്തിൽത്തന്നെ ജീവസ്സറ്റ കണ്ണുകളർപ്പിച്ച് മുത്തശ്ശി ഇരുന്നു.

തങ്കവർണ്ണമുള്ള കഴുത്തിനെ ചുറ്റി തിളങ്ങുന്ന വെള്ളക്കല്ലുകളുടെ നക്ഷത്രഫലം. അമ്മ കൊളുത്തു തൊടുത്തുമ്പോൾ മകൾ തല കുമ്പിട്ടു നില്ക്കുന്നു. പിന്നെ അതൊന്നൂരിയതാരാണ്. തലവഴി വെള്ളമുണ്ടുമൂടിയ ശരീരം പൂമുഖത്തേക്കെടുക്കുമ്പോൾ താൻ തന്നെയായിരുന്നോ... അതോ...

ചീങ്കണ്ണി കുടൽചാടി രക്തം വാർന്നുകിടക്കുന്നു. അപ്പോഴും വാലിട്ടടിക്കുന്നു. ശക്തിയായി. അതിശക്തിയായി. വീണ്ടും വീണ്ടും...

പുഴയിൽ വെള്ളം ഉയരരുതായിരുന്നു..

അതിനെ കരയ്ക്കെടുത്തിട്ടതാര്?

പെട്ടെന്ന് വെള്ളം താണതെന്തിന്? ചീങ്കണ്ണിയെ നശിപ്പിക്കാനായിരുന്നോ...

പള്ളയിൽ കുത്തി കുടൽ ചാടിച്ചതാര്? രക്തം തെറിച്ചപ്പോൾ അലറിചിരിച്ചവരാര്? അവർക്കെന്തുമേന്മ കിട്ടി?

ഏടുമേന്തി നിന്ന താൻ ചിരിച്ചോ?

ചീങ്കണ്ണി പരതിനോക്കിയിരുന്നതെന്ത്? ആ അന്ധാളിപ്പ്...

വെള്ളക്കല്ലുകളുടെ നിരയൊഴുക്കുന്ന കട്ടിത്തങ്കം...

പൂവൻപഴത്തിന്റെ നിറമുള്ള മിനുപ്പേറിയ കഴുത്ത്...

കൊച്ചുമോളുടെ കണ്ണിൽ അന്ധാളിപ്പില്ല. ചുണ്ടിൽ ഒരു നേർത്ത പുഞ്ചിരിമാത്രം.. ശാന്തിക്കുഞ്ഞിനിത് നന്നായിണങ്ങ്ണൊണ്ട്." കൗസു.

"ശരിയാ... ശരിയാ..." കൂട്ടുകാരികൾ

ഇവരോട് ചോദിച്ചോ? ശവങ്ങള്!

"സുമതീ... മോൾക്കിത് നന്നാ ചേർണ്..." അമ്മ.

"ഇദ് അണിഞ്ഞ നീ മേനകയാ– മേനക...." അദ്ദേഹം.

വെള്ളക്കല്ലുകളിൽ, അതിഴയുന്ന കഴുത്തിന്റെ നഗ്നതയിൽ മാറി മാറിപ്പതിയുന്ന മാർദ്ദവം കുറഞ്ഞ ചുണ്ടിന്റെ ലഹരി...

"മോളേ, ആ ആഡ്യലിങ്ങ് താ...." മുത്തശ്ശി പെട്ടെന്നു പറഞ്ഞു.

കൊച്ചുമകൾ അപ്പറഞ്ഞതിന്റെ അർത്ഥം മുത്തശ്ശിയുടെ മുഖത്തെ ജരകൾക്കിടയിൽ പരതി പകച്ചിരുന്നു.

“കൗസൂ. അതിങ്ങ് അഴിച്ചെട്...” മുത്തശ്ശിയുടെ കൈ നീണ്ടു.

കൗസു ഒന്നമ്പരന്നിട്ട് യജമാനത്തിയെ അനുസരിച്ചു.

ചീങ്കണ്ണി ജനത്തെ പകച്ചു നോക്കിക്കിടന്നു. മരിക്കാത്ത വാലിട്ട് നിലത്ത് വെറുതേ ആഞ്ഞാഞ്ഞടിച്ചുകൊണ്ട്...

അഡ്യൽ കൈക്കുള്ളിൽ ഭദ്രമായി ഒതുക്കി മുത്തശ്ശി വടികുത്തി എണീറ്റു.

കൗസു തേങ്ങി

മുറീലെത്തി കട്ടിലിലിരുന്നിട്ടു പറഞ്ഞു. “കൗസു നീയിനി പൊയ്ക്കോ. പോകുമ്പോ കതക് അടച്ചേരെ.”

അഡ്യല് വീണ്ടും കൈ പെട്ടിയിൽവച്ച് അടച്ചു. പെട്ടി കണ്ണോടു ചേർത്തു ഒരുനിമിഷം ഇരുന്നു. പിന്നെ പൊട്ടിയ തലയണക്കീഴിൽ ഒളിച്ചു വച്ചിട്ടു കിടന്നു.

കൈ നീട്ടി കാല്ക്കൽ നിന്ന് പുതപ്പിന്റെയറ്റം മോലോട്ടു വലിച്ചു.

പിതൃകാമേഷ്ടി

ഞാൻ വരുന്നതിനും എത്രയോ മുമ്പുതന്നെ മൈന ഇവിടെയുണ്ട്. പതിവുകാർ അവളെ പേർ ചൊല്ലി വിളിക്കും. വാക്കിലോമനിക്കും. അവളും കൊഞ്ചികൊഞ്ചി നാലു മൊഴിയും. ചിരിച്ച് തലയും വാലും കുലുക്കി കുണുങ്ങി രണ്ടു ചുറ്റു നടക്കും. സന്തുഷ്ടർ കൊടുക്കുന്ന ചില്ലറ വാങ്ങി എളിയിലോ കൈലിയുടെ കോന്തലിലോ തിരുകും.

ആദ്യമാദ്യം എനിക്കിതു കണ്ടു കലികയറുമായിരുന്നു. പക്ഷേ, എന്റെ ഇഷ്ടക്കേടിന് എന്തുവില? എന്റെ മുഖം വീർപ്പിച്ചു കുനിഞ്ഞിരിക്കും. അവൾ ആളൊഴിയുമ്പോ എന്റെ അടുത്തുവന്ന് തലയിൽ ഞൊണ്ടും. "ചെക്കന്റെ ഒരു മോന്ത!"

മുതലാളി ഉള്ളപ്പോൾ മൈന ചിറകൊതുക്കി നില്ക്കും. വേണ്ടപ്പെട്ട വരു വന്നാൽ മുതലാളി കുരച്ച് ശബ്ദം ക്ലീനാക്കി നീട്ടി നീട്ടി വിളിക്കും.

"മൈനേ, എടീ മൈനേ?"

അവൾ നിറഞ്ഞ ഗ്ലാസുമായി കുടുംബിനിയെപ്പോലെ നാണിച്ചൊ തുങ്ങി വരും. മുതലാളി ഫിറ്റാണെങ്കിൽ പരുങ്ങുന്ന സ്വന്തം ശബ്ദത്തില് പ്രസംഗിക്കും. "നീയി ചരക്കിനെ അറിയോ ഹന്റെ മൈനാ. ചെല്ലാര മൈന ക്കിളി– ഹെടി കിക്കിളിയേ, നാണിക്കാണ്ട നോക്കിയേ, ഈ വന്നിരിക്കണ് ആരാ അറിയ്യോ? അവൾ തലകുലുക്കും.

"ഹോ! കൊടിച്ചിപ്പക്ഷി- അറിയാമോ- എന്തറിയാം? ഇദാ കൊച്ചു കുട്ടി ആശാൻ. ആശാനെന്നാലോ?" അതു തുടക്കം. കേൾവിക്കാർ ആർത്തു ചിരിക്കും.

രാത്രി ഷാപ്പടച്ചാൽ മുതലാളി മൈനേടെ കൂട്ടിൽ കയറി വാതില ടയ്ക്കും. ഞാൻ പുറത്തെ ബഞ്ചിൽ ചുരുണ്ടുകൂടും.

പിന്നെ അതിരാവിലെ മൈന എന്നെ കൊത്തിയുണർത്തും. അപ്പോ

മുതലാളി ഉണ്ടാവില്ല. എപ്പോൾ പോയി എന്നു ഞാൻ ചോദിക്കുകേമില്ല.

ഇവിടെ വരുമ്പോൾ എനിക്ക് പതിമൂന്നു വയസ്സു കാണണം. കാരണം അന്നൊക്കെ ദേഷ്യം വരുമ്പോ മൊതലാളി അമറിയിരുന്നത്. 'പത്തു പതിമൂന്നു വയസ്സുള്ള പോത്തുണ്ണി' എന്നാണ്.

എന്നെ ഇവിടെ കൊണ്ടുവന്നു മൈനേടെ കൈയിൽ എല്പിച്ചു. ഇത് പതിമൂന്നാം നമ്പരാണെന്നും ചാരായഷാപ്പാണെന്നും മുതലാളിയുടെ പേര് ഷാപ്പു റപ്പായി ആണെന്നും പഠിപ്പിച്ചത് അവളാണ്. അവൾ എന്നോടു കുറേ ചോദ്യവും ചോദിച്ചു. ഞാൻ അറിയാവുന്ന സമാധാനോം പറഞ്ഞു. ചിലതൊക്കെ അവൾക്കു ബോധിച്ചു. പക്ഷേ, ഒടുവിലൊരു ചോദ്യം "നിന്റെ തന്തയാരെടാ?"

അതുവരെ ആ ചോദ്യം ആരും എന്നോടു ചോദിച്ചിട്ടില്ല. ഇവിടെ വരുംമുമ്പ് മൊതലാളീടെ തൊഴുത്തിലും പറമ്പിലുമായിരുന്നു. കൂട്ടിന് കുറേ മൂരിക്കുട്ടന്മാരും രണ്ടുകാലിപ്പിള്ളേരും. ഞങ്ങളാരും പരസ്പരം ഈ ചോദ്യം ചോദിച്ചിട്ടില്ല. ചോദിച്ചിരുന്നെങ്കിൽ ഉത്തരം കിട്ടുകേമില്ല. അതുകൊണ്ട് മൈനയെ നോക്കി മിഴിച്ചു നിന്നു. അവൾ അപ്പോ ചിരിച്ചു കുഴഞ്ഞു.

"വീണ്ടുമാ ചോദ്യം ചോദിച്ചപ്പോൾ ഞാൻ തലയാട്ടി.

"ഇല്ല."

അവൾ വീണുകിടന്നു ചിരിച്ചു. എനിക്കൊന്നും മനസ്സിലായില്ല. എന്റെ തന്തയെ അവൾക്കറിയാമായിരിക്കും. ഞാൻ വിചാരിച്ചു. പക്ഷേ, മിണ്ടിയില്ല.

അതിനുശേഷം ഇതേവരെ അവളാ ചോദ്യം എന്റെ മുന്നിലിറക്കിയിട്ടില്ല. പക്ഷേ, അതെന്റെ മനസ്സീന്ന് ഇറങ്ങാതായി.,

ഈ പതിമൂന്നാം നമ്പർ കേൾവികേട്ടതാണ്. റപ്പായി മുതലാളീടെ സ്ഥിരം കുത്തകയുമാണ്. എന്തെന്നാൽ മറ്റാരും ഈ കവലയിൽ ശോഭിക്കുകേല. അദിന് ആളായവൻ പിറന്നിട്ടില്ലടാ. മുതലാളി കൂടെക്കൂടെ പറയും. പണ്ടൊരുത്തൻ ആളായിപ്പിറക്കാൻ നോക്കി മത്സരിച്ച് ലേലംതുക കേറ്റിപ്പിടിച്ചു. ഷാപ്പിൽ നിത്യം അടിപിടി! അവസാനം സാക്ഷിപറഞ്ഞും പൊലീസിന് ഓശാരം ചെയ്തും മുടിഞ്ഞു വലഞ്ഞു. ഒടുവില് ഷാപ്പുറപ്പായിയെ കണ്ടു കാലുപിടിച്ച് കുറഞ്ഞ തുകയ്ക്ക് ഷാപ്പു കൈമാറി തടിതപ്പി. അതായത് ചരിത്രം പിറന്നതിനും അപ്പുറമൊരു കാലം ഈ കവല പിറന്നു. അന്നേ 13-ാം നമ്പരുണ്ടായി. ഷാപ്പുറപ്പായിയും മൈനയും ഉണ്ടായി.

രാത്രി എത്ര വൈകിയാലും മുതലാളിക്ക് ഷാപ്പില് വരാതെ ഉറക്കം വരൂല്ല. അതൊരു നിഷ്ഠ. ഞാനും മൈനയും അരക്കൻവിളക്ക് തിരിതാഴ്ത്തിവച്ച് മേശയ്ക്കപ്പുറവുമിപ്പുറവും ബഞ്ചിലിരിക്കും. ആ ഇരിപ്പിൽ മൈന കഥ തൊടങ്ങും. മഹർഷി നാരദര്, കള്ളൻ ജംബുലിംഗം, മന്ഥര, കുംഭകർണ്ണൻ, കൊയിലാണ്ടി ചട്ടമ്പി തൊടങ്ങി പല കഥകളും. ഞാൻ മൂളി കേൾക്കും. ഒറങ്ങിയൊറങ്ങി മൂളും. അപ്പോ കവലയ്ക്കപ്പുറത്തെ വളവി

ലൊരു കുര. അതും മുതലാളിയുടെ ഒരു നിഷ്ഠയാണ്. വരവറിയിപ്പ്.

ഇതിനിടയിൽ ഞാൻ, ഞാൻപോലും അറിയാതെ വളർന്നുകൊണ്ടിരുന്നു. എന്നാലത് മൊതലാളി അറിഞ്ഞിരുന്നു. 'പോത്തുണ്ണി' എന്നു വിളിക്കുമ്പോ വയസ്സ് ഏറ്റിവിളിച്ചിരുന്നു.

ഒരു അന്തിക്ക് ഷാപ്പില് അവിറാൻമെമ്പറു വന്നു. അദ്ദേഹം പതിവുകാരനല്ല. പക്ഷേ, മെമ്പറെ എനിക്കറിയാം. പണ്ട് സ്വർണ്ണച്ചെയിനും സിൽക്കുജൂബായുമിട്ട് ചട്ടമ്പിവേഷത്തിൽ നടന്ന കഥയുമറിയാം. പഞ്ചായത്തു വന്നപ്പോ എതിരില്ലാതെ മെമ്പറായി. ഖദറ് ജൂബ്ബയായി. ഏതു കേസും പറഞ്ഞൊതുക്കിക്കളയും. റോഡേ പോയാലോ, കടത്തിണ്ണയിൽ വേരിറങ്ങിയവനും എണീറ്റു കുമ്പിടും. വെളുത്തു ചൊകചൊകാന്ന് ഇരിക്കയല്ലേ? ആ വലിയ കണ്ണും നീണ്ട മൂക്കും കണ്ടാൽ ബഹുമാനം താനേ വരും.

ഷാപ്പില് കേറിയാല് ഒടനേ പറയും. "എടാ ഒരു നൂറ്റമ്പത് ഗ്ലാസുകളില് പിടി."

മെമ്പർക്കു തനിച്ചൊരിടത്തും പോകാൻ പറ്റൂല്ല. പൊറകേ തൂങ്ങിക്കൊള്ളാൻ ആളുകള് കാത്തുനിപ്പില്ലേ? ഷാപ്പിലെ ഒഴിപ്പുകാരൻ ആളെണ്ണി ഗ്ലാസെടുത്തോണം.

ഇന്ന് ഒരുത്തനേ കൂടെയൊള്ളൂ. ഞാൻ അളവു തെറ്റാതെ രണ്ടു ഗ്ലാസില് മില്ലിയൊഴിക്കുമ്പോ മെമ്പറ് മറ്റവനോട് ശബ്ദം ഒതുക്കി പറഞ്ഞു. ഒതുക്കിയാലും ഒതുങ്ങാത്ത ശബ്ദമായതുകൊണ്ട് ഞാനും കേട്ടു.

"ആ ചെക്കനെ അറിയാമോടാ?"

"ആ...."

"നമ്മുടെ ഓമനേടെ മോനല്ലേ?"

"ഏത് ഓമന?"

"ആലുംമുട്ടിലോമന."

"ങാ... ഹാ..."

"പിന്നെ അവനെ അവൻ എന്റെ മോനാ... അവന്റെ മൊകത്തൊന്നു നോക്കിയേ." മെമ്പറുടെ ശബ്ദം അലിഞ്ഞു. ഞാൻ അങ്ങോട്ടൊന്നു നോക്കിപ്പോയി. മറ്റവൻ എന്റെ മുഖത്തുതന്നെ കണ്ണും കുത്തിക്കയറ്റി ഇരിക്കുന്നു. എനിക്കു നാണം വന്നു. ഞാൻ ഗ്ലാസ് മേശപ്പുറത്തുവച്ചിട്ട് വേഗം തിരിഞ്ഞു നടന്നു.

അപ്പോ മറ്റവൻ പറയുന്നു. "ശരിയാ മെമ്പറെ, ആ കണ്ണും മൂക്കും! തൽസൊരൂപം! "

മെമ്പർ ഗ്ലാസ് മേശയിലിടിച്ച് കുടുകുടാ ചിരിച്ചു.

ഞാൻ തലകുനിച്ചു നിന്നു. മൈനയെ ഒന്നു കൊഞ്ചിച്ച് മെമ്പർ പടിയിറങ്ങി.

എന്റെ മനസ്സിൽ അവിറാൻമെമ്പറുടെ രൂപം തിങ്ങിവിങ്ങി. ഞാനോടിച്ചെന്ന് കണ്ണാടിയില് നോക്കി. സന്തോഷം കൊണ്ടു കുഴഞ്ഞു പോയി. എന്റെ തന്ത മെമ്പറുതന്നെ! ഇനി ആരെങ്കിലും ചോദിച്ചാൽ കഴുത്തു കുനി

യാതെ പറയാം. പക്ഷേ, ആരും ചോദിച്ചില്ല. എങ്കിലും ഞാൻ എന്നോടു തന്നെ ചോദിച്ചു ചോദിച്ചു കണ്ണാടിയിൽ നോക്കി. എന്റെ വക കൊച്ചുകണ്ണാടി മുതലാളീടെ തൊഴുത്തിന്റെ വാരിയിൽനിന്ന് ഷാപ്പിന്റെ വാരിയിലേക്കു മാറ്റി നോക്കിനോക്കി സ്ഥിരപ്പെടുത്തി. എന്റെ ചുരുളാത്ത മുടി പോലും മെമ്പറുടേതുതന്നെ.

മുതലാളി പറയും. അമ്മ മരിക്കുമ്പോ എനിക്ക് വയസ്സുമൂന്നാണെന്ന്. ആ രഹസ്യം ഞാനറിയും മുമ്പ് അവരു ചത്തത് സങ്കടമായിപ്പോയി.

വെറുതെ ഇരിക്കുമ്പോഴും ഉറങ്ങുമ്പോഴും അവിറാൻമെമ്പറ് എന്റെ കണ്ണിൽ വന്നു നെറയും. ആ കണ്ണും മൂക്കും ചുരുളാത്ത മുടിയും! മെമ്പറ് റോഡേ പോകുമ്പോഴും കവലയില് നില്ക്കുമ്പോഴും ഞാൻ ഒളിച്ചു നോക്കും. അദ്ദേഹം ഒരുവട്ടമെങ്കിലും തിരിഞ്ഞു നോക്കിയെങ്കിൽ! എന്നെ നോക്കി ഒന്നു ചിരിച്ചെങ്കിൽ! ഹായ്! കൊതിച്ചു കൊതിച്ചങ്ങനെ നില്ക്കും. ആ നില്പിൽ ഓർക്കാപ്പുറത്തെനിക്കു മീശ മൊളച്ചു. നനുനനാന്ന് രോമങ്ങൾ.. മൂക്കിനു താഴെ കുരുകുരാന്നങ്ങനെ നീലവരകൾ നിരത്തി വരച്ചതു പോലെ. ഇതു മറ്റാരും കണ്ടില്ല. പക്ഷേ, മൈന കണ്ടു. ഇപ്പോ അവൾ തലയിൽ ഞോടാറില്ല. ഉണർത്താൻ കൊത്തുകയുമില്ല. ഒന്നുകിൽ താടിക്കു പിടിക്കും. അല്ലെങ്കിൽ തുടയിൽ അമർത്തിപ്പിടിച്ച് കുലുക്കി വിളിക്കും. ചെലസമയം എന്റെ മീശയിൽ കള്ളക്കണ്ണിട്ടു നോക്കും. എനിക്ക് നാണം വരും.

ഒരു നട്ടുച്ചയ്ക്ക് ഒരുത്തൻ കയറിവന്നു. ഞാൻ മുമ്പ് അവനെ കണ്ടിട്ടില്ല. മേലു മുഴുവൻ കുഷ്ഠംപോലെ പുണ്ണ്. ഈച്ചകൾ ബഞ്ചിലും മേശയിലും പറന്നെത്തി വട്ടമിട്ടു. അവന്റെ പഴുത്ത കണ്ണുകണ്ട് എനിക്ക് ഓക്കാനം വന്നു. ഗ്ലാസില് കൊടുക്കാൻ അറപ്പുതോന്നി. ഞാൻ അനങ്ങാത്തതുകണ്ട് മൈന ഗ്ലാസെടുത്തു. മാത്രമോ അവൾ അവനോടും കൊഞ്ചി.

"എന്തെടീ മൈനപ്പക്ഷീ, കാക്കക്കിളിയേ?" അയാൾ അവളുടെ നേരെ പല്ലിളിച്ചു.

ഞാൻ പല്ലുഞെരിച്ച് വെളീല് നോക്കി കൗണ്ടറിലിരുന്നു.

ഒരു ഇറച്ചിക്കഷണം ചവച്ചുകൊണ്ട് അയാൾ ചോദിച്ചു.

"ഈ ചെക്കൻ ആരെടീ പക്ഷീ?"

"ഇവിടത്തെ സപ്ലേർ."

"അതല്ലടീ എരുമച്ചീ, ഇവന്റെ തള്ളയാരാ?"

"ആലുംമൂട്ടിലോമനാന്നാ ഷാപ്പ് പറേണെ. ഉം എന്താ അറിയാമോ?"

അയാൾ വെട്ടി വെട്ടി ചിരിച്ചു. ഇറച്ചി എങ്ങോ കേറി ചുമ തുടങ്ങി.

മൈനയ്ക്കു രസം. എനിക്കു കലി.

"നീ അവളോടു പോയി ചോദിക്ക്." ചുമ നിന്നപ്പോൾ കുഷ്ഠം പറഞ്ഞു.

"അതങ്ങിനാ അവള് ചത്തില്ലേ?"

"ശരിയാണല്ലോ. എടീ ചാരുശീലേ, എന്നാല് കഥാശേഷം കേൾ. അവനേ... അവൻ എന്റെ പുത്രനാ."

മൈന ചിരിച്ച് എന്നെ നോക്കി. എനിക്കവന്റെ മുഖമടച്ചൊന്നാട്ടാൻ

തോന്നി.

പൈസ മേശപ്പുറത്തുവച്ചിട്ട് അവൻ മുന്നിലിരുന്ന എന്റെ കവിളിൽ തടവി. ഞാൻ ചാടിയെണീറ്റു. അയാൾ ഇറങ്ങി നടന്നു. അവൻ നിന്നാലും രക്ഷയില്ല. കുഷ്ഠത്തിലെങ്ങനെ തല്ലും!

ഞാൻ പുറത്തിറങ്ങി. മുഖം സോപ്പിട്ടുകഴുകി.

"എന്റെ തന്ത ഇയാളല്ല. മെമ്പർ അവിറായാണ്. ഇവന് പ്രാന്താണ്." ഇത്രയും എനിക്കു വിളിച്ചു പറയണം. പക്ഷേ, ആരോട്? മൈനപോലും ഇതേപ്പറ്റി ചോദിച്ചില്ല.

ഷാപ്പു റപ്പായി ഇടയ്ക്കിടെ പറയും. "തന്തയില്ലാത്തവൻ" അതിനു മാത്രമേ അംഗീകാരമുള്ളൂ.

ഈ കുഷ്ഠത്തിന്റെ വരവോടെ മൈന എന്നെ വെറുക്കുമെന്ന് ഞാൻ കരുതി. പക്ഷേ, മറിച്ചാണുണ്ടായത്. ലഹരി തലയ്ക്കു കയറുമ്പോ ആളുകള് പലതും പറയും. നമ്മള് ചിരിച്ചേച്ചാ മതി എന്നാണ് അവളുടെ നിഷ്ഠ. മൈനയുടെ സ്നേഹം ദിവസംപടി കയറിക്കയറി വന്നു. തരത്തിനു കിട്ടിയാല് അവളെന്റെ തലയിലും താടിയിലുമെല്ലാം തടവും. ഒന്നുരണ്ടു തവണ നെഞ്ചിൽ ചേർത്തു ഞെക്കുകേം ചെയ്തു. ഞാൻ കുതറിക്കളഞ്ഞു. പെടലി വേദനിച്ചിട്ട്. അപ്പോഴും അവൾ നിന്നു ചിരിച്ചു.

ഇപ്പോ രാത്രി അവൾ അടുത്തുവന്ന് ചേർന്നിരിക്കും. ഞാൻ നീങ്ങും ഉടനെ തോളിൽ കൈയെടുത്തു വയ്ക്കും. അവൾ പറയും. "എനിക്കു പേടിയാ നീ ഇങ്ങോട്ടിരി."

ഇപ്പോ ചെറുക്കാന്ന് വിളിക്കൂലാ. അതുകൊണ്ട് എനിക്കും സന്തോഷം. അവളുടെ ശരീരത്തിന് മൂപ്പിച്ച കാച്ചെണ്ണയുടെ മണമാണ്. പിന്നേം പിന്നേം വാസനിക്കാൻ തോന്നും.

റപ്പായിമുതലാളി ഇല്ലെങ്കിൽ ഞാൻ പണ്ടേ ചത്തു പുഴുവരിക്കുമായിരുന്നു. ദൈവമില്ലെങ്കിലും എനിക്കൊരു ചുക്കുമില്ല. എന്നാൽ റപ്പായി ഇല്ലെങ്കില് ഞാനില്ല. പക്ഷേ, അങ്ങേര് സ്നേഹമായി വിളിച്ചടുത്തു നിറുത്തുമ്പോ ഞാൻ മുഖം തിരിച്ചുകളയും. അത്രയ്ക്കുണ്ട് വായ് നാറ്റം. വിയർപ്പിന് എരുമമൂത്രത്തിന്റെ ചൂര്. കുന്തപ്പുല്ലുകൾക്കിടയില് അഴുക്ക് ക്ലാവു പിടിച്ചിരിക്കും. കളിമണ്ണില് കൊറേ മൊഴകളുണ്ടാക്കി ചേർത്തു ചേർത്തുവച്ചതുപോലുള്ള ശരീരം.

കറുത്തിട്ടാണെങ്കിലും മൈനയ്ക്ക് അഴകുണ്ട്. ചിരിക്കുമ്പോ ഏഴഴകാണ്. വരുന്നവരെല്ലാം അലിഞ്ഞുപോണത് അതാണല്ലോ.

ഒരു ദിവസം ഞാൻ നേരത്തെ ഉണർന്നു. വെളുപ്പാൻകാലത്ത് ഏതോ കിനാവു കണ്ടിരിക്കും. അപ്പോ ആരോ മൈനയെ കെട്ടിപ്പിടിച്ചുമ്മ വയ്ക്കുന്നു. ഞാൻ കണ്ണുതിരുമ്മി നോക്കി. ആ നോട്ടം തെറ്റിപ്പോയിയെന്നപ്പോഴാണ് തോന്നിയത്. ഞാനുടനെ കണ്ണടച്ചു അനങ്ങാതിരുന്നു. മുതലാളി ഒന്നു ചീറിയിട്ട് ഇറങ്ങിപ്പോയി.

വായ്നാറ്റമടിച്ച് അവളിപ്പോൾ ഛർദ്ദിക്കുമെന്ന് ഞാൻ വിചാരിച്ചു. പക്ഷേ, അവൾ നിന്നിളകിയിളകി ചിരിക്കുന്നു! ഞാൻ അരക്കണ്ണിട്ട് നോക്കി.

ഉടനെ അവൾ എന്റെ നേരെ ചാടി വന്നു.

"പിന്നെ നീ വാ..."

ഞാൻ എണീക്കും മുമ്പ് അവളെന്നെ തൂക്കിയെടുത്തു. കൈക്കുള്ളി ലിട്ടു ഞെരിച്ചു. തുരുതുരാ ഉമ്മവച്ചു. എനിക്കു ശ്വാസം മുട്ടി. ദേഹമാകെ ഒരിത്. എങ്കിലും കുതറിയോടി.

"കള്ളന്റെ ഒരു നാണം."

അവൾ പൊറകേ വിളിച്ചുകൂവി.

അന്ന് മുതലാളി വരുമ്പോ എന്നെ കൊല്ലുമെന്ന് ഞാൻ പേടിച്ചു. ഓരോ നാഴികയും വിറച്ചു വിറച്ചാണ് തള്ളിവിട്ടത്. ആ സമയമെല്ലാം ഞാൻ മെമ്പറെ ചിന്തിച്ചു. മുതലാളി എന്നെ റോഡിൽ അടിച്ചിറക്കിയാൽ മെമ്പറു വന്ന് കൈയേല്ക്കുമോ? നാലാളിന്റെ മുന്നിൽവച്ചെന്നെ മോനേന്നു വിളിച്ച്...

ഉച്ചതിരിഞ്ഞ് മുതലാളി ക്ലാവുപിടിച്ച പല്ലുകാട്ടി ചിരിച്ചുകൊണ്ടു കയറി വന്നു.

പിറ്റേന്നു ചന്ത പിരിഞ്ഞപ്പോൾ ഒരാൾ വന്നു. വേച്ചുവേച്ചാണ് വന്നത്. തെണ്ടിവേഷം. പക്ഷേ, കണ്ണിനുമാത്രം നക്ഷത്രത്തിന്റെ തിളക്കം. അയാള് കുടിക്കുമ്പോഴും കണ്ണ് എന്റെ മുഖത്തായിരുന്നു. നാണം കുറേയൊക്കെ മാറിയിരുന്നതുകൊണ്ട് ഞാൻ തല കുനിച്ചില്ല.

കുറേ കഴിഞ്ഞാണ് അയാൾ കൗണ്ടറിൽ പോയത്. പൈസ കൊടു ത്തിട്ട് മൈനയോടെന്തോ ചോദിച്ചു. പുറത്തിറങ്ങിയിട്ടും പോകാതെ ചുമരും ചാരി ദൂരെ നോക്കി നിന്നു. തലയ്ക്കു പിടിച്ച് നടക്കാൻ വയ്യാത്ത താണെന്നു കരുതി ഞാനടുത്തുചെന്നു. അപ്പോ കുറേ നീങ്ങി നിന്നിട്ട് എന്നെ അടുത്തുവിളിച്ചു എനിക്കൊരു രസം തോന്നി ചെന്നു.

നോക്കുമ്പോ അയാളു കരയുന്നു. വിറയ്ക്കുന്നുമുണ്ട്. മില്ലി ഗ്ലാസി ലിരിക്കുമ്പോ ഒരേ തരമാണെങ്കിലും വയറ്റിൽ ചെന്നാൽ പലതരം വേല കൾ കാണിക്കും. കുടിക്കുന്നതിനേക്കാൾ രസം കുടിച്ചവനെ കാണുന്ന താണ്.

കണ്ണൊന്നു തുടച്ച് ആ എലുമ്പൻ പറഞ്ഞു. "കുഞ്ഞേ, നെന്നെ ഞാൻ എവിടെയെല്ലാം തേടി! എത്രകാലമായിട്ട് — നീ — നീ എന്റെ മോനേ... എന്റെ ഓമനേടെ.."

താടിയുടെ അകത്തുനിന്ന് ഇറ്റുവീഴുന്ന കണ്ണീരുകണ്ടപ്പോ എനിക്കു പാവം തോന്നി. എങ്കിലും ചോദിച്ചു.

"തെളിവ്?"

അയാൾ ഞെട്ടി. "തെളിവോ?"

"പിന്നെ ചുമ്മാ പറഞ്ഞാ മതിയോ?"

ഞാനയാളെ തുറിച്ചു നോക്കി. അയാൾ ഏങ്ങലടിച്ചു വിറച്ചു.

"തെളിവ്-— തെളിവ്—"

ഞാൻ പോകാൻ തിരിഞ്ഞ ഉടനെ അയാൾ പറഞ്ഞു.

"നില്ലൂ മോനേ, നില്ല് ഞാൻ പറയാം."

ഞാൻ നിന്നു. അയാളെന്റെ തോളിൽ കൈവച്ചു.

"അവളെ, ഓമനെ ആദ്യം സ്നേഹിച്ചവൻ ഞാനാ— ഞാനാ ആദ്യമവളെ—"

വാചകം മുറിഞ്ഞു. വീണ്ടും തേങ്ങലടി. കരഞ്ഞും പിഴിഞ്ഞും തന്തയാവാൻ ഒരുത്തൻ വന്നിരിക്കുന്നു! അമ്മയെ പ്രേമിച്ചവരിൽ മൂപ്പൻ പോലും! എനിക്കു കലികയറി.

"താൻ പോടോ തെണ്ടീ." കൈ തട്ടിമാറ്റി ഞാൻ നടന്നു. അയാൾ നിലത്തിരിക്കുന്നതു കണ്ടു.

മെമ്പർ അവിറാ-

ആ കുഷ്ഠം -

ഈ എലുമ്പൻ -

തന്തമാർ എത്രയെത്ര! ഈ ലിസ്റ്റിൽ പേരെഴുതാൻ ഇനിയും ആളു വരും.

അന്ന് ആദ്യമായി അമ്മ ചത്തുപോയതിൽ വ്യസനമുണ്ടായി. അല്ലെങ്കിൽ അസ്സൽ തന്തയുടെ പേരറിയാമായിരുന്നു. ഞാൻ കണ്ണാടി എടുത്തു. മെമ്പറുടെ കണ്ണും മൂക്കും കാണാൻ നോക്കി നിന്നപ്പോൾ ഞെട്ടിപ്പോയി. കണ്ണാടിയിൽ നക്ഷത്രത്തിളക്കമുള്ള രണ്ടുകണ്ണുകൾ. ആ എലുമ്പന്റെ! അയാളുടെ മൂക്കും നീണ്ടതായിരുന്നു... ഞാൻ തളർന്നുപോയി.

തോളിലൂടെ താഴോട്ടു വന്ന കൈകൾ ഇറുകിയപ്പോഴാണ് ഉണർന്നത്.

"കാമക്കുട്ടി കിനാവാ കാണണ്!"

— മൈന.

ഇപ്പോൾ രാത്രി പഴയ കഥകളൊന്നുമല്ല മൈന പറയാറ്. വേറെ നൂറു നൂറു കഥകൾ. ഞാൻ കേട്ടുതരിച്ചിരിക്കും. എന്റെ ശരീരത്തിലെവിടെയും അവൾ തലോടും.

കവിളിലും ചുണ്ടിലും പുറംകഴുത്തിലും മുത്തി മുത്തി ശ്വാസം മുട്ടിക്കും. ഞാൻ കുതറുകയില്ല. ഞരമ്പുകൾ വിങ്ങിപ്പൊട്ടും. എങ്കിലും ഇരുന്നുകൊടുക്കും. എന്റെ മുഖം കൈയിലെടുത്തു ഉയർത്തി തിരിച്ച് ചുണ്ട് അവളുടെ കറുത്തുതുടുത്ത കവിളിൽ ചേർത്തുവച്ചുപറയും. "ഒന്നു കടിക്ക്" ഞാൻ കടിക്കും.

"കള്ള കാമക്കുട്ടി - എന്റെ കാമം." അവൾ കണ്ണടച്ചു പിറുപിറുക്കും. പെണ്ണും ആണും ഒന്നിച്ചൊരു പായിൽ കിടന്നാലെ കുഞ്ഞുപിറക്കൂ എന്നു പറഞ്ഞുതന്നത് അവളാണ്!

ഇതുമാത്രമല്ല മറ്റു പലതും

ഞാൻ ചോദിച്ചു "നീയും മൊതലാളീം ആ കൂട്ടില് എങ്ങനാ കെടക്കാ?"

"ഒരു പായില്."

"പിന്നെ കുഞ്ഞൊണ്ടാകാത്തതെന്താ?"

എന്റെ അടിവയറ്റിൽ കിള്ളി അവൾ ചിരിച്ചു. ചിരിച്ചു ചിരിച്ചെന്റെ മടിയിൽ വീണു.

“അതോ പറയാം. പിന്നെ ആ വാനാറിക്ക് കുഞ്ഞുണ്ടാവൂല്ല. ചുമ്മാ വന്നു കെടക്കാമെന്നേയുള്ളൂ. ശവം! അല്ലെങ്കിൽ അയാടെ പെണ്ണുംപിള്ള പെറൂല്ലായിരുന്നോ?”

“വേറെ ആരെങ്കിലും കെടന്നാ നീ പെറുമോ?”

അപ്പോ ദൂരെ ചുമ.

“വരണ് ശവം!” അവൾ എണീറ്റുമാറി.

അവർ ചുമ്മാ കെടക്കാൻപോയി. അതാലോചിച്ചുകൊണ്ട് ഞാനും ചുരുണ്ടു.

എനിക്കീയിടെ ഉറക്കം കുറവാണ്. രാത്രി ചിലപ്പോൾ എണീറ്റിരിക്കും. കാച്ചെണ്ണയുടെ മണം പിടിച്ചങ്ങനെ ഇരിക്കാൻ കൊതി. അപ്പോ മൊതലളിയെ കൊല്ലാൻ തോന്നും. ആ കട്ടിലിൽ കയറി റപ്പായിയുടെ കഴുത്തു ഞെരിച്ചിട്ട്...

ഒരു ദിവസം മൈന പറഞ്ഞു. “കാമക്കുട്ടീ നമ്മളൊക്കെ പട്ടികളാ. ചോറിനു വാലാട്ടണ പട്ടികള്. വളർത്തണവനെ കടിക്കാൻ പറ്റാത്ത നായ്ക്കള്.”

പകൽ ഞങ്ങൾ തനിച്ചാകുമ്പോ ഷാപ്പു റപ്പായിയുടെ കുറ്റം മാത്രമേ അവൾക്കു പറയാനുള്ളൂ. എനിക്കതു കേൾക്കാൻ ഒരു രസം. ഞാൻ മൂളി കേൾക്കും.”

ഇനി തന്തയാണെന്നും പറഞ്ഞു വരുന്നവനോട് ചെലവിനു ചോദിക്കണമെന്നു ഞാൻ നിശ്ചയിച്ചു. അങ്ങനെ ഇരിക്കെയാണ് ഒരുദിവസം മൊതലാളീടെ കൂടെ ഒരുത്തൻ വന്നത്. “ഇവനാ മന്തൻ നാണു” മൈന ചെവീല് പറഞ്ഞു. “മൊതലാളീടെ ദോസ്താ.”

രണ്ടുപേരും അടിച്ചു ഫിറ്റായി. പിന്നെ കെട്ടിപ്പിടിച്ചു കരഞ്ഞു പലതും പറഞ്ഞു തർക്കിച്ചു. മൈന കൂട്ടിന്റെ വാതിലിനടുത്തു നിന്നു. മുതലാളി ഇടയ്ക്കിടെ വിളിച്ചു: “മൈനേ, ഹെന്റെ ചെല്ലാരക്കിളിയേ– “ഒരുതവണ അവൾ അടുത്തു ചെന്നപ്പോ മുതലാളി പരസ്യമായി മാറിൽ തൊട്ടുഴിഞ്ഞു. അതിൽ പിന്നെ വിളിച്ചിട്ടും അവൾ അടുത്തു പോയില്ല.

മന്തൻ എന്റെ നേരെ വിൽചൂണ്ടി.

“ഈ ചെക്കൻ ആരാ...”

“നീ എന്തിനാ അറിയ്ണ്?”

“എനിക്ക് അവനെ കണ്ടിട്ട് ഒരിത് – ഒരലിവ് - പറയളിയാ – അവനേതാ?’

“ഓമനേടെ മോനാ. നീ അറിയോ... ആലുംമൂട്ടിലോമനേ.”

മന്തൻ ചിരിച്ചു. “അറിയോന്നോ... അവളോട് പോയി ചോദീര്.”

“പഷ്ട! അവളു ചത്തു പറന്നില്ലേടാ..”

മൊതലാളിക്കു ചിരി പൊട്ടി.

“എന്നാ വേണ്ടാ.. ഇവനോടുതന്നെ ചോദീര്. കേട്ടോ റപ്പായി ഇവനേ, ഇവൻ എന്റെ സ്വന്തം മോനാ അറിയോ?”

മന്തൻ എന്റെ നേരെ കൈനീട്ടി. “എടാ മോനേ... നീയിങ്ങുവാ.. അച്ഛന്റെ മടിയിൽ വന്നിരി.”

ഞാൻ പല്ലുകടിച്ചു.

"ഫ! പട്ടീ!" മുതലാളി ചാടിയെണീറ്റ് അവന്റെ കരണത്ത് ഒറ്റയടി. എനിക്ക് രസിച്ചു. മുതലാളി ഉശിരൊള്ളവൻതന്നെ!

"പിന്നെ നീയാണോടാ അവന്റെ തന്ത?" മന്തൻ എണീറ്റു.

"അല്ലാണ്ടാരെടാ? ഇവൻ എന്റെ തനി സൊരൂപമാടാ."

ഞാൻ ഞെട്ടിപ്പോയി. മൈനയും ഞെട്ടിയിരിക്കണം. ചുമ്മാ കെട ക്കണെ റപ്പായി.

മന്തൻ തണുത്തു. "എടാ ഷാപ്പേ തമാശ പറയാതെടാ. നെനക്കേ നെക്ക് എന്തു തെളിവാടാ ഒള്ളേ പറ കേക്കട്ട്." അയാൾ ഇരുന്നു.

"എടേ മന്തോ, അവളു ചാവുമ്പോ എന്തിനാടാ ഇവനെ എന്റെ കൈയില് ഏല്പിച്ചേ? ഞാനെന്തിനാടാ ഇത്രേം കാലം തറയിലു വയ്ക്കാണ്ട് തീറ്റികൊടുത്തെ? പറ വേറോരു പട്ടി തൊള്ളി വെള്ളം കൊടു ക്കാൻ വരാത്തതെന്താടാ... പറ."

മന്തൻ അടങ്ങി: "ഞാൻ വിചാരിച്ചു.."

"ങ്ങാഹാ ഇനി വിചാരിക്കണ്ട. കേട്ടോടാ. വിചാരിച്ചാല് അടിച്ചു നെന്റെ അണപ്പല്ലെടുക്കും."

വായനാറ്റവും എരുമച്ചീരുമുള്ള ഷാപ്പു റപ്പായി!

അന്നാദ്യമായി എനക്ക് കരയണമെന്നു തോന്നി. രാത്രി മുഴുവൻ കരഞ്ഞു.

എന്നെ കെട്ടിപ്പിടിച്ചു മുഖം ആ മാറില് ചേർത്തുവച്ച് മൈന ഇട യ്ക്കിടെ പിറുപിറുക്കും. "ഒരു രാത്രിയെങ്കിലും ഈ ശവം വരാതിരുന്നെ ങ്കില്." അവളെന്നെ- ഞെക്കിപ്പിഴിയും. "നെന്നെ ഞാൻ സൊർക്കം കാണി ക്കും."

അതു കേട്ടുകേട്ടു ഞാനും കാത്തിരുന്നു. ഷാപ്പില് വരണ ഒരു ഉപ ദേശി ലഹരികയറുമ്പോ പറയും. "ബൈബിളില് ഒരു തെറ്റുണ്ട്. സത്യ ത്തിൽ 'വെളിച്ചമുണ്ടാകട്ടെ' എന്ന് യഹോവ പറഞ്ഞത് ഏഴാം ദെവസമാ. വെളിച്ചംവരും മുമ്പേ ലോകം സൃഷ്ടിച്ചു. ഇരുട്ടിലേ സൃഷ്ടി നടക്കൂ. സൃഷ്ടി നന്നാവണോ ഇരുട്ടും ഏകാന്തതയും വേണം. വെളിച്ചം ശല്യമാ. ലോകം ഇത്രേം സുന്ദരമായിരിക്കുന്നതുകൊണ്ടറിയാം. അവൻ സ്വസ്ഥനായിരി ക്കുന്നതിനും തൊട്ടുമുമ്പേയാ വെളിച്ചമുണ്ടാകട്ടെ എന്ന അവസാന കല്പന.

മൈന മദം പൊട്ടി നിന്നു. ആ ഇരുണ്ട കൈകളിൽ ഞാൻ ചാട്ട പോലെ പുളഞ്ഞു. കാത്തുകാത്തിരുന്ന ആ രാത്രി.

പകലു മുഴുവൻ മൈന തുള്ളിച്ചാടിയാണ് നടന്നത്. മൊതലാളി ഏതോ കേസുകാര്യത്തിന് സിറ്റീല് പോയി. പിറ്റേന്നേ വരൂന്ന് പറഞ്ഞി ട്ടാണ് പോയത്. "ശവം വരാതെ പോട്ട്." അവളെന്റെ കാതിൽ പറഞ്ഞു കൊണ്ടിരുന്നു. ഷാപ്പിലെ പറ്റുവരവുകാരനായ സന്ന്യാസി പറഞ്ഞകഥ പോലെ. ഗുരു ചോദിക്കുന്നു. "നീ എന്തു കാണുന്നു? സൂക്ഷിച്ചു നോക്കി പറ."

“വലിയൊരു വൃക്ഷം നിറയെ ഇലകൾ. താഴോട്ടു തൂങ്ങുന്ന വേരുകൾ”

“ഇപ്പോഴോ?”

“ഇപ്പോഴാ വേരുകളില്ല. കൊമ്പുകളില്ല.”

“പിന്നെ?”

“ഇലകളുമില്ല. ഒരുകൊമ്പ് ഒരു കൊമ്പുമാത്രം.”

പട്ടണത്തിലെവിടെയോ ഉറക്കം വരാണ്ടു കെടക്കണെ റപ്പായിക്ക് ഈ രംഗം ഊഹിക്കാൻ കഴിയുമോ?

“വീണ്ടും നോക്കിയപ്പം കൊമ്പുമില്ല. കൂട് ഒരു കൂടുമാത്രം. ആ കൂട്ടില് കറങ്ങുന്ന ഒരു മൈന. പിന്നെ കൂടുമില്ല. മൈന മൈന മാത്രം.”

ഞാൻ പുളയുമ്പോഴും അവൾ പിറുപിറുത്തുകൊണ്ടിരുന്നു.

“ഹെന്റെ കാമക്കുട്ടി ഞാൻ പ്രസവിക്കും— നെന്നെപ്പോലെ – നെന്നെപ്പോലൊരു—”

“ഇപ്പോ പക്ഷിക്ക് ചിറകില്ല. കാലില്ല. തല തലമാത്രം കറങ്ങുന്ന തല.”

അവളൊരു ഭാരമില്ലാത്ത നീളൻ ബലൂൺപോലെ എന്റെ കൈക്കുള്ളിൽ എന്റെ എല്ലാ ഞരമ്പുകളും എല്ലാ രക്തക്കുഴലുകളും എല്ലാ ഇന്ദ്രിയങ്ങളും--

“ഞാനും പെറും. നെന്നെപ്പോലെ – പോലെ.”

വീണക്കമ്പികൾ മുറുകി മുറുകി താളം മുറുകി ഈണം മാറി രാഗം മുറുകി.

“ഞാൻ പെറും.. പെറും.. ആ വാനാറി - വളർത്തും.” കിതപ്പിൽ ശബ്ദം തെറിച്ചുവീണു.

ഞാൻ സ്തംഭിച്ചുയർന്നുനിന്നവളെ നോക്കി. ഒരു നിമിഷം!

മെമ്പർ-

കുഷ്ഠം-

എലുമ്പൻ-

മന്തൻ-

ഷാപ്പ്-

എല്ലാ മുഖങ്ങളും ഒരു മിന്നലിന്റെ പാളിച്ചയിൽ കണ്ടു. ഉറവുകൾ ഉറഞ്ഞു കൈ അയഞ്ഞു.

“വേണ്ട നീ പെറണ്ടാ.” ഞാൻ അവളെ പുറകോട്ടു പിടിച്ചു തള്ളി.

അവളെന്നെ നുള്ളി, മാന്തി, അടിച്ചു, പിടിച്ചു വലിച്ചു, ചീത്തപറഞ്ഞു.

ഞാനനങ്ങാതെ ഇരുന്നു. ഒന്നും പറഞ്ഞില്ല. ഞാനെത്ര പറഞ്ഞാലും അവൾക്കു മനസ്സിലാകുമായിരുന്നില്ല.

മണ്ടൻ ദശരഥൻ

പരശുരാമച്ചെട്ടിയാർ കഥ പറഞ്ഞുനിറുത്തി. പണ്ട് ദശരഥനെ അന്ധനായ മുനി ശപിച്ച കഥ. പുത്രശോകത്താൽ അയോദ്ധ്യാപതി മരിക്കാനിടയായതിന്റെ കാരണം.

കഥ കേട്ടിരുന്ന ഒൻപതു വയസ്സുകാരൻ രഞ്ജിത്ത് ഏതോ ആലോചനയിൽ വീണു മിണ്ടാതിരുന്നു.

ചെട്ടിയാർ ചോദിച്ചു: "കണ്ണാ നീ സ്ഥലം വിട്ടോ? ഒച്ചയില്ലല്ലോ."

"ഞാനിവിടുണ്ടപ്പൂപ്പാ."

"ഇനി മോൻ പോയി ബീഡി വാങ്ങിക്കൊണ്ടുവാ?"

"പോകാം." പക്ഷേ, അവന് ആലോചനയിൽ നിന്നും പുറത്തു ചാടാനായില്ല.

"കഥ പറഞ്ഞുതന്നാൽ ശടേന്ന് ബീഡി വാങ്ങിത്തരാമെന്നല്ലേ നീ പറഞ്ഞത്. പോ പൈസ ഇതാ."

വൃദ്ധൻ പോക്കറ്റു തപ്പി പൈസയെടുത്തു നീട്ടി.

സ്കൂൾ അദ്ധ്യാപകനായിരുന്ന ചെട്ടിയാർക്ക് പെൻഷൻ പറ്റി രണ്ടു കൊല്ലം കഴിഞ്ഞപ്പോഴാണ് കാഴ്ച നഷ്ടപ്പെട്ടത്. അതുകൊണ്ട് വൃദ്ധൻ സ്വന്തം കണ്ണായി രഞ്ജിത്തിനെ ദത്തെടുത്തു. മകളുടെ മകൻ. ചുണക്കുട്ടി. ഗുരുത്വവും സ്നേഹവുമുള്ളവൻ. പക്ഷേ, എന്തുചെയ്യുവാനും, അവനൊരു കൈക്കൂലി വേണം. കഥ പറഞ്ഞു കൊടുക്കണം. ഒരു വട്ടം കടയിൽ പോകാൻ ഒരു കഥ. കാലു തടവാൻ ഒരു കഥ. കൈ പിടിച്ചു നടത്താൻ മറ്റൊരു കഥ.

ഇന്ന് ദശരതചരിതം വൃദ്ധൻ തുടങ്ങിയത് ഇങ്ങനെയാണ്: "കണ്ണാ ഇന്നു പറയാൻ പോണത് എന്നെപ്പോലുള്ളൊരു കണ്ണുപൊട്ടന്റെ കഥയാണ്. അദ്ദേഹം വലിയ മഹർഷിയായിരുന്നു. അദ്ദേഹത്തിനു മാത്രമല്ലാ ഭാര്യക്കും കണ്ണില്ലായിരുന്നു. വളരെ വയസ്സായ അവർക്ക് ഒരു മകനുണ്ടായിരുന്നു. അവരുടെ കണ്ണായിട്ട്. നിന്നെപ്പോലെ പേര് ശ്രാവണൻ..."

കഥ മുഴുവൻ കേട്ട് ചിന്തയിലാണ്ട രഞ്ജിത്ത് ചോദിച്ചു: "അപ്പൂപ്പാ, ദശരഥൻ ഇത്രേം മണ്ടനായിരുന്നോ?"

"അതെന്താ കുഞ്ഞേ?"

"അയാൾ ശബ്ദം കേട്ട് അമ്പെയ്തു. ഒരബദ്ധം പറ്റി. മുനികുമാരൻ മരിച്ചു. ദശരഥന് ഒന്നും മിണ്ടാതെ കൊട്ടാരത്തില് പൊയ്ക്കൂടായിരുന്നോ? എങ്കിലൂ ഭയങ്കര ശാപം കിട്ടുമായിരുന്നില്ലല്ലോ."

വൃദ്ധനൊന്നു ചിരിച്ചിട്ടു പറഞ്ഞു. "മോനേ അങ്ങനെ ചിന്തിക്കണതേ മഹാപാപം. അദ്ദേഹം ചെന്നു പറഞ്ഞില്ലെങ്കില് കണ്ണില്ലാത്ത ആ പാവങ്ങൾ മകനെ വിളിച്ചു കരഞ്ഞു കരഞ്ഞു ചത്തേനെ. ദശരഥനോട് ആ മുനി എന്താ പറഞ്ഞത് – "രാജാവേ, അങ്ങ് ഇവിടെ വന്ന് ഈ സത്യം പറഞ്ഞില്ലെങ്കിൽ തല നൂറുനൂറായി പൊട്ടിത്തെറിച്ചേനെ." എന്നാണ്. നമുക്ക് ദൈവത്തെ ഒളിക്കാൻ പറ്റുമോ? കർമ്മഫലം അനുഭവിച്ചേ തീരൂ. അതുമല്ലാ നാടുവാഴ്ണവര് അങ്ങനെ നീചമായി പെരുമാറാമോ? മനുഷ്യസ്നേഹമില്ലാത്തവന് നാടു ഭരിക്കാനെന്തവകാശം? അത്തരം ദുഷ്ടന്മാരെ അവൻ രാജാവായാലും മന്ത്രിയായാലും നടുറോഡിലിട്ടു പട്ടിയെ തല്ലുമ്പോലെ തല്ലി നട്ടെല്ലൊടിക്കണം."

"എങ്കിലും ആ ശാപം കടുപ്പം തന്നെ. ഞാൻ കടയിൽ പോയിട്ട് ദാ വന്നേക്കാം."

രഞ്ജിത്ത് പൈസയും വാങ്ങി പുറത്തേക്കോടി. നിരത്തിന്റെ ഓരം ചേർന്ന് അവൻ നടന്നു.

ഒരു വിസിലടി കേട്ടു. ഒരു പൊലീസ് ജീപ്പ് വഴിയാത്രക്കാരെ ആക്രോശിച്ചകറ്റിക്കൊണ്ടു പാഞ്ഞുപോയി. കഥയെന്തെന്നറിയാതെ രഞ്ജിത്ത് ആ പാതവക്കിൽ പകച്ചുനില്ക്കെ ഒരു കൂറ്റൻ കാർ ശരംപോലെ അവനു നേരെ വന്നു. കാറ്റിലാടുന്ന കൊടി അവൻ കണ്ടു. അടുത്ത നിമിഷം അവനെ ഇടിച്ചു തെറിപ്പിച്ചിട്ട് ആ കാർ പിന്നെയും നടുനിരത്തിലേക്കു തെന്നി പാച്ചിൽ തുടർന്നു.

കണ്ടുനിന്നവർ നിലവിളിച്ചു. കാറിന്റെ പിൻസീറ്റിൽ ചാരിക്കിടന്ന മന്ത്രിമുഖ്യൻ തല പുറത്തിട്ടൊന്നു നോക്കി. നിർവ്വികാരമായ ആ മുഖം ഝടുതി ഉള്ളിലേക്കു വലിച്ചെടുക്കുകയും ചെയ്തു. പിന്നാലെ എത്തിയ അകമ്പടി വണ്ടി ആ ബിന്ദുവിൽ ഒന്നു ബ്രേക്കിട്ടു. അതിലിരുന്നവർ ചോര വാർന്നൊലിക്കുന്ന ശരീരവും, പിഞ്ചു ജീവന്റെ പിടച്ചിലും കണ്ട് മന്ദഹസിച്ചു. ആ വാഹനവും ചീറിപ്പാഞ്ഞകന്നു.

മന്ത്രിവര്യന്റെ യാത്ര സുരക്ഷിതമാക്കാൻ അവിടെ മുൻകൂർ ചേക്കേറിയിരുന്ന പൊലീസുകാർ ഓടിക്കൂടിയ ജനത്തെ ലാത്തിവീശി അകറ്റി.

നമ്പരില്ലാത്ത ഒരു ഓട്ടോറിക്ഷ ചീറിപ്പാഞ്ഞുവന്ന് ഒൻപതുവയസ്സു പ്രായം വരുന്ന പയ്യനെ ഇടിച്ചുതെറിപ്പിക്കുകയും കൊല്ലുകയും ചെയ്തുവെന്നും ഓട്ടോ ഡ്രൈവർ മദ്യപിച്ചു മദോന്മത്തനായിരിക്കാമെന്നും സ്ഥലം സബ് ഇൻസ്പെക്ടർ സ്വന്തം സ്റ്റേഷനിലിരുന്ന് എഫ് ഐ ആർ ചൊല്ലിക്കൊടുത്തു.

ബീഡിക്കായി കാത്തിരുന്ന പരശുരാമച്ചെട്ടിയാർ കൊച്ചുമോൻ കണ്ണനെ വിളിച്ചുകൊണ്ടേയിരുന്നു. ഉറക്കെയുറക്കെ...

സൗരസ്നാനം

"തന്റെ മനസ്സിന് അടക്കമില്ല. ഒരിക്കലും അതുണ്ടാകുമെന്നും തോന്നുന്നില്ല."

ജ്യേഷ്ഠതുല്യനായ ഒരു സഹപ്രവർത്തകൻ ഇടയ്ക്കിടെ പറയുമായിരുന്നു.

സ്വന്തം പരിച്ഛേദം കൺമുന്നിൽ കണ്ടിട്ടെന്നപോലെ ആ വാക്കുകൾക്ക് മുന്നിൽ മൂകം ശിരസ്സു കുനിച്ചിട്ടേയുള്ളൂ.

എന്നും ഈ വല്ലായ്മ തന്നെ കൈമുതൽ. ഒന്നിനോടും സ്ഥായിയായൊരു മനപ്പൊരുത്തം സാധിക്കില്ല. കാലാകാലം ഓരോ വിഭ്രമം. അതിന്റെ ദാസനായി. ഭ്രാന്തചിന്തകൾക്ക് പുറകേ അലയുക. നഷ്ടബോധവുമായി മെല്ലെ മടങ്ങുക. അപ്പോഴേക്കും പുത്തനൊരു വിഭ്രാന്തിയുടെ ഉയർച്ച...

ബാല്യത്തിലേ മോഹിച്ചിരുന്നു ഒരദ്ധ്യാപകനാകുവാൻ. അമ്മൂമ്മയും അച്ഛനും സ്കൂളിൽ പഠിപ്പിച്ചു. ആ തൊഴിലിൽ ജീവിതസായൂജ്യം കണ്ടെത്തി. പക്ഷേ, ഞാൻ...

ആ പാരമ്പര്യത്തിന്റെ തലക്കനവുംകൊണ്ട് കലാലയത്തിലെ പ്ലാറ്റ്ഫോമിലേക്ക് ചാടിക്കയറിയ ഞാൻ...

ഇടയ്ക്കിടെ തോന്നുന്നു ഇവിടം വിട്ടുപോകണം. അമ്മൻകോവിലിലെ വഴിപാടുപോലുള്ള ഈ വിദ്യാദാനം വയ്യ. ഈ അനുസരിക്കലും അനുസരിപ്പിക്കലും..... ഇത്തിരിവട്ടത്തിലെ ഭ്രമണം മടുത്തിരിക്കുന്നു. ഹാജർപുസ്തകത്തിലെ കോളമെണ്ണി സാദ്ധ്യായദിവസങ്ങൾ കൂട്ടി സംതൃപ്തി നേടുന്ന ആത്മവഞ്ചന... മരവിപ്പിക്കുന്ന മടുപ്പ്...

"ഇത് കഥയല്ല കവിതയായില്ല." എന്നിങ്ങനെയല്ല കുട്ടികളോട് പറയേണ്ടത്. അവരിലൊരു ആസ്വാദനക്ഷമത വളർത്താൻ കഴിയണം.

.... ആദ്യകാലത്ത് സീനിയേഴ്സ് പലവുരു ഉപദേശിച്ചു. "എല്ലാം നല്ല

തെന്ന് പറയാൻ എനിക്കാവില്ല."

"ആകണം. നിങ്ങളുടെ സമീപനം നിരൂപകന് ചേരും. വായനക്കാർക്ക് ഭൂഷണമല്ല."

ശരിയാകാം പക്ഷേ, ഒരിക്കലുമാ ഉപദേശം കാതുകൾക്കിപ്പുറത്തേക്കു കടന്നില്ല..

"ഈ മാഷിന് ആരെത്തന്നെ ഇഷ്ടപ്പെടും!

മുൻബെഞ്ചിലിരുന്ന് കുട്ടികൾ പിറുപിറുക്കുന്നത് കേട്ടിട്ടുണ്ട്. എങ്കിലും കേട്ടില്ലെന്ന് നടിച്ച് മുന്നോട്ടുനടന്നു.

ശരിയും തെറ്റും തീർച്ചയാക്കാനാവുന്നില്ല എങ്കിലും ഗതി തെല്ലൊന്നു മാറ്റാൻ മനസ്സോ ബുദ്ധിയോ എന്നറിയില്ല. സമ്മതിക്കുന്നില്ല.

അകാരണമായ മനം മടുപ്പിലാണ് അവധിയെടുത്തത്. രണ്ടുമാസം സ്വസ്ഥമായിരിക്കണം. വലിയ ദോശക്കല്ലിൽ പതിക്കുന്ന കൊട്ടുവടിയുടെ ശബ്ദത്തിനൊത്ത് ഞെട്ടിയുണരുന്ന സിരകളുടെ പിടച്ചിൽ. വിജ്ഞാന പാരംഗതനെന്നമട്ടിലുള്ള പ്രഭാഷണം. 'ഞാനൊരാദരണീയനല്ലോ' എന്ന ജാഗ്രത വിട്ടുമാറാത്ത ചലനം. ഇതിനെല്ലാം അറുപതുദിവസത്തെ അവധിയാകട്ടെ.

ചെന്നെത്തിയത് മറ്റൊരു ചട്ടവട്ടത്തിൽ. പരിഭവവും പരാതിയുമില്ലാത്ത അനുകൂലപത്നിയുടെ വിരസത തീണ്ടാത്ത പരിചരണത്തിന്റെ വൈരസ്യത്തിൽ.

ഒരു മാസം പിന്നിടും മുമ്പേ ലീവ് ക്യാൻസൽ ചെയ്യുവാനാഗ്രഹം തോന്നിപ്പോയി. വിരസത ഉറങ്ങിത്തീർത്തു. ഒടുവിൽ ഉറക്കവും മയക്കമായി.

തിരികെ വന്ന് ഈ കസേരയിലമർന്നിട്ട് ഒരു വാരം തികഞ്ഞില്ല. ചിന്തകൾ ഊഷരഭൂമിയിൽ പരക്കുന്ന വെള്ളംപോലെ പുകഞ്ഞു. ഓരോരുത്തരായി വന്നെത്തും.

ഫുൾസ്റ്റോപ്പ് കൈമോശം വന്നവനെപ്പോലെ സംസാരിക്കുന്ന രാഘവൻ മാഷ്.

അബദ്ധ പഞ്ചാംഗമേ ഗണിക്കൂ എന്ന് നിർബ്ബന്ധമുള്ള സുകുമാരൻ.

കുടുംബ പ്രാരാബ്ധത്തിന്റെ എഞ്ചുവടി ഓർത്തോർത്തു ചൊല്ലുന്ന സുകേശിനി.

പ്രായത്തെ മാനിക്കാത്ത ഇമയാട്ടത്തോടെ മാത്രം നാവനക്കുന്ന രാധാമണി.

പിന്നെ, സൂര്യകിരണങ്ങൾ കണ്ണിന്റെ ചിമിഴിലൊതുക്കിക്കൊണ്ടു പിറന്ന ആ ഇരുപത്തിനാലുകാരി, പ്രിയയും.

ഈ ബുദ്ധിജീവികൾക്കിടയിൽ സ്വന്തം മുഖം കൈവിട്ടുപോകാത്ത ഒരാളെ കണ്ടെത്തിയതിന്റെ ആശ്വാസം തോന്നി പ്രിയ വന്നപ്പോൾ. ഞാൻ ലീവിനു പോകുന്നതിനും ചില ആഴ്ചകൾക്കു മുമ്പ്.

നേരെ മുന്നിൽ വന്നുനിന്ന് സ്വയം പരിചയപ്പെടുത്തി.

"ഞാൻ പ്രിയ."

ചിലമ്പാത്ത ഏതോ കുലീന വാദ്യത്തിന്റെ മുഴക്കം.

"പുതിയ നിയമനമാ അല്ലേ?"

കപട ലജ്ജയുടെ നിഴലാട്ടമില്ലാത്ത കണ്ണുകളിൽ മനസ്സിൽ നിറകതിർ ചൊരിഞ്ഞു.

ചിരിച്ചുകൊണ്ടു പറഞ്ഞു. "രണ്ടുദിവസം മുമ്പേ കേട്ടു. ഞങ്ങൾ കാത്തിരിക്കുകയായിരുന്നു."

അവൾ പുഞ്ചിരിച്ചു. പല്ലിന്റെ വെണ്മയിൽ ചുണ്ടുകളുടെ അകല്ചയിൽ മാത്രം ഒതുങ്ങുന്ന മന്ദഹാസം.

ആ നിർവ്യാജതയ്ക്കു മുമ്പിൽ എന്റെ വാക്കുകളിലെ ഇത്തിരി കാപട്യം ചൂളി.

പുറത്ത് പൊടുന്നനെ മുദ്രാവാക്യം വിളികളുയർന്നു. പോർട്ടിക്കോ വിലാകാം.

ഈ കരിങ്കൽഭിത്തിക്കുള്ളിൽ ജീവനുണ്ടെന്നു തോന്നുക ഇത്തരം സന്ദർഭങ്ങളിൽ മാത്രമാണ്. കലാശാലയിലെ പ്രമുഖ ഘടകത്തിന് സ്വതന്ത്രമായ ആത്മാവിഷ്കാരം സാദ്ധ്യമാകുന്ന സന്ദർഭം ഇതു മാത്രം. കേൾക്കാൻ മാത്രം വിധിക്കപ്പെട്ടവന് കേൾപ്പിക്കാൻ കിട്ടുന്ന സുവർണ്ണാവസരം.

കുട്ടികളുടെ സമരാവേശം കാണുമ്പോഴൊക്കെ ന്യായാന്യായങ്ങളോർക്കാതെ, എന്റെ മനസ്സിലൊരുന്മേഷം വിരിയുന്നു. ഒരദ്ധ്യാപകന് നിഷിദ്ധമാണോ ആഹ്ലാദമെന്നറിയാമെങ്കിലും...

സഹപ്രവർത്തകർ ധാർമ്മികരോഷത്താൽ ജ്വലിക്കുമ്പോൾ, മൂകമായ അനുഗ്രഹാശിസ്സുകൾ അർപ്പിച്ച് സംതൃപ്തി നേടിയിട്ടുണ്ട്. അവരുടെ അതിക്രമങ്ങൾപോലും പൊറുക്കേണ്ടതാണെന്നു വാദിച്ച് ഒറ്റപ്പെട്ടിട്ടുണ്ട്.

ഈ മനോഭാവം എങ്ങനെ ഉണ്ടായി? ആത്മപരിശോധന അമ്പരപ്പിക്കുന്നു.

അകലെ ചോരത്തിളപ്പിന്റെ വായ്ത്താരി ആക്കംവച്ച് ഉയർന്നുകൊണ്ടിരുന്നു.

സുകുമാരൻ കയറി വന്നപാടെ ചൊല്ലി: "ഇന്നും സമരം തന്നെ. അവർക്കു പഠിക്കണ്ടെങ്കിൽ നമുക്കെന്താ വിരോധം?"

മറുപടി പറഞ്ഞില്ല.

ആവേശവും ശൗര്യവും തിരളുന്ന മുഖങ്ങൾ, അന്തരീക്ഷത്തെ ഉലച്ച് ഉയർന്നു താഴുന്ന മുഷ്ടികൾ. ഞരമ്പ് പിടഞ്ഞു മുറുകുന്ന കണ്ഠങ്ങൾ..

മനസ്സ് ആ ചലനചിത്രം സങ്കല്പിച്ച് അതിൽ ലയിക്കാൻ ശ്രമിച്ചു.

അറ്റൻഡർ ഹാജർ പുസ്തകം മുമ്പിൽ കൊണ്ടുവച്ച് വണങ്ങി വാങ്ങിയപ്പോൾ ഝടിതി ഓർത്തപോലെ മനസ്സു മുരണ്ടു: "ഇന്ന് തിങ്കളാഴ്ചയാണല്ലോ."

ഓർമ്മയിൽ മറ്റൊരു തിങ്കളാഴ്ച വിടർന്നു. ലീവിനു പോകുംമുമ്പുദിച്ച അസ്തമിക്കാത്ത തിങ്കൾ.

സ്റ്റാഫ്റൂമിൽ പ്രിയമാത്രമേ ഉണ്ടായിരുന്നുള്ളൂ. ഞാൻ ഏതോ

ഭ്രാന്തൻ ചിന്തയുടെ മാറാലയിൽ കുരുങ്ങി കിടന്നിരിക്കണം.

"മാഷേ..."

ആ വിളി കേട്ടാണുണർന്നത്.

പ്രൊഫസറെ ഒരു ലക്ചറർ സംബോധന ചെയ്യുമ്പോൾ അയാളറിയാതെ ഒരു പടി താഴെയിറങ്ങി നില്ക്കാറുണ്ട്. ബ്യൂറോക്രസിയുടെ പാരമ്പര്യം നല്കുന്ന അനുശാസനം തുല്യനിലയിൽനിന്ന് വിളിക്കുന്ന ഒരേ ഒരു ശബ്ദം ഇവളുടേതാണ്. അതു കേൾക്കാൻ എന്തെന്നറിയാത്ത ഒരു രസം.

ഞാൻ മുഖമുയർത്താൻ കാത്തുനില്ക്കാതെ അവൾ തുടർന്നു.

"ലൗസ്റ്റവറിലൊരു സെക്കന്റ് മെയിനുണ്ട്. ഫ്രീ വിടുകാ ഞാൻ."

ഔപചാരികത്വമില്ലാത്ത അർത്ഥനയില്ലാത്ത സ്വരം

മന്ദഹാസം ഉള്ളിലൊതുക്കി ചോദിച്ചു: "ഉം?"

"ടൗൺ വരെ പോകുന്നു. ഒരാളെ കാണാൻ."

ആകെ നാല് കുട്ടികളുള്ള ഒരു ക്ലാസ്. അതു വേണ്ടെന്നു വയ്ക്കാൻ എന്റെ അനുവാദം അനിവാര്യമല്ല.

എങ്കിലും വെറുതെ ചോദിച്ചു: "ക്ലാസ് കഴിഞ്ഞ് പോയാൽ പോരെ?"

ആ നീണ്ടുയർന്ന നാസികത്തുമ്പ് തുടുത്തുവോ? ആ മിഴികളൊന്ന് ജ്വലിച്ചുവോ?

ഒരു പരിഭവക്കുരുന്നിനെപ്പോലെ അവൾ നിശ്ശബ്ദം പുറംതിരിഞ്ഞു നടന്നു. മറ്റൊരു വാക്കിന് ഇടംതേടാതെ...

തീരെ പ്രതീക്ഷിച്ചതല്ല.

എങ്കിലും ആ ഭാവം, ആർജ്ജവം വിടാത്ത പിൻമാറ്റം. മനസ്സിന്റെ ഇതളുകളിലെടുത്ത് വാത്സല്യപൂർവ്വം താലോലിക്കാൻ തോന്നി.

എന്തിനെങ്കിലും അനുമതി നിഷേധിച്ചാൽ ഒരു മാത്ര പാഴാക്കാതെ ഓടിപ്പോയി തലയിണകൾക്കിടയിൽ മുഖമൊളിപ്പിച്ചു കമിഴ്ന്നു കിടക്കാറുള്ള കൊച്ചുമോൾ...

അറ്റന്ററെ അയച്ച് വിളിപ്പിച്ച് പറയാം. കുട്ടി പൊയ്ക്കോളൂ ക്ലാസ് ഞാൻ വിട്ടോണ്ട്.

സമയവ രൂപകളുള്ള ഏതോ സ്റ്റാഫ് റൂമിലേക്കാം അവൾ നടകൊണ്ടത്.

അത്ര വേണ്ട. വരട്ടെ വരുമ്പോൾ പറയാം കാത്തിരുന്നു.

ചിന്തകൾ മുന്നിലെ അക്ഷരങ്ങൾക്കു മേൽ കെട്ടുപിണഞ്ഞു കാഴ്ച മറച്ചു.

അറ്റൻഡർ കയറി വന്ന് ഒരു കടലാസ് മുന്നിലേക്കു വച്ചു: "പ്രിയ ടീച്ചർ തന്നതാ..."

അര ദിവസത്തെ ലീവിനുള്ള ഹർജ്ജി.

ആരോ ചെവിക്കുപിടിച്ചു തിരുമ്മി വിട്ടതുപോലെ ഒന്നു പിടഞ്ഞു.

ഒരു നിമിഷം കാത്തുനിന്നിട്ട് തിരിഞ്ഞ് അറ്റന്ററോട് ചോദിച്ചു:

"ടീച്ചറെവിടെ?"

"പോയി."

ചതവു പറ്റാത്ത അഭിമാനമാണ് യൗവനാരംഭത്തിന്റെ കൈമുതലെന്ന് ഓർക്കാത്ത ബുദ്ധിമോശത്തെ, വെറും ഭംഗിവാക്കുകളെപ്പോലും വിഷം പുരട്ടിവിടുന്ന നാവിനെ പഴിച്ച് തളർന്നിരുന്നു.

ഇവിടെ ഒരു വല്യേട്ടൻ ജീവിതത്തിലാദ്യമായി ക്ഷതാംഗനായി വീണിരിക്കുന്നു.

നിർദ്ദേശിക്കാൻ പ്രാപ്തി വന്ന നാൾ തുടങ്ങി ഈ നിമിഷം വരെ അനുസരിക്കുന്നവർ മാത്രമേ ചുറ്റുമുണ്ടായിരുന്നുള്ളൂ.

അനിയൻമാർ-

അനിയത്തി-

ശിഷ്യസമൂഹം-

സഹയാത്രികർ-

അച്ഛനുമമ്മയും പോലും! എന്തേ അവരെന്നെ നിഷേധിച്ചില്ല? കഷ്ടം തോന്നുന്നു. അവരെല്ലാം ചേർന്ന് എന്റെ ഉള്ളിൽ വളർത്തിയ അഹന്തയുടെ ചിതൽപ്പുറ്റ്.

അനിയത്തിക്കായി ഞാൻ കണ്ടെത്തിയ ചെറുപ്പക്കാരൻ യഥാവിധി വീട്ടിൽ വന്ന് അവളെക്കണ്ട് മടങ്ങിപ്പോയി.

പിറ്റേന്ന് അനിയത്തിയോട്—

"നീ എന്തു പറയുന്നു?"

"ചേട്ടന്റെ ഇഷ്ടം."

"എന്നാലും..."

അമ്മ ഇടയ്ക്കു വീണു. "അവൾക്ക് പ്രത്യേകിച്ച് എന്തിഷ്ടം?"

"അവന്റെ താല്പര്യമല്ലേ, നടക്കട്ടെ." അച്ഛന്റെ വക

എന്നെ ഒന്ന് നിഷേധിച്ച് കടന്നു പോകൂ എന്ന് മനസ്സ് നിശ്ശബ്ദം തേങ്ങിയ എത്രയോ നിമിഷങ്ങൾ. ഒരേ മണ്ണിൽ വേരൂന്നി നില്ക്കുന്ന മറ്റുള്ളവയുടെ വളർച്ച നിഷേധിക്കുന്ന പേരിലാവുക വയ്യ. വ്യർത്ഥമായ അല്പ ഫലങ്ങൾ മാത്രമുണ്ടാവുക പേരാൽ.

അഹന്തയുടെ സ്വരൂപമായ മാമരം.

ഒരിക്കൽ യാദൃച്ഛയാ കേട്ടു ഒരതിഥിയോട് അച്ഛൻ പറയുന്നു, "അവനൊരു തന്നിഷ്ടക്കാരനാ. എതിർത്താലും തോന്നിയതേ ചെയ്യൂ. നോട്ട് അറ്റോൾ അഡ്ജസ്റ്റബിൾ."

മനസ്സിൽ തറഞ്ഞുകയറിയ വാക്കുകൾ എത്ര തവണ സ്വയം ചോദിച്ചു: 'ഞാനൊരു തന്നിഷ്ടക്കാരനാണോ?'

ഓരോ തന്നിഷ്ടംകാട്ടലും മറ്റൊരാളിന്റെ ഇഷ്ടത്തെ നിഷേധിക്കലല്ലേ? അങ്കുശമില്ലാത്ത സ്വാർത്ഥത.

ഒരിക്കൽ ആത്മവിസ്മൃതിയുടെ ഒരു നിമിഷത്തിൽ ആ കുറ്റപത്രം തന്നെ കൈയിൽ കിട്ടി. അവിചാരിതമായി: യു ആർ സോ സെൽഫിഷ്.'

സ്നേഹാർദ്രമായ മന്ദഹാസത്തോടെ ആ സ്വഭാവ സർട്ടിഫിക്കറ്റ് നല്കിയ മുഖം മറക്കാനാവില്ല. എന്റെ മനസ്സിന്റെ ഉള്ളറകളിലെങ്ങും

വെളിച്ചം പായിച്ച് എല്ലാം വായിച്ചറിഞ്ഞ് ആ കണ്ണുകളും.

അവിടെയും ഒരു ഖേദം മാത്രം. എന്തുകൊണ്ട് രൂക്ഷമായ സ്വരത്തി ലതു പറഞ്ഞില്ല? എങ്കിൽ...

തലങ്ങും വിലങ്ങും വരച്ചു ചേർക്കുമ്പോൾ ഒന്നു വ്യക്തമാകുന്നു. സീമന്തപുത്രനായ് പിറന്നതിന്റെ, വല്യേട്ടനായി വളർന്നതിന്റെ ദോഷങ്ങൾ സ്വഭാവവിശേഷമായി പരിണമിച്ചിട്ടുണ്ട്. വാദ്ധ്യാർവേഷമണിഞ്ഞപ്പോൾ ആ വല്യേട്ടനിത്തിരിക്കൂടി കനംവച്ചു. ബോധപൂർവ്വമല്ലാതെ ഓരോന്ന് ചുറ്റം നില്ക്കുന്നവരുടെ മേൽ അടിച്ചേല്പിച്ചുപോകുന്നു. പിന്നെ ആ അകൃ ത്യമോർത്ത് വിഷാദിക്കുന്നു. വ്യർത്ഥമായി.

പ്രിയയുടെ ലീവപേക്ഷ തുണ്ടുതുണ്ടായി വലിച്ചുകീറി എറിഞ്ഞു. ഇളംകാറ്റിൽ ആ നനുത്ത കഷണങ്ങൾ തത്തിവിറച്ചകലുമ്പോൾ..

പേരാൽസമാനമായി വളർന്ന അഹന്തയുടെ മുഖത്ത് സാരിത്തല പ്പുകൊണ്ടടിച്ച് ശ്വാസംമുട്ടിച്ച് നടന്നു കളഞ്ഞ ആ ഇളംകുരുന്നിന്റെ രൂപം ഒരപൂർവ്വാനുഭവമായി, കുസൃതിച്ചിരിയായി...

ബെല്ലു മുഴങ്ങിയപ്പോൾ, അറ്റന്ററെ വിളിച്ചു പറഞ്ഞു. “പ്രിയട്ടീച്ചറുടെ ക്ലാസ് ഫ്രീയാന്നു പറഞ്ഞേക്കൂ. എന്റേതും.”

നിഷേധം വിലയ്ക്കു വാങ്ങാൻ ഓടിനടന്നിട്ടുള്ള എന്റെ വിഷാദം ആരും കണ്ടില്ല. ആജ്ഞാനുവർത്തികളുടെ ലോകം നല്കിയ വൈരസ്യ ത്തിൽനിന്ന് വിചിത്രമായ ഈ ദാഹം എന്നാണ് ഉടലെടുത്തത്.. ഒന്നു നിഷേധിക്കപ്പെടാൻ വേണ്ടി, അനുസരിക്കില്ലെന്ന പ്രതീക്ഷയോടെ ചില തൊക്കെ നിർദ്ദേശിച്ചിട്ടുണ്ട്. നിഷേധം കൊടുത്ത് നിഷേധം വാങ്ങാൻ കെട്ടിയ ക്രൂരവേഷങ്ങൾ.

ഏതോ നീണ്ട യാത്ര കഴിഞ്ഞ് വീട്ടിലെത്തുമ്പോൾ കൊച്ചനിയൻ പറയുന്നു. “അമ്മ ഗുരുവായൂർ പോകാൻ ഒരുമ്പെട്ടു നില്ക്കയാ. സന്ധ്യ ക്കുള്ള ഫാസ്റ്റിൽ.”

ഒന്നുമോർക്കാതെയാണ് പ്രതികരണം ചാടിയത്: “ഉം ഇന്നെന്നതാ വിശേഷിച്ച്? അടുത്ത ഏകാദശിക്കായിക്കൂടെ?”

എല്ലാം ഒരുങ്ങിയ സ്ഥിതിക്ക് അമ്മ പോകും എന്നുതന്നെ കരുതി. പോകട്ടെ. പോകണം.

യാത്രാക്ഷീണത്തിൽ ഒന്നു മയങ്ങി ഉണരുമ്പോൾ പകൽ ഉറങ്ങിയി രുന്നു.

ഇറയത്ത് നിന്ന് അമ്മയുടെ വിറയ്ക്കുന്ന ശബ്ദം:

“നിത്യം ചിത്തസ്ഥിതം മേ പവനപുരപതേ
കൃഷ്ണ... കാരുണ്യസിന്ധോ!”

ആ നിമിഷത്തിൽ സ്നായുക്കളൊക്കെയും വാടി. “അഗ്രോപശ്യാ മി....” എന്നു ധ്യാനിച്ചുപോയില്ലേ?

ഒരു പ്രഭാതത്തിൽ കാപ്പി കുടിക്കെ ഭാര്യ പറയുന്നു. “അമ്മയ്ക്ക് സുഖമില്ലാത്രെ. കത്തുണ്ട്. അനിയൻ ഇതുവഴി വരും ഇന്ന്. അവന്റെ കാറിൽ നമുക്കും കൂടെ ഒന്നുപോയിട്ട് വരാം.”

"എനിക്കു പറ്റില്ലാ."

മുഖത്തു നോക്കിയില്ല.

കൈ കഴുകുമ്പോൾ കൂട്ടിച്ചേർത്തു. "നീ വേണേൽ പൊയ്ക്കോ."

അവൾ മിണ്ടിയില്ല.

അമ്മയുടെ കാര്യമല്ലേ അവൾ പോകാതിരിക്കില്ല. അത്രയെങ്കിലുമാകട്ടെ അങ്ങനെ കൊതിച്ചാണ് പടിയിറങ്ങിയത്.

ഉച്ചയ്ക്ക് മടങ്ങിച്ചെന്നപ്പോൾ ചോറും വിളമ്പി കാത്തിരിക്കുന്നു അവൾ.

ജിജ്ഞാസ വീർപ്പുമുട്ടിയപ്പോൾ, പാത്രത്തിൽനിന്ന് കണ്ണ് ഉയർത്താതെ ചോദിച്ചു. "അനിയൻ വന്നില്ലേ?"

"വന്നിരുന്നു പോയി."

പെട്ടെന്ന് എണീല്ക്കുമ്പോൾ തെല്ലൊരു പരിഭ്രമം കലർന്ന സ്നേഹസ്വരം.

"എന്താ ഉണ്ടില്ലല്ലോ...?"

"മതി."

വാക്കുകൾ അവിടെ ഒടിഞ്ഞു. വിഷാദത്തിന്റെ അണ അവിടെത്തകർന്നു.

ഇപ്പോഴിതാ ചിരപ്രാർത്ഥിതമായ ആ വരം, എത്ര അപ്രതീക്ഷിതമായി കൈവന്നിരിക്കുന്നു. ആദ്യാനുഭവമായിട്ടാകാം ഒരു തരം വേവലാതി.

ചായുന്ന വെയിലിൽ, പുറകിൽ നീങ്ങുന്ന നിഴലറിയാതെ താവളത്തിലേക്കു നടക്കുമ്പോൾ ഓർത്തുവച്ചു.

ഇന്ന് തിങ്കൾ. മനസ്സിലൊരു പുതുതിങ്കളുദിച്ച തിങ്കൾ.

പിറ്റേന്ന് ഹാജർ ബുക്കിൽ തലേന്ന് താൻ ഒപ്പിടേണ്ട കോളം ശൂന്യമായിക്കിടക്കുന്നതു കണ്ടിട്ടും അവളതു ഭാവിച്ചില്ല.

മാഷെന്താ ഇന്നലെ എന്റെ സി എൽ മാർക്കു ചെയ്യാത്തത്? ആ ചോദ്യം ഏതു നിമിഷവും മുന്നിലേക്കു വലിച്ചെറിഞ്ഞേക്കുമിവൾ എന്നു കരുതിയിരുന്നു. മറ്റെല്ലാവരുമൊഴിഞ്ഞ നേരത്തുപോലും അവളൊക്കാര്യം പരാമർശിച്ചില്ല.

വിശേഷിച്ചൊന്നുമുണ്ടാകാത്തതുപോലെ ചിരിച്ചു. സംസാരിച്ചു. ലീലാതിലകത്തിലൊരു സന്ദേഹം ചോദിക്കുകയും ചെയ്തു.

ക്രമേണ സമാധാനിച്ചു. വെള്ളിയാഴ്ച വൈകുന്നേരമേ ഹാജർ ബുക്ക് ഓഫീസിലെത്തിക്കേണ്ടതുള്ളൂ. വാരാന്ത്യം വരെ പ്രൊഫസർ തന്നെയാണ് കസ്റ്റോഡിയൻ. ഇനിയും നാൾ മൂന്നുണ്ടല്ലോ. അതുവരെ ഈ കോളം അവളെ കാത്ത് ശൂന്യമായി കിടക്കട്ടെ.

ഞാൻ ഒപ്പിടട്ടേ എന്ന് അവൾ ചോദിക്കും. പരിഭവച്ചൂടാറുമ്പോൾ അതുണ്ടാവാതിരിക്കില്ല.

ബുധനാഴ്ച അപരാഹ്നം. പ്രായം കടമ്പ ചാടിപ്പോയെങ്കിലും വാമപക്ഷചലനങ്ങളെപ്പറ്റി സംസാരിക്കുന്നതിലൊരു പ്രത്യേക നിർവൃതി കണ്ടെത്തുന്ന രാഘവൻമാഷ് സ്വന്തം അറ്റൻന്‍സ് മാർക്കുചെയ്തിട്ട് കഥയി

ലേക്കു നൂഴ്ന്നു.

"ഇതെന്താ പ്രിയടീച്ചറുടെ ഒരു കോളം..."

ഞാൻ ശ്രദ്ധിക്കുന്നില്ലെന്ന് ഭാവിച്ച് ഇരുന്നെങ്കിലും, ഞരമ്പുകളൊന്നാകെ കണ്ണിൽ, കാതിൽ വന്നു വിതുമ്പി.

പ്രിയയുടെ മുഖം ശടേന്ന് വെട്ടിത്തിരിഞ്ഞു. ആ കണ്ണുകൾ രാഘവൻ മാഷിന്റെ മുഖമൊന്നുഴിഞ്ഞ്, കനത്ത കണ്ണടച്ചില്ലു തുളച്ച്, നാലു വ്യാഴവട്ടം കണ്ട ആ കൃഷ്ണമണികളിൽത്തന്നെ കുത്തിത്തറച്ചു. വാചാലനായ മാഷ്ന്റെ വായ് അകാലത്തിൽ മുറികൂടി.

നിശ്ശബ്ദത ഉറഞ്ഞു തൂങ്ങിയ നിമിഷങ്ങൾ...

അവളുടെ വിടർന്ന കണ്ണുകളിൽനിന്നു പായുന്ന രശ്മികൾ വിരൽത്തുമ്പുകൊണ്ട് തൊടാൻ കഴിയുമെന്നു തോന്നി.

കണ്ണുകൊണ്ടു കുത്തി മരവിപ്പിക്കുന്ന ആ ചികിത്സയ്ക്ക് എന്തു പേരിടും?

അവളാ വജ്രരശ്മികൾ പ്രതിസംഹരിച്ചശേഷമേ പാവം മാഷിന് അനങ്ങാൻ കഴിഞ്ഞുള്ളൂ.

പിന്നെ വ്യാഴം, വെള്ളി.

അവസാന നിമിഷത്തിലെങ്കിലും അവൾ ഒപ്പിടും എന്നു കരുതി. അതിനവൾ ലജ്ജിക്കേണ്ടെന്ന ചിന്തയിൽ കഴിവതും സ്റ്റാഫ്റൂമിൽ നിന്നൊഴിഞ്ഞു നടന്നു. എന്റെ സമ്മതം വ്യക്തമാണല്ലോ.

പിന്നീട് തോന്നി. എന്റെ അനുവാദത്തിനായി പാവം കാത്തിരിക്കയാണെങ്കിലോ...

അവസാന ബെല്ലിന് അരനാഴികയുള്ളപ്പോൾ റൂമിലേക്കു ചെന്നു.

രംഗം വിജനം. അറ്റന്റൻസ് ബുക്കെടുത്തു മറിക്കുമ്പോൾ നെഞ്ചു പിടഞ്ഞു. ഒപ്പം ലജ്ജതോന്നി. കഥയില്ലായ്മകൾ എന്തുമാത്രം വ്യാകുലപ്പെടുത്തുന്നു!

ആ കോളം ശൂന്യമായിത്തന്നെ കിടക്കുന്നു. അവൾ പൊയ്ക്കഴിഞ്ഞിരുന്നു.

ഇനി പോംവഴി?

തളർച്ച നല്കുന്നത് പരാജയഖിന്നതയോ, വിജയോന്മാദമോ? കാത്തിരുന്ന ഒരനുഭവത്തിന്റെ സിദ്ധിയിൽ...

ബുക്കെടുക്കാൻ അറ്റൻഡർ എത്തിയപ്പോൾ പേനയെടുത്ത് അഞ്ചുനാൾ കാത്തുകിടന്ന ആ കോളത്തിൽ ശ്രദ്ധാപൂർവ്വം കോറി – 'പി'

പേനയടച്ച് എണീല്ക്കുമ്പോൾ വല്ലാത്തൊരു ലാഘവംതോന്നി മനസ്സിന്. 'കുഞ്ഞേ നിന്നെ ഞാൻ തോല്പിച്ചിരിക്കുന്നു.'

പുതിയ വാരം അടുത്ത തിങ്കൾ മറ്റെല്ലാവരും ക്ലാസിൽ പോയ നേരം. അവൾ മുന്നിൽ വന്നു. ഭവ്യമെങ്കിലും പതറാത്ത ശബ്ദത്തിൽ ചോദിച്ചു. 'മാഷെന്തിനാ കഴിഞ്ഞ തിങ്കളാഴ്ച പ്രസന്റ് മാർക്ക് ചെയ്തത്. ഞാൻ സി എൽ തന്നിരുന്നില്ലേ?"

അമ്പരപ്പിക്കുമാറ് അപ്രതീക്ഷിതമായ ചോദ്യം. ആവശ്യപ്പെടാതെ

കനിഞ്ഞു നല്കപ്പെട്ട ഈദൃശസൗജന്യത്തെ ഒരുദ്യോഗസ്ഥയും ചോദ്യം ചെയ്യില്ല. പക്ഷേ, ഈ പെൺകുട്ടി...

ഒന്നുടച്ചു കളഞ്ഞപ്പോൾ പുതുമണ്ണ് ഒട്ടിച്ചുയർത്തി നിർത്തിയ അഹന്തയുടെ പുറ്റിൽ വീണ്ടും...

അഭിമാനത്തിന്റെ മുറിവേറ്റമട്ടായിരുന്നു അവളുടെ ശബ്ദം.

വാത്സല്യാർദ്രമായ ഒരു പുഞ്ചിരികൊണ്ട് പ്രശ്നം പരിഹരിക്കാമെന്ന വിശ്വാസത്തിൽ കണ്ണുയർത്തി. അപ്പോഴതാ ആ അർക്കരശ്മികൾ ഇരയുടെ മുഖമൊന്നുഴിഞ്ഞ് കണ്ണുകളിൽത്തന്നെ കുത്തിക്കയറി. ഒരു ബിന്ദുവിൽ ജീവചലനത്തെ നിമിഷങ്ങളോളം തളച്ചിടുന്ന ആ നോട്ടം-

സൂര്യകാന്തങ്ങളെന്ന് ഇത്രയും നാൾ, ഗൂഢമായി സ്വയം അഹങ്കരിച്ചിരുന്ന എന്റെ കണ്ണുകൾ ആ രശ്മികളേറ്റ് അലിയുന്നത്, തളരുന്നത്, ഞാനറിഞ്ഞു.

മുഖംകുനിച്ച് മുന്നിലെ മാസികയുടെ പുറംചട്ടയിൽ വിരൽകൊണ്ടൊരു ശൂന്യചിത്രം വരച്ച് മുരണ്ടു. 'പ്രിയ.... ക്ഷമിക്കൂ."

അവൾ മടങ്ങി.

എന്തായിരുന്നു അപ്പോഴാ മുഖത്തെ ഭാവം എന്നു നോക്കുവാൻ ധൈര്യമുണ്ടായില്ല.

പിന്നൊരു ദിവസം പ്രിയ ക്ലാസിലായിരുന്ന നേരം രാധാമണി സ്വതസിദ്ധമല്ലാത്ത ചെറുസ്വരത്തിൽ ഇമയാട്ടി: "ആ പ്രിയയില്ലേ മാഷേ, ഒരു നെഷേധിയാ, ആളും തരോം ഒന്നുമില്ല."

ഞാൻ സ്വയമടക്കിനിറുത്താൻ ക്ലേശിച്ചു.

അനുകൂല പ്രതികരണത്തിന്റെ നനവില്ലാത്ത, നിർവ്വികാരമായ നോട്ടം ആ സംഭാഷണത്തെ നാന്ദിയിൽത്തന്നെ ഛേദിച്ചിരിക്കണം.

അവർ ജാള്യത്തിന്റെ വൈവശ്യം മായ്ക്കാൻ വാക്കുകൾ തുന്നിച്ചേർത്തു.

"ങാ പ്രായത്തിന്റേതാ.."

സുകേശിനിയൊഴിച്ചെല്ലാവരും വന്നെത്തിയിരിക്കുന്നു. സമരത്തിന്റെ ന്യായരാഹിത്യത്തെപ്പറ്റി, കുട്ടികളുടെ ഗുരുത്വക്കുറവിനെപ്പറ്റിയുള്ള ചർച്ച കസേരയിൽനിന്ന് കസേരയിലേക്ക് തത്തിച്ചാടി നീളുന്നു.

പ്രിയ മാത്രം ഏതോ പുസ്തകത്തിലേക്ക് മുഖം കുനിച്ചിരിപ്പാണ്.

ബെൽ മുഴങ്ങി. ക്ലാസിൽ പോകണോ വേണ്ടയോ എന്നു സംശയിച്ചു നില്പാണ്. ഓരോരുത്തരും. കുട്ടികളുടെ ചെലവിൽ ഒരവധി സ്വാഗതാർഹം തന്നെ, സമരശത്രുക്കൾക്കും. കുറ്റവാളികളുടെ ചെലവിലാണല്ലോ ന്യായാധിപർ പുലരുക.

ദിനാരംഭത്തിൽത്തന്നെ കർമ്മകാണ്ഡത്തിന്റെ മരണമണിനാദം നീണ്ടുമുഴങ്ങുമെന്ന പ്രതീക്ഷ തകർത്തുകൊണ്ട്, അകലെ സമരവീര്യത്തിന് കനം കുറഞ്ഞ് ശബ്ദം നിലച്ചു.

പ്രിൻസിപ്പൽ കുട്ടികളെ മെരുക്കിയിരിക്കണം. ചതുരുപായങ്ങൾ ഋഷിപ്രോക്തങ്ങൾ. പഞ്ചമം ഒന്ന് പിറന്നിട്ടുമില്ലല്ലോ.

ഒറ്റയ്ക്കൊറ്റയ്ക്ക് വിളിച്ചു സംസാരിച്ചാൽ നട്ടെല്ലുവളച്ച് തല ചൊറിയാത്ത വിദ്യാർത്ഥിനേതാക്കൾ എത്ര അപൂർവ്വം!

നാം വീമ്പിളക്കുന്ന ആർഷസംസ്കാരം തന്നെ അടിമയുടെ സംസ്കാരമാണ്. അടിമകളെ വാർത്തെടുക്കുന്ന വിദ്യാഭ്യാസം നൂറ്റാണ്ടുകൾ താണ്ടി പുലരുന്നു. അത് ബ്രിട്ടീഷുകാരനുണ്ടാക്കിയതാണെന്ന് പ്രസംഗിക്കും. കുറ്റം അന്യന്റെ തലയിലേറ്റുന്നതത്രെ യോഗ്യത.

തള്ളവിരൽ മുറിച്ചു ദക്ഷിണ നല്കിയവന്റെ കഥ– ഗുരുപത്നിക്ക് വിറകൊടിക്കാൻപോയ ഭഗവൽ ചരിതം–

കുരുന്നു മനസ്സുകളിൽ തള്ളിക്കയറ്റുന്ന ഗുരുഭക്തിയുടെ മാതൃകകൾ.

ഗുരുവിനെ അനുസരിക്കാൻ മാതാപിതാക്കൾ പഠിപ്പിക്കും. അവരെ അനുസരിക്കാൻ ഗുരുവും. നിഷേധം സ്വപ്നേപി പാടില്ല.

എല്ലാം കേട്ട് നാലു ദൈവങ്ങളെ സ്വീകരിച്ചു വളർന്നുവരും. ഭാരത പൗരൻ.

സാന്തീപനികൾ, ദ്രോണാചാര്യന്മാർ ചിരംജീവികളായി വർത്തിച്ച് അടിമകളെ സൃഷ്ടിക്കുന്നു. അർഹിക്കാത്തത് ആജ്ഞാപിച്ചുനേടുന്നു.

അദ്ധ്യാപകന്റെ മനസ്സിൽ നിന്ന് പൊലീസുകാരന്റെ മനസ്സിലേക്കുള്ള അകലം ഒരു തോൽവാറിന്റേതു മാത്രമാണെന്നോ?

സിംഹങ്ങളെ നായ്ക്കളാക്കി മെരുക്കി യജമാനന്മാരിലൂടെ മുന്നിലാട്ടാൻ ഒരുവാലും നല്കി വിടുന്നു സർവ്വകലാശാലകൾ.

എന്തൊക്കെ പാപങ്ങളാണ് ചിന്തിച്ചുകൂട്ടുന്നത്. അടിച്ചമർത്തപ്പെട്ട നിഷേധത്വരയുടെ കലവറയാണോ എന്റെ മനസ്സ്? ഈ പച്ചവേഷം എനിക്കിണങ്ങില്ലെന്നാണോ? ഭീരുത്വം വിട്ടുമാറാത്ത നിഷേധിയുടെ ആത്മാലാപനമാണോ ഇങ്ങനെ പുകയുന്നത്?

ഡിപ്പാർട്ടുമെന്റിന്റെ ചുമരിൽ തിളങ്ങുന്ന അക്ഷരങ്ങളിൽ ഒരു സൂക്തം.

'മേലാവിന്റെ ഉത്തരവ് ഈശ്വരവചനംപോലെ അനുസരിക്കുക-അതത്രേ അച്ചടക്കം.'

'ആത്മാവിന്റെ കബറടക്കവും' എന്നു കൂടി ചേർക്കണം.

എൻ സി സി ഓഫീസറായിരുന്ന ഒരു മുൻഗാമി ഒട്ടിച്ചുവച്ച നിർവ്വചനം.

തലയ്ക്കുനേരെ പുറകിൽ മറ്റൊന്നുണ്ട്. 'ആദ്യം അനുസരിക്കുക. പരാതി പിന്നെ.'

തൂങ്ങിച്ചാകാനാണ് ആജ്ഞയെങ്കിലോ?

ഈ സംശയം തന്നെ നിഷേധമാണ്.

ലോകം നിലനില്ക്കുന്നത് ബുദ്ധിശാലികൾ, പടച്ചുവിട്ട കുറേ അബദ്ധധാരണകളുടെ ഇഴകളിൽ കുരുങ്ങി മരവിച്ചിട്ടാകാം. ഓരോ മനസ്സും മൂകപ്രതിഷേധങ്ങളുടെ ഓരോ ശവപ്പറമ്പാണെന്നു വരാം.

ഈ പാരമ്പര്യത്തിന്റെ മണ്ണിൽ നെടുനാൾ ചുരുങ്ങിയ തൊലിക്ക് ഇളം സൂര്യകിരണങ്ങൾ എന്തൊരാശ്വാസം പകരുന്നു!

ഒരിക്കൽക്കൂടി അതൊന്നനുഭവിക്കാൻ മോഹംതോന്നി.

ടൈംടേബിളിൽ നോക്കിക്കൊണ്ടു ചോദിച്ചു.

"രണ്ടാം പീരിയേഡിൽ ഒരു പ്രീഡിഗ്രി ക്ലാസുണ്ട്. സുകേശിനി ടീച്ചർ വന്നിട്ടില്ല. ഫ്രീവിടാൻ നിവൃത്തിയില്ല. പ്രിയ പോകുമോ?"

തെല്ലും താമസിച്ചില്ല മറുപടി. "എനിക്കവിടെ ക്ലാസില്ലല്ലോ. വെറുതെ ചെന്നു നില്ക്കാൻ വയ്യാ."

"തൃപ്തിയായി. മനസ്സുചൊല്ലി. 'ചുണക്കുട്ടി.'

ഒന്നാം മണിക്കൂർ കാലം ചെന്ന ബെൽ.

അതിനും ഇത്തിരിമുമ്പേ പ്രിയ എണീറ്റു പോയിരുന്നു.

ടൈംടേബിൾ ഒന്നുകൂടെ നോക്കി റൂം നമ്പർ തിട്ടംവരുത്തി. കുട്ടികളുടെ ശ്വാസം മുട്ടിക്കുന്ന വിനയപ്രകടനങ്ങൾക്ക് കണ്ണുതാഴ്ത്തി. ആ ക്ലാസു പരതി നടന്നു.

ഉള്ളിലപ്പോഴും ഒരു നിഷേധത്തിന്റെ ചടുലത പകർന്ന ഉന്മേഷം.

ഇത്തിരി ഇപ്പുറമെത്തിയപ്പോൾ തറഞ്ഞതുപോലെ നിന്നുപോയി.

പ്രിയയുടെ ശബ്ദം. ഞാൻ തേടിച്ചെന്ന റൂമിൽനിന്ന്! നമ്പരെടുക്കുകയാണ്.

എന്താണിക്കുട്ടി കാട്ടിയത്!

ശൂന്യതയിലേക്കു തെറിച്ചുവീണ ഒരു നിമിഷം

ബോധം പിടഞ്ഞുണർന്നപ്പോൾ തിരിഞ്ഞു നടന്നു.

അപ്പോൾ ഹൃദയം തേങ്ങി.

"അരുതു മോളേ... അരുത്. നീ പരാജയപ്പെടരുത്. നിഷേധത്തിന്റെ മൃദൂഷ്മളാനുഭൂതി എനിക്കു നിഷേധിക്കരുത്...

മണ്ണിൽ കളിക്കാത്ത ഉണ്ണി

ആര്യക്കുഞ്ഞമ്മ വളരെക്കാലം തിങ്കളാഴ്ച നോയ്മ്പു നോറ്റു. നിരാഹാരമായും നീരിൽനിന്നും വ്രതമെടുത്തു. ദർഭയിലുറങ്ങിയും അമ്പലങ്ങളിൽ ഉരുണ്ടും മനമിണങ്ങിയ മണവാളൻ വന്നെത്തുവാനായി പ്രാർത്ഥിച്ചു. വസ്ത്രദാനവും അന്നദാനവുമെന്നല്ല. പശുദാനം പോലും നടത്തി.

കലിയുഗത്തിലും ഇവയൊന്നും ഫലിക്കാതെ പോവില്ല. ഒടുവിൽ ആ സൗഭാഗ്യം വരികതന്നെ ചെയ്തു. കൊട്ടാരം കണിയാർ മുഹൂർത്തം കണ്ടത് ഒരർദ്ധരാത്രിക്കാണ്. ഒരു മാസത്തിന്റെ നടുവിലെ നട്ടപ്പാതിര. ആദിത്യസംക്രമണവും അന്നേരംതന്നെ. എങ്കിലും ദേശക്കാരെല്ലാം ഉറക്കമിളച്ച് ആ മംഗളകർമ്മത്തിലും കെങ്കേമമായ സദ്യയിലും പങ്കുകൊണ്ടു. എന്തെന്നാൽ കുഞ്ഞമ്മയുടെ ക്ഷേമമാണ് തങ്ങളുടെ ക്ഷേമമെന്ന് ദേശക്കാർ വിശ്വസിച്ചു.

വരനോ, വീരൻ സുന്ദരൻ. അങ്ങനെ കുഞ്ഞമ്മ ദാമ്പത്യത്തിലേക്ക് വലംകാൽ വച്ച് കയറിപ്പോയി. ദേശം ആഹ്ലാദപുളകിതമായി.

പക്ഷേ, വൈകാതെ സങ്കടമൊന്നു വന്നുഭവിച്ചു. മകൾ പെറ്റൊരു കുഞ്ഞിക്കാലു കാണാൻ കൊതിച്ചിരുന്ന കുഞ്ഞമ്മയുടെ പിതാവ് വർഷമൊന്നു തികയുമ്പോഴേക്കും മരിച്ചു. അപമൃത്യുവാണെന്നു പറയുന്നത് മാനക്കേടാണെങ്കിലും അതാണു നേര്.

നവദാമ്പത്യത്തിന്റെ അനിരോധ്യമായ ഊഷ്മളോജ്ജ്വല സ്പർശം കുഞ്ഞമ്മയുടെ ഹൃദയകോശങ്ങളിൽ നിന്ന് ആ ശോകത്തിന്റെ കണങ്ങളെ അതിവേഗം അകറ്റി. അവരുടെ മനസ്സിൽ മാനത്തുവിരിയുന്ന വർണ്ണമേഘങ്ങൾ കണക്ക് പല നിറം കാച്ചിയ കിനാവുകൾ വന്നു നെറഞ്ഞു തെളിഞ്ഞു മറഞ്ഞുകൊണ്ടിരുന്നെങ്കിലും സന്താനലബ്ധിയുടെ അനക്ക

മൊന്നും ഉണ്ടായില്ല. അവരുടെ ഭർത്താവ് ഭാവിപുത്രന്റെ ചേലും ചുണയുമെന്നല്ല, അവൻ വന്നെത്തിക്കഴിഞ്ഞാൽ തറവാടിനും നാടിനും ഉണ്ടാകാവുന്ന സൗഭാഗ്യങ്ങളും നേരം കിട്ടുമ്പോഴൊക്കെ പാടിക്കേൾപ്പിച്ചുകൊണ്ടിരുന്നു. എങ്കിലും കുഞ്ഞമ്മയുടെ അടിവയറ് തരിമ്പും അനങ്ങിയില്ല.

മഹാജ്ഞാനിയായ അദ്ദേഹം ഗർഭോല്പാദനത്തെയും ശിശുപരിപാലനത്തെയും കുറിച്ചുള്ള നിരവധി ഗ്രന്ഥങ്ങൾ ദേശാന്തരങ്ങളിൽനിന്നുപോലും വരുത്തി മനസ്സിരുത്തി വായിച്ചു. പഠിച്ചതൊക്കെ കുഞ്ഞമ്മയുടെ കാതിൽ വിശദമായി പകരുകയും ചെയ്തു. കുഞ്ഞമ്മ നാണിക്കയും കോരിത്തരിക്കുകയും ചെയ്തെങ്കിലും ഗർഭനാളി ചലിച്ചില്ല.

കുഞ്ഞമ്മയുടെ ഭർത്താവ് യുക്തിവാദിയായിരുന്നെങ്കിലും നാൾപോകെ പോകെ ഇളകിവശായി. അദ്ദേഹം ജോത്സ്യന്മാരെ വരുത്തി കവടി നിരത്തിയും വെറ്റില കീറിയും തേങ്ങ ഉരുട്ടിയും ഫലം നോക്കിച്ചു. ഒക്കെ ശുഭോദർക്കം. ആ ദൈവജ്ഞന്മാരും ബീജസംയോഗം നടക്കാത്ത കുഞ്ഞിന്റെ ചേലും ചെല്ലവും എണ്ണിയെണ്ണി നിരത്തി. അതു പതിവായ് കേട്ടുകേട്ടു ദേശക്കാരിലും കുഞ്ഞോമനസ്വപ്നങ്ങൾ കൈകാലിളക്കി. ആര്യക്കുഞ്ഞമ്മയ്ക്കൊരു ഉണ്ണി പിറക്കുന്നതോടെ തങ്ങളുടെ പങ്കപ്പാടുകൾ ഒടുങ്ങുമെന്നവർ നണ്ണി.

പിറക്കാനിരിക്കുന്ന പൊന്നുംകുടത്തിനെ വാഴ്ത്തുന്ന പാനയും കുമ്മിയുമുണ്ടായി. ഊഞ്ഞാൽപ്പാട്ടിലും ഉണ്ണി പിച്ചവച്ചോടിനടന്നു. ഗർഭശ്രീമാനും അപ്പുറമുള്ളൊരു ശ്രീമാനായി ഉണ്ണി ദേശമാകെ വിലസി.

കുഞ്ഞമ്മയ്ക്കു പുറത്തിറങ്ങിക്കൂടാ. ഇറങ്ങിയാലോ കാണുന്ന കണ്ണുകളൊക്കെ അവരുടെ അടിവയറ്റിൽ വിശേഷം തിരയും. വഴിയൊതുങ്ങുന്ന പെണ്ണുങ്ങൾ കുസൃതി പുരണ്ട നാണത്തോടെ കുരലിടും— 'വിശേഷമൊന്നുല്ല്യോന്തോ...'

ഈ മോഹത്തിന്റെ വേനൽ നീളവേ കണിക്കൊന്ന പലവട്ടം പൂത്തുകൊഴിഞ്ഞു.

തറവാട്ടിൽ ശത്രുസംഹാരഹോമവും പുത്രകാമേഷ്ടിയും നടന്നു. ദേശത്തിലെ അമ്പലങ്ങളിലൊക്കെ വിശേഷാൽപൂജകൾ. കാവുകളിൽ തിറകൾ.

പ്രതീക്ഷകൾ മുഷിഞ്ഞപ്പോൾ അവിശ്വാസികളുടെ എണ്ണം പെരുകിവന്നു. അവർ കുഞ്ഞമ്മ മച്ചിയാണെന്നും കുഴപ്പം അവരുടെ കണവനാണെന്നും രണ്ടുമല്ലാ തറവാടിന്റെ സുകൃതക്ഷയമാണെന്നും വീറോടെ വാദിച്ചുവാദിച്ചു നേരം പോക്കി.

കുറ്റം ആരുടെതായാലും ശരി, കുഞ്ഞമ്മ പെറുമെങ്കിൽ കൈവെള്ളയിൽനിന്ന് നാലു നരപിഴുതുതരാമെന്ന്, ദേശത്തിലെ പ്രധാന വാതുകാരൻ കോരു നാല്ക്കവലയിൽനിന്ന് നിരന്തരം വിളിച്ചു ചൊല്ലി. അവനുമുണ്ടായി കേൾവിക്കാരും കൈയടിക്കാരും.

ദേശമെങ്ങും നിരാശയുടെ രസവിതാനം അങ്ങനെ പൊങ്ങിപ്പൊങ്ങി പോകവേ ആര്യക്കുഞ്ഞമ്മ ഒന്നു ഛർദ്ദിച്ചു. പരിചാരകവൃന്ദം ആഹ്ലാദ

ത്തോടെ ആശ്വാസത്തോടെ അവരുടെ മുതുകു തടവി. ആ ഓക്കാനം ഒരു വാഗ്ദാനമായി. കുഞ്ഞമ്മയുടെ ആലസ്യം കുന്നായ്മക്കാരുടെ നാവടക്കി. കരിഞ്ഞ കിനാക്കളിൽ പൊടുന്നനെ പൊടിപ്പുകളുണർന്നു.

വൈദ്യന്മാർ താളിയോലകളും ഗുളികച്ചെപ്പുകളുമേന്തി തറവാട്ടിലേക്കു വന്നു. നാലുകെട്ടിൽ സദാ ഉലക്കകൾ ശബ്ദിച്ചു. വാർപ്പുകൾ സുഗന്ധം പരത്തി തിളച്ചു. അഷ്ടാംഗഹൃദയത്തിനും അറിവില്ലാത്ത അരിഷ്ടങ്ങളും ആസവങ്ങളും ചീലമൺകൊണ്ടു പാകപ്പെട്ടു. തൈലലേപന സൗരഭ്യം കാറ്റിനെ ഉന്മേഷവാനാക്കി.

ലേശം വൈകിവന്ന ഗർഭമാണ്. മേലനങ്ങിക്കൂടാ. സൂര്യതാപം ആ തളിർമേനിയിലേറ്റുകൂടാ. കുഞ്ഞമ്മ അകത്തളത്തിലൊതുങ്ങി.

ഭർത്താവിന്റെ വചനമൊക്കെയും രൂപമാവുകയാണ്. കുഞ്ഞമ്മയ്ക്ക് നാഴികയ്ക്ക് നാല്പതു പുളകം.

അറയ്ക്കുള്ളിൽ പരിചരണത്തിനൊരു കിഴവി മാത്രം. ആ തള്ളയ്ക്ക് ഒരു കണ്ണിൽ തിമിരം. മറുകണ്ണിൽ നേത്രശൂല- കാഴ്ചക്കൊരു മങ്ങലുണ്ട്. എങ്കിലെന്ത്, ഉടലിന് രണ്ടു പെണ്ണാളിന്റെ കരുത്തില്ലേ. ഏതർദ്ധരാത്രിയും കുഞ്ഞമ്മ ഒന്നനങ്ങിയാൽ തള്ള കുതിച്ചെണീല്ക്കും. മൂന്നാമതൊരു ജന്തുവിന് അറയിൽ നിഴലിട്ടുകൂടാ.

കുഞ്ഞമ്മയുടെ ഭർത്താവ് എന്നും കതകിനപ്പുറം നിന്നു വിളിച്ചു ചോദിക്കും.

"ആര്യേ എങ്ങനെയുണ്ട്?"

സപ്രമഞ്ചത്തിലിരിക്കുന്ന കുഞ്ഞമ്മ വാതിൽപ്പൊളിയിലൂടെ ഭർത്താവിനെ ഒന്നു കടാക്ഷിക്കും.

അന്നേരം കിഴവി പറയും.

"കുഞ്ഞിന് ഇമ്പിടി ക്ഷീണം. അത്രേയുള്ള്..."

ചൂലികളെ തേടിനടക്കുന്ന യക്ഷികളുണ്ട്. ഓരോ മാസത്തിനും ഓരോ യക്ഷിബാധയെന്നാണ് വിധി. അവറ്റയെ അകറ്റുവാനുള്ള മന്ത്രവാദവും മുറതെറ്റാതെ നടന്നു.

കുഞ്ഞമ്മയ്ക്കും ഇടയ്ക്കിടെ ഓരോ മോഹങ്ങളങ്ങനെ കുമിളയിടും.

പറമ്പിലും തൊടിയിലുമൊക്കെ പണ്ടേപ്പോലെ ഒന്നു പറന്നു നടക്കണം.

തുമ്പപ്പൂ പറിച്ചു വാസനിച്ചൊരു പാട്ടുപാടണം. പുഴയിലിറങ്ങി മനം കുളിർക്കെ നീരാടി, കരയ്ക്കു കയറി ഇളം കാറ്റേറ്റു നിന്ന് തലമുടി ഉടക്കറുക്കണം.

വേലിയിറമ്പിലലഞ്ഞ് പൂവാങ്കുറുന്തലും കാട്ടുമുല്ലയും പറിച്ച് വാഴനാരിൽ കോർത്ത് തലയിൽ ചൂടണം.

കിഴവി പറയും: "എല്ലാം നടത്താം പിള്ളേ രണ്ടും രണ്ടുപാത്രമായ്ക്കോട്ടെ."

ഏതോ വിശിഷ്ടബ്രാഹ്മണൻ ആ വഴി വന്നു. അദ്ദേഹം അരുളിയതിൻപടി ചാതുർവർണ്യത്തിന്റെ മറയും മുറയും നോക്കാതെ ഷോഡശ

കർമ്മങ്ങളും നടത്തി.

ദേശമാകെ ഉന്മേഷം വെയിൽത്തുമ്പികളെപ്പോലെ പാറിനടന്നു. ദേശവാസികൾ ദിവസങ്ങൾ താഴോട്ടെണ്ണി. ഓരോ വിനാഴികയും അവർ ആര്യപുത്രന്റെ പിറവിക്കരച്ചിലിനു കാതോർത്തു.

പലതരം പ്രവചനങ്ങൾ അന്തരീക്ഷത്തിലുയർന്നു.

കുഞ്ഞ് ആണായിരിക്കുമെന്നതിൽ ഒരു പ്രവാചകനും സംശയമില്ല. അവൻ ദേശത്തിനൊരു താങ്ങും തണലുമായിരിക്കുമെന്നതിലും തർക്കമുണ്ടാവില്ല.

ഇടത്തരക്കാർ എന്തിനും ഒരു അവധി കണ്ടു. “കുഞ്ഞമ്മ ഒന്നു പെറ്റോട്ടെ.”

അരവയർ നിറയാത്ത മക്കളെ അമ്മമാർ ആശ്വസിപ്പിച്ചു: “നമ്മുടെ ഉണ്ണി പിറന്നോട്ടെ മക്കളെ.”

കുഞ്ഞമ്മയുടെ ഭർത്താവ് തന്റെ ആരാധകരോടും അനുയായികളോടും ചൊല്ലി.

“അവനിങ്ങു വന്നോട്ടെ കൂട്ടരെ. നമ്മെ നോക്കി ദേശമായ ദേശമൊക്കെ അസൂയപ്പെടൂല്ലേ..”

ഒരു നാൾ നട്ടുച്ചയ്ക്ക് പരിചാരികക്കിളവി കൂർക്കംവലിച്ചു മയങ്ങവേ (രാത്രി ഉറക്കമില്ലാത്ത ജന്തുവല്ലേ) കുഞ്ഞമ്മ മെല്ലെ എണീറ്റ് ജനാലയഴികളിൽ പിടിച്ചു പുറംലോകമൊന്നു നോക്കി.

വെയിലിൽ തെളുതെളെ തിളങ്ങിയൊഴുകുന്ന പുഴ ആര്യയെ മാടിവിളിച്ചു. അതിന്റെ കുഞ്ഞലകൾ കുഞ്ഞമ്മയെ നോക്കി ഏതോ കളിവാക്കു ചൊല്ലി. അവൾ അവരുടെ കളിത്തോഴിയല്ലേ. ഓളങ്ങൾ തഴുകിവന്ന കാറ്റ് കുഞ്ഞമ്മയെ രോമാഞ്ചമണിയിച്ചു.

ആര്യ ഉയിരറിയാതെ ഉടലറിയാതെ എങ്ങോട്ടോ പറന്നുപറന്നു പോയി.

ഒരാവേശത്തിൽ ഓവറയിൽ കടന്ന് ഈരെഴത്തോർത്തും താളിയുമെടുത്ത് ഒച്ചയുണ്ടാക്കാതെ പുറത്തിറങ്ങി.

ഭാഗ്യത്തിനോ നിർഭാഗ്യത്തിനോ പൂമുഖത്ത് ആരുമുണ്ടായിരുന്നില്ല.

അവൾ കൊട്ടിയമ്പലം താണ്ടി ഒഴുകി. താൻ ബാല്യത്തിലേക്ക് നീന്തുകയാണെന്ന് ആര്യക്കു തോന്നി. തുള്ളിത്തുളുമ്പി അവൾ പുഴയോരത്തെത്തി. ഇത്തിരിനേരം ഒരു കല്ലിലിരുന്ന് തിരക്കിട്ടൊഴുകുന്ന വെള്ളത്തിൽ കാലിളക്കിക്കളിച്ചു. തുടിച്ചുകുളിച്ച തിരുവാതിരകൾ അവളുടെ മനസ്സിൽ വായ്ത്താരി പാടി.

ആ സുഖാനുഭൂതിയിൽ കല്ലേറിഞ്ഞുകൊണ്ടൊരു രൂപം കടന്നുവന്നു — കിളവി! അവൾ ഉണർന്നിങ്ങു വരും മുമ്പേ മുങ്ങിക്കുളിച്ചു കയറണം.

ആര്യ വെള്ളത്തിലിറങ്ങി. വെള്ളം അരഞ്ഞാണമെത്തുവോളം നടന്നു. അവിടെ നിന്ന് മദാലസയായ നദിയെ സസ്നേഹമൊന്നു നോക്കി. പിന്നെ ഒന്നു മുങ്ങി രണ്ട് മൂന്ന് നാല്...

അടിവയറ്റിലെന്തോ ഉളുക്കിപ്പിടിച്ചപോലെ വല്ലാത്ത വേദന. സഹി

ച്ചുകൂടാ.

അവൾ പെട്ടെന്ന് കരയിലേക്കു നീങ്ങി. മുട്ടറ്റം വെള്ളത്തിലെത്തിയപ്പോൾ പാവം വീണുപോയി. എണീല്ക്കാനാവുന്നില്ല!

എങ്കിലും ഈറൻ മണലിൽ കൈമുട്ടുകളൂന്നിയൂന്നി മലർന്നിഴഞ്ഞു. നീങ്ങാൻ വല്ലാത്ത വരുത്തം. ഓരോ അണുവിലും വേദന. ഒറ്റയടിക്ക് ഞരമ്പു സർവ്വം തളർന്നു.

അവൾ അരയോളം വെള്ളത്തിലും ശേഷിച്ച ഉടൽ കരയിലുമായി മലർന്നു കിടന്നു. സൂര്യനും ആകാശവും ആ കണ്ണുകളിലേക്ക് താണു താണു വന്നു. ലക്ഷോപലക്ഷം നവരത്നങ്ങൾ മിഴികൾക്കു മുന്നിൽ വട്ടം കറങ്ങി.

പിന്നൊന്നും കണ്ടുകൂടാ.

ഒടുവിൽ കൺമിഴിക്കുമ്പോൾ സൂര്യൻ പടിഞ്ഞാറു പറ്റിയിരുന്നു. ആകാശച്ചെരുവാകെ ചോരക്കളം.

ആര്യ കൈകുത്തി എണീറ്റു.

വയർ ഒഴിഞ്ഞിരിക്കുന്നു!

അത് വെറും തോന്നലല്ലെന്ന് ബോദ്ധ്യപ്പെടാൻ ഇത്തിരി സമയമെടുത്തു.

കുഞ്ഞ് എവിടെ? മറൂള എവിടെ?

കുഞ്ഞമ്മ അമ്പരന്നെണീറ്റു. വെള്ളത്തിലിറങ്ങി പരതി.

ഒരു നീർക്കോലി ചാടിപ്പുളഞ്ഞു പോയി. ഇക്കിളി കൂട്ടിപ്പുളയുന്ന ഒഴുക്കുമാത്രം. ആര്യ നിലവിളിച്ചു. ശബ്ദം ഇടറി. ഭീഷണമായ ഢംകാരം.

തറവാട്ടിൽ നിന്നും പുരുഷാരം ഇരമ്പിവന്നു. കണ്ണും തിരുമ്മി ചാടിയ കിളവി മുറ്റത്തൊന്നു വീണ്. പിടഞ്ഞെണീറ്റ് വീണ്ടും പാഞ്ഞ് സ്ഥലത്തെത്തി. കഥയറിഞ്ഞ ആ ജീർണ്ണകണ്ഠവും അലമുറയിട്ടു.

പെണ്ണുങ്ങൾ കുഞ്ഞമ്മയെ താങ്ങി. ആര്യ അപസ്മാരരോഗിയെപ്പോലെ തുള്ളുകയാണ്. ഏതു ചോദ്യത്തിനും ഉത്തരം ഒരു വായ്ത്താരി മാത്രം. "എന്റെ കുഞ്ഞ്... എന്റെ കുഞ്ഞ്.."

ദേശവാസികളുടെ വിവേകവും വിചാരവും കെട്ടു. വികാരത്തിന്റെ തിരക്കോളിൽ അവർ എന്തൊക്കെ ചൊല്ലി. എന്തെല്ലാം ചെയ്തു എന്ന് പറയാവതല്ല.

സാഹസികരായ ചെറുപ്പക്കാർ വെള്ളത്തിൽ ചാടി. ചിലർ താഴോട്ടു നീന്തി. മറ്റുചിലർ മേലോട്ടും. കരയിൽ മുണ്ടും പുതച്ചുനിന്ന ഒരുവൃദ്ധൻ മുകളിലോട്ട് തുടിക്കുന്നവരോടു ക്രുദ്ധനായി ചോദിച്ചു: "എടാ ഒഴുക്കു മേലോട്ടൊണ്ടോ?"

ആരു ചെവിക്കൊള്ളാൻ!

മണലിൽ കുന്തിച്ചിരുന്ന മറ്റൊരു കിഴവൻ ആശ്വസിപ്പിച്ചു. "കലികാലമല്ലേ കുഞ്ഞമ്മേടെ കുഞ്ഞല്ലേ, ചെലപ്പം മേലോട്ടു നീന്തിയിരിക്കും."

താഴോട്ടു പോയവർ സമുദ്രംവരെ നീന്തിപോലും. പക്ഷേ, മറൂളയുടെ നുറുങ്ങുപോലും കിട്ടിയില്ല.

മേലോട്ടു പാഞ്ഞവർ കൈകാൽ തളർന്നപ്പോൾ കരയ്ക്കുകയറി മാനം നോക്കി കിടന്നു.

അന്നേരം കൂട്ടത്തിലൊരു ക്രിസ്ത്യാനിപ്പയ്യന് ഒരുവെളിപാടുണ്ടായി. അവൻ ചാടിയെണീറ്റ് വായ് തുറന്നു: “കുഞ്ഞമ്മയുടെ സന്തതി ഈ ഭൂമിയിലുണ്ടെന്നു തീർച്ച. ദാ നോക്കിയേ ആകാശക്കോണിൽ ഒരു പെരുമീൻ ഉദിച്ചിരിക്ക്ണു. പിറവി ഉദ്ഘോഷിക്കാൻവന്ന ദേവദൂതൻ തന്നെ...”

സർവ്വരും പിടഞ്ഞെണീറ്റു നോക്കി. രണ്ടുപേർ മാത്രം ആ ദിവ്യ താരകത്തെ കണ്ടു. അവിശ്വാസികൾ എങ്ങുമുണ്ടല്ലോ. അവർ ചൊല്ലി. “ഉദിച്ചത് വാൽനക്ഷത്രം. വരിനെടാ വെളുപ്പാൻ കാലമായി.”

നദിക്കരയിൽ പുരുഷാരം ഏറിയേറി വന്നു. ഉത്സാഹികൾ ചുറ്റും കണ്ട കൈതപ്പടർപ്പിലും കരിമ്പിൻ കാട്ടിലും മണം പിടിച്ചു. ചോരമണം. വല്ല നായോ നരിയോ വലിച്ചിഴച്ചു കൊണ്ടുപോയിരിക്കുമെന്നായിരുന്നു അവരുടെ ന്യായം.

വിങ്ങിവിങ്ങിപ്പൊട്ടുകയും നെഞ്ചത്തലയ്ക്കുകയും ചെയ്യുന്ന കുഞ്ഞമ്മയെ ഇതിനകം പെണ്ണുങ്ങൾ അറയ്ക്കകത്ത് എത്തിച്ചിരുന്നു. അവർ നിലത്ത് തെരുതെരെ ഉരുണ്ട് യാതൊരു ഇടവേളയുമില്ലാതെ പുലമ്പിക്കൊണ്ടിരുന്നു.

ദിനം രണ്ടു നിരങ്ങി നീങ്ങിയിട്ടും ജനത്തിന്റെ ഉൽക്കണ്ഠയും തെരച്ചിലിനുള്ള ഉത്സാഹവും ചുരുങ്ങിയില്ല. മൂന്നാംപക്കം ഒരു വാർത്ത വന്നു. മൂന്നുമൈൽ അപ്പുറം ആറ്റുകടമ്പിന്റെ വേരിൽ ഒരു പിഞ്ചു ജഡം തങ്ങിയിരിപ്പുണ്ട്.

അക്ഷണം ജനം അങ്ങോട്ടോടി. അതിവിക്രമനൊരുവൻ മുങ്ങിത്തപ്പി അളിഞ്ഞുതുടങ്ങിയ ജടമെടുത്ത് കരക്കിട്ടു. പക്ഷേ, ആ പിണ്ഡത്തിന് കാലു നാല്. ലളിതസുന്ദരമായ ഒരു വാലും.

നദിക്ക് അക്കരെയുള്ള ദേശക്കാർക്ക് ഇക്കരെയുള്ളവരോട് പണ്ടേ ശത്രുതയാണ്. അങ്ങേക്കരയിലെ ദുഷ്ടപ്പരിഷകള് ഏതോ കൂടോത്രം ചെയ്ത് കുഞ്ഞമ്മയെ നദിയിലേക്ക് ആവാഹിച്ചതും അകാലത്തിൽ പിള്ളയിറക്കിയതും കുഞ്ഞിനെ തട്ടിക്കൊണ്ടുപോയതും എന്നൊരു ആരോപണം ഉയർന്നുപരന്നു.

നാണംകെട്ടതും നീചവുമായ ആ ആരോപണത്തിൽ മറുകരക്കാർ ക്ഷോഭിച്ചു. ആറ്റുകടവിൽ അതിന്മേൽ ചില്ലറ അടിപിടിയും നടന്നു.

പെൺമനസ്സുകളിൽ ഉദിച്ചത് മറ്റു ചില സംശയങ്ങളാണ്. കുഞ്ഞമ്മ പ്രസവാലസ്യത്തിൽ ബോധമറ്റുകിടന്ന നേരം ആ വേലക്കാരിക്കിളവി കുഞ്ഞിനെ ഏതോ അന്യദേശക്കാർക്ക് വിറ്റിരിക്കും. എന്നൊരു കൂട്ടർ മുറുമുറുത്തു.

പണ്ടേ കുന്നായ്മയുടെ തുറുവും മച്ചിയുമായ കിളവിക്ക് കുഞ്ഞുങ്ങളുടെ കരച്ചിൽ കേട്ടാൽ ഹാലിളകും. അവൾ ആ തങ്കക്കൊടത്തിനെ കൊന്നു കുഴിച്ചുമൂടിയിരിക്കും. ആറ്റിൻകര മാന്തിനോക്കിയാലറിയാം. അല്ലാതെ വയറ്റിലിരുന്ന ചോരക്കുഞ്ഞ് വഴുതിയിറങ്ങി പോകുമോ?

അങ്ങനെ നീണ്ടു വേറെ ചിലരുടെ ബുദ്ധിചാഞ്ചല്യം.

ഈ പെരുംവയറും ചുമന്നോണ്ട് ഒറ്റയ്ക്ക് കുഞ്ഞമ്മ ആറുവരെ എങ്ങനെ പോയി? അതും ഈ പട്ടാപ്പകൽ ഒരു പുഴുവിന്റെയും കണ്ണിൽ തടയാതെ! ഈ കിളവി മിരട്ടിക്കൊണ്ടു പോയതുതന്നെ. കുഞ്ഞമ്മയെ വെള്ളത്തിൽ തള്ളിയിട്ടിട്ട് ഒളിച്ചിരുന്നതാണ്. കണ്ണിൽ ചോരയും നെഞ്ചിൽ അലിവുമില്ലാതെ മൂശേട്ട. അവളെ തൊലി മൂന്നും ഉരിച്ചെടുത്ത് നടുവെയിലത്തു നിറുത്തണം— ചെറുപ്പക്കാരികൾ ആക്രോശിച്ചു.

ഭീഷണികളും ഭർത്സനങ്ങളും ഏറിയേറി വന്നപ്പോൾ ഒരു രാത്രി കിളവി ദേശം വിട്ടോടി. "കണ്ടോ ഞങ്ങളു പറഞ്ഞതാ നേര്. കിളവി മുങ്ങിയ മുങ്ങുകണ്ടോ?' ഓരോ ദൂഷണസംഘവും വീമ്പടിച്ചു.

കുഞ്ഞമ്മയുടെ ഭർത്താവ് മ്ലാനമുഖനും ദുഃഖിതനുമായി അലഞ്ഞു നടന്നു. ആ കണ്ണുകൾ ആരുടെ മുഖത്തും പതിയുകയില്ല. കുശലാന്വേഷണങ്ങൾ ആ ചെവിക്കുള്ളിൽ എത്തുകയില്ല. മൗനം തന്നെ ഭൂഷണം.

തറവാട്ടിലെ ഇളംതലകൾ പ്രസിദ്ധ ഗണകന്മാരെയൊക്കെ വരുത്തി കവടി നിരത്തി.

എല്ലാ പ്രശ്നപ്പലകയിലും തെളിഞ്ഞത് ഒന്നുതന്നെ. ഉണ്ണി പിറന്നിട്ടുണ്ട്. നിവൃത്തി സ്ഥാനത്തിന് ശുഭഗ്രഹദൃഷ്ടിയുണ്ട്. കഥാന്ത്യം ശുഭമായിരിക്കും. എന്നാൽ നീചനായ ശനിയുടെയും കുജന്റെയും വിശേഷാൽ നോട്ടമുണ്ട്. ആയതുകൊണ്ട് ഉണ്ണി ഇങ്ങുവന്നെത്താൻ കാലവിളംബമുണ്ടാകും. ഒരുവേള അതിനായി ഇത്തിരി രക്തച്ചൊരിച്ചിലിനും യോഗമുണ്ട്.

തർക്കവിതർക്കസുരഭിലമായി ആറുമാസം പിന്നിട്ടപ്പോൾ പാത്രക്കച്ചവടത്തിനു പരദേശംപോയ ചിന്നയ്യ ചെട്ടിയാർ മടങ്ങിവന്നു. പറഞ്ഞു. മുപ്പത്താറു മൈലിനപ്പുറം ഒരിടത്തൊരു കുറവന് നദിയിൽ നിന്നൊരു ചോരക്കുഞ്ഞിനെ കിട്ടി. ചെട്ടിയാർ നാളും പക്കവും കൂട്ടിനോക്കിയപ്പോൾ കിറുകിത്യം. കുഞ്ഞമ്മ തിരുവയറൊഴിഞ്ഞതിന്റെ പിറ്റേന്നുതന്നെ. കുഞ്ഞ് അവന്റെ ചാളയിലുണ്ട്. തന്റെ കുരങ്ങിനെയും ഈ കുഞ്ഞിനെയും അയാൾ ഒരുപോലെ നിലം തൊടീക്കാതെ വളർത്തുന്നു.

ജനം അയാൾക്കു ചുറ്റും കൂടി. മതിവരാതെ അവർ പിന്നേയും പിന്നേയും അക്കഥ കേട്ടു. നൂറ്റൊന്നാവർത്തിക്കാൻ ചെട്ടിയാർക്കുമൊരു ആവേശം. സദസ്സ് പിരിഞ്ഞത് ഒരു ആഹ്വാനത്തോടെയാണ്. "നാം അങ്ങോട്ടു പോവുക."

ദേശത്തിന്റെ യുവരക്തം ചെട്ടിയാരെയും ഏന്തി മുപ്പത്താറു നാഴികയ്ക്കപ്പുറത്തേക്ക്.

ഇരമ്പിയടിക്കുന്ന ജനമുന്നേറ്റം കണ്ട് പാവം കുറവൻ കുന്തം മറിഞ്ഞു നിന്നു വിറച്ചു. അവൻ കുഞ്ഞിനെ ഇറയത്തു കാഴ്ചവച്ചിട്ട് ഒതുങ്ങി വാങ്ങി.

കൈകാൽ തേമ്പി, നെഞ്ചുന്തി തേരട്ട പിടിച്ച്, കുട്ടിത്തേവാങ്കിനെപ്പോലെ മിഴിച്ചു നോക്കുന്ന കുഞ്ഞിന്റെ അരയിൽ ഒരുചുവന്ന കോണകമുണ്ടായിരുന്നു ഈറൻ കോണകം.

ദേശക്കാരിൽ പലരും ആ ജീവിയെ രണ്ടാമതൊന്നു നോക്കിയില്ല.

അതിന്റെ മൂക്കിനു താഴെ ചുണ്ടു രണ്ടായി പിളർന്നിരുന്നു. ആ പിളർപ്പിലൂടെ പിഞ്ചു നാവ് പുറത്തേക്കു തള്ളി രസിച്ചുകൊണ്ടിരുന്നു കുഞ്ഞ്.

ഈ കലി അവതാരം നമുക്കെന്തിന്? ഇത് കുഞ്ഞമ്മേടതല്ലാ. ആണെങ്കിലും വേണ്ട - ആ തീരുമാനം ഏകകണ്ഠമായിരുന്നു.

പിന്നേയും ഉണ്ണിവാർത്തകൾ ഇടവേളയിട്ടു വന്നുകൊണ്ടിരുന്നു.

നദിയിലൂടെ ഒഴുകി കടലിലെത്തി തിരകളിലലഞ്ഞ കുഞ്ഞിനെ ആ വഴി കപ്പലിൽ പോയ ഒരു സായ്‌വ് രക്ഷിച്ചുകൊണ്ടുപോയെന്നും അവൻ ആ നാട്ടിൽ എല്ലാപേർക്കും മംഗളമേകിക്കൊണ്ട് വളരുന്നുവെന്നും ഒരു നാൾ നിശ്ചയമായും അമ്മാത്തേക്കു വരുമെന്നും അതോടെ ഈ ദേശവും പച്ചപിടിക്കുമെന്നും ഒരു വർത്തമാനം പ്രചരിച്ചു.

ഇക്കഥയുടെ ഉത്ഭവത്തെയോ ഉൺമയെയോ പറ്റി ആരും അന്വേഷിച്ചില്ല. കേട്ടവരൊക്കെ അഭിമാനത്തോടെ ഒരായിരം പേരോട് അതുപറഞ്ഞു.

ഈ വൃത്താന്തം വിശ്വസിക്കാൻ കുഞ്ഞമ്മയുടെ ഭർത്താവിനും താല്പര്യമുണ്ടായി. ഇത്തിരി കഴിഞ്ഞപ്പോൾ അദ്ദേഹവും അത് ഉരുവിട്ടു നടന്നു തുടങ്ങി.

കുഞ്ഞമ്മ പെരുത്ത പ്രതീക്ഷയോടെ 'അദു നേരോ നേരോ' എന്ന് കണ്ണിൽപ്പെട്ടവരോടെല്ലാം ചോദിച്ചുകൊണ്ടിരുന്നു. കുഞ്ഞമ്മയുടെ സന്തതിക്കിനാവുകൾ കടൽ കടന്നു പറന്നു.

കഥയ്ക്ക് ക്ഷേത്രബലം കിട്ടിയപ്പോൾ തൊണ്ണൂറു താണ്ടിയ കേശവക്കണിയാർ ഉണ്ണി അതിപ്രതാപഗുണവാനായി ഏഴകളുടെ കണ്ണീരൊപ്പുന്നവനായി. സർവ്വചരാചരത്തിനും ഐശ്വര്യദായകനായി മടങ്ങിവരും ശേഷം ചിന്ത്യം — എന്നെഴുതിയിരുന്നു.

ജനത്തിന് ഇക്കഥ ബുദ്ധിമോശം വന്നു പോകാതിരിപ്പാനാകണം പ്രമാണിമാർ ഇടയ്ക്കിടെ അത് വിസ്തരിച്ച് ആവർത്തിച്ചുകൊണ്ടിരുന്നത്. പെണ്ണുങ്ങളുടെ മനസ്സിൽ ഉണ്ണി നിതാന്തം തുള്ളിക്കളിച്ചു.

അപ്പോഴേക്കും അടുത്ത തലമുറയ്ക്ക് പ്രായപൂർത്തി എത്തിയിരുന്നു. കഥയില്ലാത്ത സംശയാലുക്കൾ. അവർക്കു കഥ കേൾക്കുവാനായിരുന്നില്ല താല്പര്യം. കഥകളെ മാന്തിപ്പൊളിച്ച് നുള്ളിക്കീറി നോക്കുവാനായിരുന്നു.

അവർ അന്തമില്ലാത്ത സംശയങ്ങൾ ഉന്നയിച്ചു. കുഞ്ഞമ്മ യഥാർത്ഥത്തിൽ ഗർഭം ധരിച്ചുവോ? ആ സംഭവത്തിനു തെളിവെന്ത്?

നാടുവിട്ടോടിയ ആ കുരുടിക്കിളവിയല്ലാതെ ഗർഭിണിയായ നിലയിൽ കുഞ്ഞമ്മയെ ആരും കണ്ടിട്ടില്ലല്ലോ? കുഞ്ഞമ്മയുടെ ഭർത്താവ് ഇത്ര ജാഗ്രതയോടെ എന്തിന് അവരെ ജനദൃഷ്ടിയിൽ നിന്നും മറച്ചു? ആ മനുഷ്യൻ മറയിയായ ഭാര്യയെയും കഴുതകളായ ദേശക്കാരെയും കബളിപ്പിക്കുകയായിരുന്നില്ലേ?

കടൽകടന്ന് പൊന്നോമന ഉണ്ണി ഇങ്ങെത്തുമെന്ന് അദ്ദേഹം ഇപ്പോഴും ഉദ്ഘോഷിക്കുന്നത് മറ്റൊരു വഞ്ചന മാത്രമല്ലേ? ആ കുട്ടി ഇന്നു വന്നാൽത്തന്നെ ആ പിതാവ് എങ്ങനെ അതിനെ തിരിച്ചറിയും? ഷണ്ഡ

നായ ഒരു ഭർത്താവ് ലോകത്തെ വഞ്ചിക്കുവാൻ കണ്ടെത്തിയ സൂത്രമെന്നതിനപ്പുറം ഇതിനെന്തു വില?

ചോദ്യങ്ങൾ അങ്ങനെ നിത്യം നിത്യം പെരുകി വന്നു.

അതൊക്കെ കവലകളിൽ നിന്ന് തറവാട്ടിന്റെ മതിൽക്കെട്ടു ഭേദിച്ച് അകത്തളത്തിലെത്തി. ഒടുവിൽ കുഞ്ഞമ്മയുടെ കാതിലുമെത്തി.

ഓരോ ചോദ്യവും ആ സാധുവിനെ പരവശയാക്കി. പ്രജ്ഞയറ്റവളെപ്പോലെ ചലിക്കാത്ത കൃഷ്ണമണികളുമായി അവരങ്ങനെ മിഴിച്ചിരുന്നു. കരഞ്ഞില്ല. ചിരിച്ചില്ല. ചലിച്ചത് എണ്ണമയമില്ലാതെ പാറിപ്പറക്കുന്ന നരച്ച തലനാരിഴകൾ മാത്രം.

ഒരു നാൾ ഭർത്താവ് ഉണ്ണിക്കിണ്ണാരവും ചൊല്ലി അടുത്തുവന്നിരുന്നപ്പോൾ ആര്യ ഇരുകൈകളും പൊക്കി കാന്തന്റെ മാറത്തലച്ചു കൊണ്ടു ചോദിച്ചു.

"ഞാൻ ഗർഭിണിയാണെന്നു വിശ്വസിപ്പിച്ച് എന്നെ കബളിപ്പിക്കുകയായിരുന്നു അല്ലേ?"

മുഖം കുനിച്ച് നിഷ്ചേഷ്ടനായിരുന്ന ഭർത്താവ് ആലോചിച്ചത് ഈ ഗർഭകഥയ്ക്ക് പ്രായമെത്ര ആയി എന്നാണ്.

നാല്പത്തഞ്ചോ അൻപതോ?

സ്മൃതിലഹരി

ഇത് കഥയല്ല. കാൽ നൂറ്റാണ്ടിലേറെയായി എന്റെ അലസവേളകളിൽ എന്നെ അഭിരമിപ്പിക്കുവാൻ അമ്പരപ്പിക്കുവാൻ, ലജ്ജയിൽ കുതിർത്തെടുക്കുവാൻ എത്തുന്ന ഗതകാല സംഭവത്തിന്റെ ആഖ്യാനം മാത്രം. മുപ്പത്തിമുക്കോടി ദേവകളുടെയും തലയിൽ തൊട്ടു ഞാൻ ആണയിടുന്നു– 'ഇതു കഥയല്ല കൂട്ടരേ കഥയല്ല.'

അന്ന് എനിക്ക് ഇരുപത്തിരണ്ട്. മഞ്ചേരി കോളേജിൽ അദ്ധ്യാപകൻ. മഞ്ചേരി അന്ന് ജില്ലാ ആസ്ഥാനമായിരുന്നില്ല. ഒരു ചിന്ന ചെറുപട്ടണം. താമസസൗകര്യം ബഹുകഷ്ടി. ഭക്ഷണസുഖവും.

മഞ്ചേരി-കോഴിക്കോടു റോഡിൽ ഒരു ഫർലോങ് പോകുമ്പോൾ ഇടത്തോട്ടൊരു ഇടവഴി കാണാം. അതുവഴി ഇത്തിരി നടന്നാൽ വലത് വശത്ത് ലേശം ഉള്ളിലായി അതിവിശാലമായ പറമ്പിന്റെ മദ്ധ്യത്തിൽ ഒരോർമ്മത്തെറ്റു കണക്ക് നിലകൊള്ളുന്നൊരു ഇരുനിലക്കെട്ടിടം. ഒരു നമ്പൂതിരിയുടെ വകയാണത്. തട്ടകം കൂടെ ചേർത്ത് മൂന്നു നിലയുടെ പ്രൗഢിയുണ്ട്.

ആ കോളേജിന് ഒരുവയസ്സ് തികഞ്ഞപ്പോഴാണ് ഞാനവിടെ കന്നിപ്പയ്യനായെത്തുന്നത്.

കോളേജ് തുടങ്ങിയപ്പോൾ പെരുന്നയിൽനിന്നെത്തിയ പ്രിൻസിപ്പാൾ ഈ കെട്ടിടം വാടകയ്ക്കെടുത്ത് സകുടുംബം രാജകീയവാസം തുടങ്ങി. പക്ഷേ, മാസം രണ്ടുതികയും മുമ്പ് അദ്ദേഹം ആ സൗധം അദ്ധ്യാപകർക്ക് കൈമാറിയിട്ട് ഒരു ചെറിയ പുരതേടിപ്പോയി. ചെറുപ്പക്കാരായ അഞ്ചുപേർ അവിടെ കുടിയേറി.

ഒന്ന് ചെർപ്പുളശ്ശേരിക്കാരൻ പി കെ എഴുത്തച്ഛൻ- കവിയാണ്. സഹൃദയനും. ഇപ്പോൾ സ്വസ്ഥം ഗൃഹഭരണം. രണ്ടാമൻ ഗണിതപ്രിയൻ രാമച

ന്ദ്രപ്പണിക്കർ - വിവാഹിതൻ. അതിന്റെ പക്വത നടപ്പിലും ചിരിയിലും തമാശയിലും. പിന്നെ സി എം വിജയൻ - ചരിത്രപ്രഭാഷകനായ തീപ്പൊരി. അസൂയാർഹമായ വാഗ്വിലാസം. നാലാമൻ പരുക്കൻരൂപത്തിൽ സ്നേഹത്തിന്റെ അമൃതകിരണങ്ങൾ ഒളിപ്പിച്ച കുമാരൻ– ഹിന്ദിവാലാ. ഇപ്പോൾ പ്രിൻസിപ്പാളായി വിലസുന്നു. അഞ്ചാമൻ വൈക്കത്തുകാരൻ വിജയൻ നായർ– കായികാഭ്യാസമാണു വിഷയം. ആരോടും പകയില്ല. വിദ്വേഷവും. ലേശം സിനിമാക്കമ്പമുണ്ടുതാനും.

ഈ പഞ്ചപാണ്ഡവർ ആയുരാരോഗ്യസൗഖ്യങ്ങളോടെ ഉല്ലസിച്ചങ്ങു വാഴവേയാണ് ഞാൻ ചെന്നെത്തുന്നത്. കുമാരൻ എന്റെ സതീർത്ഥ്യനായിരിക്കുന്നതിനാൽ എനിക്കും അവിടെ തലചായ്ക്കാനിടം കിട്ടി.

വിശാലമായ മുറ്റം. ഇരുവശവും ചാരുപടികളോടുകൂടിയ പൂമുഖം. ഉള്ളിൽ കടന്നാൽ അങ്കണം. അങ്കണത്തെ ചുറ്റിവിശാലമായ തളം. അതിനപ്പുറം ഇടനാഴി. ഇടനാഴിയിൽനിന്നു പ്രവേശിക്കാവുന്ന രണ്ടുകിടപ്പറകൾ. അടുക്കള. അതിനൊരു വരാന്ത. കുടുസ്സായ കോണിപ്പടികയറിച്ചെന്നാൽ ഒരു തളവും രണ്ടു മുറികളും.

രാത്രി ഞങ്ങൾ മുകളിലാണു കിടക്കുക. പകൽ വിഹാരം താഴെയും.

“നമുക്ക് താഴെ തളത്തിൽ കിടന്നാലെന്താ. നല്ല കാറ്റുണ്ടാവും. ആകാശം നോക്കിക്കിടക്കുകയും ചെയ്യാം.” ഒരിക്കൽ ഞാൻ നിർദ്ദേശിച്ചു.

“അതു ശരിയാവില്ല. വല്ലാത്ത തണുപ്പാ.”

പണിക്കർ മാഷ് പറഞ്ഞു. ഞാൻ വിശ്വസിച്ചു.

ഞാൻ പിന്നെയും ഉത്സാഹിച്ചു നോക്കിയെങ്കിലും എഴുത്തച്ഛൻ മാഷ് സന്ധിയില്ലാതെ എതിർത്തു.

മൂന്നേക്കറോളം വരും ആ പറമ്പ്. തേക്ക്, തെങ്ങ്, മാവ്, പ്ലാവ് അവയ്ക്കിടയിൽ കുറ്റിക്കാട്, വള്ളിപ്പടർപ്പും, വീടിന്റെ ഓരം ചേർന്ന് ഒരൊറ്റയടിപ്പാത, പടിഞ്ഞാറെ വേലിവരെ. ആ പുറംവേലിക്കരികിൽ ഒരു കൊച്ചു കുളമുണ്ട്. കല്ലുകെട്ടി ഭദ്രമാക്കി ആ ജലാശയത്തിന് താഴ്ച കുറവായിരുന്നില്ല.

എല്ലാംകൊണ്ടും പിടികിട്ടാപ്പുള്ളികൾക്ക് അജ്ഞാതവാസത്തിനോ പ്രേമവിവശർക്ക് ഏകാന്തവാസത്തിനോ പറ്റിയ അന്തരീക്ഷം.

ഒറ്റയ്ക്കാ വീട്ടിലിരുന്നാൽ പകൽപോലും ലേശം ഭയം തോന്നും. ചുറ്റുംനിന്ന് യാതൊരു മനുഷ്യഗന്ധവുമെത്താത്ത രാവണൻകോട്ട. അയൽക്കാരും ക്ഷേമാന്വേഷണത്തിന് അങ്ങോട്ടു വരാറില്ല. അങ്ങനെ തീർത്തു പറയുന്നതും ശരിയല്ല. നിത്യേന ഒരു അച്യുതൻ നായര് വന്നിരുന്നു. അറുപതു പിന്നിട്ട നന്മ. നിസ്വാർത്ഥമായ സേവനതാല്പര്യം. തന്നാലായ എന്തു സഹായവും ചെയ്യും. കോളേജിലെ മാഷന്മാർക്ക് അച്യുതൻ നായരുടെ വാക്കിന് മറുത്തൊന്നില്ല. എന്ന് നാട്ടുകാർ പറയണതു കേട്ടു മനം കുളിർക്കണം. സ്ഥലപുരാണങ്ങളും ചൊല്ലി സായാഹ്നങ്ങളെ മധുരങ്ങളാക്കിയിരുന്ന ആ സാധു ഇന്ന് ജീവിച്ചിരിപ്പുണ്ടോ? അറിയില്ല.

മറ്റൊരു കൂട്ടരും വരാറുണ്ട്. ചില ദിവസം, പ്രത്യേകിച്ചും കല്പന ദിനങ്ങളിൽ ഉച്ചയ്ക്ക് അയൽപക്കത്തെ പെണ്ണുങ്ങൾ. സംഘം ചേർന്നു വരും, ഞങ്ങളുടെ പൊയ്കയിൽ നീരാടുവാൻ. വീടും കുളവുമായി ഇത്തിരി അകലമുള്ളതുകൊണ്ട് അവർക്കു സ്വൈരമായി കുളിച്ചുപോകാം.

ഒരുകാര്യം വിട്ടുപോയി. വടക്കുഭാഗത്ത് ഒരു കൊച്ചു മുറിയുണ്ട്, അത് പൂട്ടിയിരിക്കുകയാണ്. തുറന്നു കണ്ടിട്ടില്ല. ഒരിക്കൽ ഞാൻ സഖാക്കളോട് അതിനെക്കുറിച്ചു ചോദിച്ചു. "അത് ഉടമസ്ഥൻ കൈവശം വച്ചിരിക്കുകയാ. തട്ടുമുട്ടു സാധനങ്ങൾ പലതും കാണും." ഒരാൾ സമാധാനം നല്കി.

ഞങ്ങളങ്ങനെ സോല്ലാസം വിരാജിക്കുമ്പോൾ ഒരു പുതുമുഖം വരുന്നു. ബോട്ടണിവകുപ്പിൽ വി എം അനിയൻ. ടിയാൻ ഇപ്പോൾ കോഴിക്കോട് സർവ്വകലാശാലയിൽ സ്റ്റുഡൻസ് ഡീനാകുന്നു. സുമുഖൻ. കലാകാരൻ. ആടും പാടും. ഫലിതപ്രിയൻ (കണ്ടിട്ട് നാളേറെയായി. ഇന്ന് എന്തു ഗതിയോ!) ആ രൂപഭാവങ്ങൾ കണ്ടപ്പോൾ ഞങ്ങളുടെ പറ്റത്തിൽ ചേർക്കാമെന്നു തോന്നി. അങ്ങനെ അന്തേവാസികൾ ഏഴായി. സപ്തസ്വരങ്ങൾ മാരിവില്ലെന്നും പറയാം.

ജീവിതം ഭാരമേതുമില്ലാതെ പറന്നുപരന്നുപോയിരുന്നു. അലസതാവിലാസത്തിന്റെ സൗഖ്യം. ഇന്നോർക്കുമ്പോൾ അസൂയ തോന്നുന്നു. ഖിന്നതയും.

എം ജി ആറും ജയലളിതയും അഭിനയിച്ച പടങ്ങൾ ഫിസിക്കൽ വിജയന് ഒരു ഹരമാണ്. ഒരേ പടം തന്നെ പലതവണ കണ്ടുകളയും. ഏതോ ഇദയക്കനി മഞ്ചേരിയിലെത്തി. ഉദ്ഘാടനദിവസംതന്നെ അതു കാണണമെന്നു വിജയനൊരു പൂതി. സെക്കന്റ് ഷോയ്ക്കു പോകാമെന്നു തീരുമാനവുമായി.

"ഞാൻ വരുന്നില്ല നല്ല സുഖമില്ല എനിക്കു ലേശം പനിയുള്ള പോലെ."

"തനിച്ചിവിടെ കിടക്കണ്ട!" എഴുത്തച്ഛൻ മാഷ്.

അദ്ദേഹമായിരുന്നു ഫലത്തിൽ വാർഡൻ.

"വയ്യ മാഷേ തീരെ വയ്യ."

"എങ്കിൽ ഞാൻ വരുന്നില്ല. നിങ്ങൾ പൊയ്ക്കോളൂ."

അദ്ദേഹം പറഞ്ഞു.

അത് എനിക്ക് സുഖകരമായി തോന്നിയില്ല.

"സാരമില്ല മാഷ് പോകൂ. ഞാനിവിടെ കിടന്നോളാം." ഞാൻ പറഞ്ഞു.

തനിക്ക് ഈ സിനിമ കാണണമെന്നില്ലെന്നും, തലശ്ശേരിയിൽ കണ്ടതാണെന്നും ചരിത്രം വിജയൻ.

"എന്തു ചെയ്യും!" ഞാൻ ഷർട്ടെടുത്തിട്ടു. "പോകാം. പനി സാരമില്ല."

അന്ന് എം ജി ആറിന്റെ സ്റ്റണ്ടുകാണുമ്പോഴും എന്റെ മനസ്സിലൊരു ചോദ്യം മാത്രം. ഞാനവിടെ തനിച്ചുകിടക്കാൻ പാടില്ലെന്ന് ഇവർ വാശി പിടിച്ചതെന്ത്?

പിന്നീട് പലവട്ടം ഒളിഞ്ഞും തെളിഞ്ഞും ഞാനീ ചോദ്യം സഖാക്ക

ളോട് ചോദിച്ചെങ്കിലും തൃപ്തികരമായ ഒരു ഉത്തരം കിട്ടിയില്ല.

മുകളിലത്തെ ചെറിയ മുറിയിലാണ് ഞാനും അനിയനും ഉറങ്ങുക. അതിന് പുറകുവശത്തേക്ക് തുറക്കാവുന്നൊരു വാതിലുണ്ട്. കയറി ഇരിക്കാവുന്ന കിളിവാതിൽ. മലബാർ സ്റ്റൈൽ ജനുവരി വന്നു. ആ തണുത്ത രാവുകളിൽ ഒന്നിൽ മൂന്നര മണിയായിരിക്കും. ഞാനുണർന്നു. വീണ്ടും ഉറക്കം വരാത്തതുകൊണ്ട് ഇരുളിനെ നോക്കി മിഴിച്ചു കിടന്നു. അപ്പോൾ പുറത്തൊരു മഞ്ജീരശിഞ്ജിതം. പാദസരമിട്ട് ആരോ അടിവച്ചടിവച്ചു നടക്കുംപോലെ.

ഞാനെണീറ്റു. കിളിവാതിൽ തുറന്ന് പുറത്തേക്കു നോക്കി.

കുളത്തിലേക്ക് ആ ഒറ്റയടിപ്പാതയിലൂടെ ഒരു പെൺകുട്ടി നടന്നു നീങ്ങുന്നു.

എനിക്ക് അദമ്യമായ കൗതുകം തോന്നി. വിസ്മയവും. തുറന്നു പറയാം ഒരു ഇരുപത്തിരണ്ടുകാരനിൽ അന്നേരം ആ കാഴ്ചയുണർത്താവുന്ന എല്ലാ വികാരവും എന്നിലുണർന്നു.

മഞ്ഞു തകർത്തുപെയ്യുന്നുണ്ട്. ഞാൻ മഫ്ളർ തലയിൽക്കെട്ടി ഒച്ചയുണ്ടാക്കാതെ പടികളിറങ്ങി. പൂമുഖവാതിൽ തുറന്ന് നേരെ കുളത്തിലേക്കു നടന്നു. വല്ലാത്തൊരു ആവേശമായിരുന്നു.

ആ കുളക്കരയിൽ ചെന്നു. താഴെ കല്പടവിലിരുന്നാ കുട്ടി തുണി തിരുമ്മുകയാണ്. മലബാർ ശൈലിയിലെ കുളിക്കുള്ള ഒരുക്കം. അർദ്ധനഗ്നാചലശ്രോണിയിരുന്നു സോപ്പിടുന്നു. ഒരു വെൺമണി ശ്ലോകമോർത്തു.

എന്റെ സാന്നിദ്ധ്യം അവളറിയുന്നില്ല. ഇറങ്ങിച്ചെന്നാലോ.

അതിനു ധൈര്യംവന്നില്ല. ഒന്നാമത് എനിക്ക് നീന്തൽ വശമില്ല. അതിലുപരി അദ്ധ്യാപകന്റെ സദാചാരവ്യസനം. വേലിക്കിപ്പുറം അങ്ങേ വീട്ടുകാരുടെ കുളമാണ്. അവിടെനിന്നു നോക്കിയാൽ ഈ കുളക്കര കാണാം. ആ വീട്ടിലെ രണ്ടുകുട്ടികൾ എന്റെ ക്ലാസിലുണ്ട്. ഈ പെണ്ണ് ഒച്ചവച്ചാൽ അവൻ വന്നു നോക്കിയേക്കാം. വല്ല അതിക്രമവും കാട്ടിയെന്ന് എന്റെ സഹജീവികളറിഞ്ഞാൽ.. അതും നാണക്കേടുതന്നെ. കോളേജിലും പാട്ടാവും...

മുൻപിൻ ചലിക്കാനാവാതെ ഞാനങ്ങനെ നിമിഷങ്ങളോളം നിന്നു.

ഈ നില്പുതന്നെ മര്യാദകേടാണെന്നു തോന്നി. ഒരു പെണ്ണു കുളിക്കുന്നിടത്ത്... അതും അർദ്ധനഗ്നയായ പതിനേഴുകാരി... അവിവാഹിതനായ ഞാൻ.... തിരികെ നടന്നാലോ... അതിനും മനസ്സുവന്നില്ല.

പെട്ടെന്ന് അവൾ തലയുയർത്തി നോക്കി. എന്നെക്കണ്ട് അവളൊരു പുഞ്ചിരിതൂകി. വെള്ളത്തിലേക്കു ചാടുകയോ, ലജ്ജാവിവശയായി പണി നിറുത്തുകയോ ചെയ്തില്ല.

അവൾ മന്ദ്രമധുരമായി മൊഴിഞ്ഞു

"ദാ ഇപ്പോ കഴിയും."

ഇനിയും അവിടെ നില്ക്കുന്നത് യോഗ്യതയല്ലെന്ന് എന്നിലെ മാന്യൻ മന്ത്രിച്ചു. ഞാൻ മനസ്സില്ലാമനസ്സോടെ തിരികെ നടന്നു.

കിടക്കയിൽ വന്നു കിടന്നെങ്കിലും വല്ലാത്ത അസ്വാസ്ഥ്യം. പൊറുതികേട്. ഞാനൊരു നിർഗ്ഗുണ പരബ്രഹ്മമണോ?

എണീറ്റ് അനിയനെ വിളിച്ചുണർത്തി. ആ അസുലഭ ദർശനം രഹസ്യമായി ഉണർത്തിച്ചു.

അനിയൻ പിടഞ്ഞെണീറ്റു. അയാളും ചെറുപ്പമാണല്ലോ. അവിവാഹിതനും.

ഞങ്ങൾ താഴെ ഇറങ്ങി പൂമുഖത്തു ചെന്നു. ലൈറ്റു തെളിച്ച് അവൾ അടുത്തെത്തുന്നതും കാത്തിരിപ്പായി.

പൂമുഖത്തിന്റെ ഓരത്തെത്തിയപ്പോൾ അവൾ ഞങ്ങളെ കണ്ടു. ആ മുഖത്ത് നേരിയ സ്മിതം...

ചുണ്ട് നനച്ച് ഞാൻ ചോദിച്ചു.

"കുളി എങ്ങനെ?"

'നന്നായി." അവൾ ചൊല്ലി.

"നല്ല തണുപ്പുണ്ടോ?"

"കുറേശ്ശെ."

വല്ലതും ചോദിക്കാനുള്ള പരവേശത്തിൽ എന്റെ നാവിൽനിന്നു തെറിച്ച ജല്പനങ്ങൾ അനിയനു രസിച്ചുകാണില്ല. അയാൾ വളരെ സീരിയസ്സായ ഒരു ചോദ്യമെറിഞ്ഞു.

"കുട്ടി എവിടുന്നാ?"

"ഞാനിവിടെ അടുത്തുള്ളതാ."

നടന്നുകൊണ്ടാണ് അവളിതു പറഞ്ഞത്. അനിയൻ വീണ്ടും ചോദിച്ചു. "കുട്ടീടെ പേര്?"

"ഞാൻ പോട്ടെ." എന്ന മട്ടിലൊരു നോട്ടം സമ്മാനിച്ചുകൊണ്ട് അവൾ ഒതുക്കുകല്ലുകൾ കയറി നിരത്തിലിറങ്ങി മറഞ്ഞു.

ഞങ്ങൾ തിരികെ കിടപ്പറയിലെത്തി. പക്ഷേ, ഉറങ്ങിയില്ല. പുലരുവോളം ആരായിരിക്കാമിവൾ എന്നു ചർച്ച ചെയ്തു. എല്ലാ സാദ്ധ്യതകളെക്കുറിച്ചും ഉറക്കെ ചിന്തിച്ചു.

നേരം പുലർന്നു. ഞങ്ങൾ ആ അഭൗമദർശനത്തിന്റെ കുളിര് മറ്റുള്ളവർക്കു പകർന്നു. ഓരോരുത്തരും ഓരോവിധമാണു പ്രതികരിച്ചത്.

"ശുദ്ധ ഭോഷ്ക്ക്. പയ്യന്മാർ കിനാവു കണ്ടിരിക്കും." "അടുത്തെങ്ങാണ്ടോ ഉള്ളവേലക്കാരിപെണ്ണാണെടാ." "മെൻസസ് പീരിയേഡായതുകൊണ്ട് വീട്ടുകാർ ഇങ്ങോട്ടുതള്ളിവിട്ടതാ. സ്വന്തം കുളം ശുദ്ധമായിരിക്കാൻ."

"താനെന്തിനാ കുളത്തിൽ നോക്കാൻ പോയത്. മര്യാദവേണ്ടേ?"

"ആണുങ്ങൾ മാത്രം താമസിക്കുന്നൊരിടത്തേക്ക് ഈ നേരത്ത് ആരെങ്കിലും ഒരു പെണ്ണിനെ പറഞ്ഞുവിടുമോ? അതും കുളിക്കാൻ."

"ചരക്കിനെ ഒന്നു കാണാൻ പറ്റീല്ലല്ലോ?"

അങ്ങനെ പോയി ആക്ഷേപങ്ങളും അഭിപ്രായങ്ങളും.

"നാളെയും വരും. മിനക്കെട്ടു കളയാം.' എന്നായി അനിയൻ.

അതുകേട്ടപാട് മറ്റഞ്ചുപേരുടെയും ഭാവം മാറി. അവർ കർശനമായി താക്കീതു ചെയ്തു. "അനിയാ കിറുക്കൊന്നും കാട്ടണ്ട. അക്കളി, വേണ്ട. അവൾ വന്നോട്ടെ പൊയ്ക്കോട്ടെ തനിക്കെന്ത്?"

സന്ധ്യക്ക് എഴുത്തച്ഛൻ മാഷ് വിലക്ക് ആവർത്തിച്ചു.

"നിങ്ങൾ ഉറക്കമിളയ്ക്കുകയൊന്നും വേണ്ട." ഉറങ്ങാൻ കിടക്കവേ പണിക്കർ തമാശയുടെ മേമ്പൊടി ചേർത്തു കല്പിച്ചു. "ആ പെണ്ണിനെക്കുറിച്ചൊന്നും ചിന്തിക്കണ്ട കേട്ടോ. കളി കുഴയും."

എങ്കിലും ഞങ്ങളിരുവരും മൂന്നുമണിക്കുതന്നെ ഉയർന്നു ചെവിയോർത്തുകിടന്നു.

കരിയിലകളനങ്ങുന്നോ?

പാദസരത്തിന്റെ കിലുക്കം...?

കുളത്തിലൊരാൾ മുങ്ങി നിവരുന്ന മേളം...?

തുണി നനയ്ക്കുന്നതിന്റെ താളം..? ങ്ഹേ ഒന്നുമില്ല.

മറ്റാരുമറിയാതെ കിളിവാതിൽ തുറന്ന് പലവട്ടം നോക്കുകയും ചെയ്തു.

ഒരു പ്രയോജനവുമുണ്ടായില്ല.

ഒരാഴ്ചത്തെ പരിശ്രമം കഴിഞ്ഞപ്പോൾ ഞങ്ങൾക്കു മടുത്തു. അവൾ ഒരോർമ്മ മാത്രമായി.

എങ്കിലും പുറത്തിറങ്ങിയാൽ ഞങ്ങൾ ഇരുവശവും സൂക്ഷ്മമായി നിരീക്ഷിച്ചുകൊണ്ടേ നടക്കൂ. ഏതെങ്കിലും വീട്ടുമുറ്റത്ത്, കവലയിൽ, പാതയോരത്ത്, ബസ് സ്റ്റോപ്പിൽ, അമ്പലവളപ്പിൽ, അവളെ കണ്ടുമുട്ടില്ലേ... ഒരു വട്ടമെങ്കിലും.

ഒരാൾ ഒറ്റയ്ക്കായാൽ ഓടി അകത്തുകയറാൻ അവസരം പാർത്ത് ഭയം ചുറ്റിക്കറങ്ങുന്ന ആ വീട്, എന്നെ തനിച്ചു കിടക്കാൻ അനുവദിക്കാത്തത്, ഏതോ യക്ഷിക്കഥയിലേതെന്നു തോന്നുന്ന കുളം. എല്ലാം എന്റെ മനസ്സിൽ സംശയങ്ങളുദിപ്പിച്ചുകൊണ്ടേയിരുന്നു. ആ അന്തരീക്ഷത്തിൽ ഏതോ രഹസ്യം ഒളിച്ചു കളിക്കുന്നുണ്ടെന്ന തോന്നൽ.

അങ്ങനെയിരിക്കെയാണ് പാർലമെന്റ് ഇലക്ഷന്റെ വരവ്. പ്രൈവറ്റ് കോളേജ് അദ്ധ്യാപകരും അക്കുറി ഇലക്ഷൻ ഡ്യൂട്ടിയായിരുന്നു. എനിക്ക് മഞ്ചേരി ടൗണിലെ ബൂത്തിൽ. മറ്റ് ആറുപേർക്കും വിദൂര കാനനാന്തരങ്ങളിൽ.

ആ രാത്രി എന്തായാലും ഞാൻ തനിച്ചുകിടന്നേ പറ്റൂ.

സന്ധ്യയായി. ഇന്ന് അവൾ വരുമായിരിക്കും. ഞാൻ വിചാരിച്ചു. വരും വരാതിരിക്കില്ല.

എട്ടുമണിക്ക് അത്താഴം കഴിഞ്ഞ് തിരിച്ചെത്തിയപ്പോൾ അച്യുതൻ നായർ പൂമുഖത്ത് കുളിർക്കെ ചിരിച്ചോണ്ടു നില്ക്കുന്നു.

"എന്താ അച്യുതൻ നായരേ ഈ രാത്രി!"

"മാഷ് തനിച്ചല്ലേ ഇവിടെ വന്നു കെടക്കാൻ ശട്ടം കെട്ടീട്ടാ എഴുത്തച്ഛൻ മാഷ് പോയത്."

"അതെന്തിന്? ഞാനിവിടെ കിടന്നോളാം. അച്യുതൻ നായര് പൊയ്ക്കോളൂ."

"അദു പറേണ്ട മാഷെ. എഴുത്തച്ഛൻ മാഷിന്റെ കല്പനയാ."

ഈ മനുഷ്യനെ വിസ്തരിച്ചു രഹസ്യം ചോർത്താൻ ഇതുതന്നെ അവസരമെന്നു ഞാൻ കരുതി.

"ഞാൻ തനിച്ചു കെടന്നാലെന്താ കുഴപ്പം? നിങ്ങൾ ഇവിടെ തങ്ങണ്ടാ. നിങ്ങടെ വീട്ടില് ആളുവേണ്ടേ?"

"അവ്ടെ മരുമോൻ കൂട്ടീണ്ട്. മാഷ് ഒന്നും അറിയാണ്ട് പറയാ. ഇവിടെ ചെറുബാല്യക്കാര് തനിച്ചു കെടന്നാ ശരിയാവില്ല്യാ."

"അതെന്താ?'

"ആ പെണ്ണു കുണിങ്ങിക്കൊണ്ടുവരും അദുതന്നെ."

"ഏതു പെണ്ണ്?"

"രുദ്രാണി."

"ങാഹാ, വരട്ടെ, നല്ലതല്ലേ?"

"കേമമായി." നായരുടെ മുഖത്ത് ഭീതി.

"അതിരിക്കട്ടെ. ആരാ ആ സുന്ദരി?"

അച്യുതൻ നായർകഥ തുടങ്ങി.

"തൊട്ടടുത്തു കാണുന്ന ശിവൻകോവിലിലെ ശാന്തിക്കാരനാണ് പണ്ട് ഇവിടെ താമസിച്ചിരുന്നത്. അയാൾക്ക് ചെറുപ്പം. ഒരിരുപത്തഞ്ചു വയസ്സ്. കല്യാണം കഴിച്ചിട്ടില്ല. അയാൾക്കൊരു പെങ്ങളുണ്ടായിരുന്നു. രുദ്രാണി. പ്രായം പതിനേഴു വരും. അവരുടെ അച്ഛൻ മരിച്ചുപോയി. തള്ളയുണ്ടായിരുന്നു.

ഒരു ദിവസം നമ്പൂതിരി അന്തിപ്പൂജ കഴിഞ്ഞ് നടയടച്ച് ഉരുളിയിൽ പായസവുമായി വീട്ടിലേക്കു വരുമ്പോ നിരത്തിൽവച്ചൊരു വർത്തമാനം കേട്ടു. രണ്ടുപേർ അടക്കിപ്പിടിച്ചു സംസാരിക്കുന്നു. അതിന്റെ സാരം എന്താണെന്നോ — രുദ്രാണിക്കു ഗർഭമുണ്ട്. നാലുമാസമായിട്ടുണ്ടാവും.

നമ്പൂതിരിയുടെ മേലാകെ ഒരു വിറകേറി. അയാൾ വീട്ടിലേക്കോടി. വടക്കുപുറത്തെ ആ അടച്ചിരിക്കുന്ന മുറി അവളുടെ സ്വകാര്യമുറിയായിരുന്നു. അയാള് നേരെ അങ്ങോട്ടു പാഞ്ഞു.

"രുദ്രാണീ?' അയാൾ അലറി.

പെണ്ണ് പേടിച്ചരണ്ടു നിന്നു.

അയാൾ ഒരക്ഷരം ചോദിച്ചില്ല. കൈയിലിരുന്ന ഉരുളി പൊക്കി ഒറ്റയടി. തലയ്ക്ക് അത്രതന്നെ.

പിറ്റേന്നു രാവിലെ രുദ്രാണീടെ ശവം കുളത്തിൽ പൊങ്ങിക്കിടന്നു.

നമ്പൂതിരി ശാന്തി ഉപേക്ഷിച്ച് എങ്ങോ പോവുകയും ചെയ്തു.

പക്ഷേ, രുദ്രാണി പോയില്ല. അവളീ ഊരാകെ ചുറ്റി നടപ്പാണ്. ബ്രഹ്മരക്ഷസ്സായിട്ട്. ഒത്തിരിപ്പേരെ അവൾ വലച്ചിട്ടുണ്ട്. പല കുടുംബങ്ങളും വട്ടം കറക്കീട്ടുണ്ട്.

അച്യുതൻ നായരുടെ ശബ്ദം ഇടറുന്നുണ്ടായിരുന്നു.

"പറയീൻ മാഷെ, ഞങ്ങടെ പ്രിൻസിപ്പാള് എന്തേ ഈ വീട് ഇട്ടെറി

ഞ്ഞുപോയത്? അൻപതുറുപ്പിക വാടകയ്ക്ക് ഇതുപോലൊരു എടുപ്പ് കിട്ട്വോ?"

ഇവിടെ പെണ്ണുങ്ങൾക്ക് പൊറുക്കാൻ പറ്റില്ല്യാ. അവറ്റയെ രുദ്രാണി വിടില്ല. മാഷേ തരത്തിനു കിട്ട്യാ കേറി ആവേശിച്ചതു തന്നെ.

രണ്ടുവർഷം മുമ്പ് ഒരുപോസ്റ്റുമാഷ്ടര് വന്നു കുടിവച്ചു. നാലാം പക്കം രാത്രി, രാത്രിയെന്നാലോ നട്ടപ്പാതിരയ്ക്ക് ഭാര്യ അയാളുടെ കൊങ്ങയ്ക്ക് ഒരു പിടി. ഒന്നും പറേണ്ടാ. കടുംപിടി മാഷ്ടര് ശ്വാസം മുട്ടി ഉണർന്നു. പിടി വച്ചടി മുറുകുകയാണ്. ആ പെമ്പ്രന്നോത്തി ചോദിക്യാണ -"എന്തി നാന്നെ ഉരുളികൊണ്ടടിച്ചെ? എന്തിനാ ആ കൊളത്തില് കൊണ്ടിട്ടെ പറ..." എന്ന്.

പോസ്റ്റുമാഷ്ടര് നല്ല ഉശിരൊള്ളോനാർന്നു. കേട്ടോ തഞ്ചത്തില് പിടി വിടുവിച്ച് എണീറ്റ് ലൈറ്റിട്ടു.

അപ്പോ ഭാര്യയുണ്ട് 'ഠപേ' എന്ന് നെലത്ത്. നുറുങ്ങുബോധമില്ല. സുമാർ മൂന്നു നാഴിക കഴിഞ്ഞാ കണ്ണുതൊറന്നെ. അതോടെ ആയമ്മേടെ സത്തങ്ങുപോയി. നടപ്പും മറ്റും മാറി. പ്രേതം പോലായി. പാവം കഷ്ടണ്ട്. വീടുമാറി. കേളികേട്ട മന്ത്രവാദികളെ വരുത്തി കർമ്മത്തോടു കർമ്മം.

രുദ്രാണി ഇപ്പോഴുമിവിടൊണ്ടുമാഷെ. നെലാവത്ത് അവളെ പലരും കണ്ടിരിക്കണു. മംഗലമാകാത്ത ചെറു ബാല്യക്കാരെയാ ഓൾക്ക് പ്രിയം.

കഴിഞ്ഞയാണ്ട് ഇബടെ മാഷന്മാർക്ക് ഒരു കുശിനിക്കാരനുണ്ടാർന്നു. ശിവശങ്കരൻ. അവനീ താഴെ തളത്തിലാണ് ഉറക്കം. ഒരു രാത്രീല് രുദ്രാണി അവന്റെ കഴുത്തിനു പിടിച്ചു. മാഷ്മാര് ഒണർന്ന് ലൈറ്റിട്ട കൊണ്ടാ രക്ഷ കിട്ടീത്. അതിനു ശേഷമല്ലേ മാഷ്മാര് താഴെ കിടക്കാതായത്..."

അച്യുതൻ നായർ പിന്നെയും പറഞ്ഞുകൊണ്ടിരുന്നു. രുദ്രാണിയുടെ തന്ത്രങ്ങൾ.. തന്ത്രിമാരുടെ അഭ്യാസങ്ങൾ.."

അന്നു ഞങ്ങൾ കണ്ടത് കുമാരി രുദ്രാണിയെയായിരുന്നോ? ഉരുളി യടിയേറ്റു ചത്ത പാവം അന്തർജ്ജനത്തെ?

മാർച്ച് മുപ്പത്തൊന്നിന് കോളേജും പൂട്ടി മഞ്ചേരിവിടുംവരെ എന്റെയും അനിയന്റെയും കണ്ണുകൾ ആ പെണ്ണിനെ തെരഞ്ഞുകൊണ്ടേ യിരുന്നു. ഇടവഴികളിൽ. പാതയോരത്ത്, അയൽമുറ്റങ്ങളിൽ, അമ്പലപ്പറ മ്പിൽ... അവൾ രുദ്രാണിയല്ലെന്ന് ഉറപ്പിക്കുവാൻ...

പക്ഷേ, എങ്ങുമേ കണ്ടില്ല. അയൽപക്കത്തെങ്ങാനും ഈ പ്രായത്തി ലൊരു പെണ്ണുണ്ടോ എന്നും രഹസ്യമായി തിരക്കി.

അതും ഫലിച്ചില്ല.

സ്ഥലംമാറ്റം കിട്ടിയതുകൊണ്ട് പുതുവർഷത്തിൽ വീണ്ടും മഞ്ചേരിയിൽ പോകാനിട വന്നില്ല.

ഇന്നും രുദ്രാണി തണുത്ത വെളുപ്പാൻകാലങ്ങളിൽ പാദസരത്തിന്റെ സംഗീതവുമായി അന്നനട നടന്നു നീരാട്ടിനു പോകുന്നുണ്ടാവാം.

ഒരുവേള എല്ലാം വെറും വിഭ്രാന്തിയാകാം. ഈ മഹാപ്രപഞ്ചത്തിൽ സത്യമേത് മിഥ്യയേത്? ആർക്കുണ്ടു നിശ്ചയം?

പ്രിയമുള്ളോരേ നിങ്ങൾക്കെന്തു തോന്നുന്നു?

ഒരു കാരൂർകഥ

ഡോക്ടർ ഹേമാനായർ മൂന്നാംക്ലാസിലെ പൈതങ്ങളെ എണീപ്പിച്ച് ലെഫ്റ്റ് റൈറ്റും എബൗട്ടേണും തിരിച്ച് ഉഷാറാക്കി വീണ്ടും ഇരുത്തി. പുസ്തകം നിവർന്ന് പാഠം തുടർന്നു. Animals are living things. They move from place to place. They need food to give them energy. They cannot produce food like plants. Human beings Are also a kind of animal.

സസ്യവർഗ്ഗത്തിൽ പെട്ടില്ല എന്നതാണ് മർത്ത്യജന്മത്തിന്റെ ദുർവ്വിധി എന്നോർത്തുപോയി ഹേമ.

വെള്ളക്കുപ്പായത്തിനുമീതെ കറുത്ത ടൈ കെട്ടിഞാത്തി, അമ്മമാരുടെ കലാകൗശലത്തിനൊത്ത് മുടി ചീകിയൊതുക്കി, തിളങ്ങുന്ന ഷൂസുകളിൽ ഞെരുങ്ങിയിറങ്ങി ഇരിക്കുന്ന കുട്ടികൾ. അവരുടെ മുഖത്ത് ശൈശവത്തിന് ചേരാത്ത ഗൗരവം. അത് കാണുമ്പോഴൊക്കെ ആ ജന്തുശാസ്ത്ര ഡോക്ടർക്ക് വല്ലായ്മ. ഇത്രേം ഗൗരവം വേണ്ട കുഞ്ഞുങ്ങളെ എന്ന് വിലക്കാൻ തോന്നും. അത് ചെയ്താലുള്ള അപകടമോർത്ത് ആ ചിന്തയെ മുളയിലേ ചവച്ചിറക്കും.

ചെരിപ്പ് ഉരച്ചുരച്ച് നടക്കുന്ന ഹെഡ്മാസ്റ്ററുടെ വരവ് കാതുകൊണ്ടറിഞ്ഞു. പിന്നാലെ വയറിനും മേലെ നെഞ്ചിന്റെ അടിവാരത്തിൽ ചുറ്റിയ തോൽബെൽറ്റിൽ കെട്ടിഞാത്തിയ പാന്റ്സും അതിനുള്ളിലേക്ക് നൂണുപോകുന്ന അരക്കൈയൻ ഷർട്ടും സേഫ്റ്റി പിൻ കുത്തിയ ടൈയും പ്രത്യക്ഷമായി. ആ മൊട്ടത്തലയും ഒരുമീറ്റർ നീളുന്ന വയറും പരസ്യമായി കംഗാരുവിനെ സദാ ഓർമ്മിപ്പിച്ചുകളയുന്നു. എന്തു കഷ്ടം! ഡിണ്ടുഗലിലെ ഏതോസ്കൂളിൽനിന്ന് വിരമിച്ച മാന്യ ശരീരമാണ്. തമിഴ് ചിലമ്പുന്ന ഇംഗ്ലീഷിലേ സംസാരിക്കൂ. മലയാളം കേട്ടാൽ കോപം കൊണ്ട് മുഖം വിളറും.

വ്യാജവാറ്റുകാരനെ പിടിക്കാൻ പോകുന്ന പെറ്റിയാപ്പീസറുടെ മട്ടിലങ്ങനെ വരാന്തയിലൂടെ പാത്തുംപതുങ്ങിയും നടക്കും.

ഡോക്ടർ ഹേമയുടെ ഉള്ളിൽ അച്ഛന്റെ നിലയ്ക്കാത്ത ചുമ പൊങ്ങി. തുരുമ്പിച്ച ജനലഴികളിൽ പിടിച്ച് വളഞ്ഞുകുത്തിനിന്ന് ഒരിറ്റുശ്വാസത്തിന് പിടയുന്ന അച്ഛൻ. ആ പ്രാണയാമം കുറേ നേരം ചെയ്യുമ്പോൾ കണ്ണുകൾ നെറയും. ചുമ ലേശം പിൻവാങ്ങിയാൽ കൈ പുറകിൽ കുത്തി ശരീരം ഈസി ചെയറിന്റെ കോലത്തിലാക്കി മലച്ചൊരിരുപ്പാണ്.

രാവിലെ മറ്റാരുമില്ലാത്ത തക്കം നോക്കി ഹെഡ്മാസ്റ്ററുടെ മുറിയിൽ ചെന്നു. ചുണ്ടുവിറച്ച് പരുങ്ങിനില്ക്കുന്നത് ശ്രദ്ധിച്ചിട്ടാവാം ഹെഡ്മാസ്റ്റർ അനന്തശയനം വായ് തുറന്നു. "വാട്ട് യു വാണ്ട് മിസ് ഹേമാനായർ?'

ഇരക്കാൻ നാവുപൊന്താതെ ശ്വാസം ആഞ്ഞു വലിക്കുമ്പോൾ അനന്തശയനത്തിന്റെ അനുനയം വന്നു. "ടെൽ മീ... ഉം.. ടെൽ..."

അച്ഛന്റെ ആസ്തമയുടെ സ്ഥിതി ആംഗലത്തിൽത്തന്നെ അവതരിപ്പിച്ചു. "സാർ കൈൻഡ്ലി ഗീവ് മി ആൻ അഡ്വാൻസ് ഓഫ് ഫിഫ്റ്റി റുപ്പീസ്"

അവസാനവാക്കിലെത്തിയപ്പോൾ കരഞ്ഞുപോയി.

കണ്ണീരു കണ്ടാൽ അനന്തശയനം വാടിപ്പോകും. അദ്ദേഹം മേശപ്പുറത്തെ കണക്കുപുസ്തകങ്ങളിൽ വെറുതെ അള്ളിപ്പിടിച്ചു.

"മിസ് ഹേമ, ഐയാം ഹെൽപ്പ്ലസ്. ഔർ മാനേജർ മിസ്റ്റർ അന്തോണി വിൽ കം ടുഡേ. യു മേ അപ്രോച്ച് ഹിം."

ഇടവേള മണിമുഴങ്ങുന്നതും കാത്ത് പുറത്തെ മരച്ചുവട്ടിൽ തമ്പടിച്ചിരിക്കുന്ന അമ്മമാർ. അവരുടെ പ്ലാസ്റ്റിക് കൂടകളിൽ ഹോർലിക്സോ പാലോ കാണും. ബിസ്കറ്റും. മക്കളെ ഒരുക്കി അതിനേക്കാൾ മോടിയിൽ സ്വയം ഒരുങ്ങി സർവ്വാഭരണവിഭൂഷകളായി നിത്യം അവർ വരും. കുട്ടിക്ക് അവന് ഇഷ്ടമില്ലെങ്കിലും ബലാൽക്കാരമായി ഒരുമ്മ കൊടുത്ത് ക്ലാസിലേക്ക് പറഞ്ഞുവിട്ടിട്ട് ഒറ്റയിരുപ്പാണ്. വട്ടംകൂടി ഇളംകാറ്റുമേറ്റ് ഇരിക്കുന്നതിനിടയിൽ വിരാമമില്ലാത്ത ചർച്ചകളിൽ നീന്തിത്തുടിക്കുമവർ. സ്വന്തം കുഞ്ഞിന്റെ ബുദ്ധിവൈഭവം, എൽ കെ ജിയിലെ റാങ്ക്, ഭർത്താവിന്റെ പെരുമകൾ, വേലക്കാരിയുടെ കുന്നായ്മകൾ... കൂട്ടത്തിൽ ലേശം ദേശവിശേഷവും. സ്കൂളിലെ അദ്ധ്യാപകരെക്കുറിച്ചുള്ള വിമർശനവും. രാവിലെ ഭർത്താവിനെ ഉദ്യോഗത്തിന് തള്ളിവിട്ടുകഴിഞ്ഞാൽ സായാഹ്നമെത്തുംവരെ മറ്റൊരു കർമ്മവുമില്ലാത്ത ഭാഗ്യവതികൾ അഥവാ വീടിന്റെ തടങ്കലിൽനിന്ന് രക്ഷപ്പെടാൻ നിരർത്ഥകമായ ഒരു കർമ്മം കണ്ടെത്തുന്ന സാധുക്കൾ.

ഇന്റർവെല്ലിന് കുട്ടികളെ അണിയിട്ട് നടത്തി മൂത്രപ്പുരയിൽ കയറുമ്പോഴും ഹേമയുടെ കണ്ണുകൾ ഗേറ്റിലായിരുന്നു. മാനേജർ അന്തോണിയുടെ മാരുതി ചീറിവരുന്നുണ്ടോ?

കഴിഞ്ഞയാഴ്ച മൂന്നാംക്ലാസിലെ സൗമിനി ചോദിച്ചു.

"മിസ്സ് വൈ ഡോണ്ട് യു ചേഞ്ച് യുവർ സാരി റ്റുഡേ?"

എന്തുപറയണമെന്ന് ആലോചിക്കുന്നതിനിടയിൽ അവളുടെ അടുത്തചോദ്യം. "മമ്മി സെയ്സ് യു ഹാവ് ഒൺലി വൈവ് സാരീസ്. ഈസ് ഇറ്റ് സോ...?"

കുട്ടികളെ തിരികെ ക്ലാസിലേക്ക് നയിക്കുമ്പോൾ തടിച്ച പുസ്തകങ്ങളും ഫയലും നെഞ്ചോടമർത്തിപ്പിടിച്ച് തെല്ലൊരഹങ്കാരത്തോടെ യൂണിവേഴ്സിറ്റി കാമ്പസിൽ ഒഴുകിനടന്ന ഒരുപെൺകുട്ടിയുടെ രൂപം മനസ്സിലൊന്ന് മിന്നിമറഞ്ഞു.

എം എസ് സിക്ക് റാങ്ക് കിട്ടിയപ്പോൾ ലക്ചറർ ഉദ്യോഗം കാലിൽ വന്നുവീണെന്നുതന്നെ തീർച്ചയാക്കി. ആ സ്വപ്നത്തിന്റെ ഉന്മാദവുമായി കുറേനാൾ. ഉദ്യോഗത്തിന് പണം ചോദിച്ചവരെ പുച്ഛിച്ച് ഗവേഷണത്തിനിറങ്ങി. പി എച്ച് ഡിയുടെ വൈവ കഴിഞ്ഞിറങ്ങിയത് അംബരചുംബിയായ ആത്മാഭിമാനത്തെ താലോലിച്ചുകൊണ്ടാണ്. ഡോക്ടർ ഹേമയെ തേടി അവസരങ്ങൾ ഓടിയെത്തുമെന്നുതന്നെ വിശ്വസിച്ചു.

മൂന്നാം ക്ലാസിൽ ശാസ്ത്രവും രണ്ടാംതരത്തിൽ കണക്കും പഠിപ്പിച്ച് ജന്തുശാസ്ത്രത്തിൽ നേടിയ പാണ്ഡിത്യം ചെലവഴിക്കുമ്പോൾ മൂങ്ങകളെക്കുറിച്ചുള്ള പി എച്ച് ഡി പ്രബന്ധം പകൽവെളിച്ചത്തെ ഭയന്നുകൊണ്ട് ഷെൽഫിലിരിക്കുന്നു. യൂണിവേഴ്സിറ്റിയിൽ ചിലവിട്ട പത്ത് വർഷങ്ങൾ വിമൂഢമായ ധൂർത്തായി...

രണ്ടാം ക്ലാസിലെ കരിമ്പലകയിൽ അക്കങ്ങൾ എഴുതി കൂട്ടിയും കിഴിച്ചും നില്ക്കുമ്പോഴും മനസ്സ് അൻപത് എന്ന അക്കത്തെ ശയനപ്രദക്ഷിണം ചെയ്ത് ഞരങ്ങി.

അന്തോണി എപ്പോഴാണ് വരിക? ഇന്ന് വന്നില്ലെങ്കിലോ... അനന്തശയനം സാർ പറഞ്ഞതല്ലേ വരും.

അദ്ധ്യാപികയാവുമെന്ന് പണ്ടേ കണിയാൻ എഴുതിവച്ചതാണ്. ആ നിയോഗം യൂണിവേഴ്സിറ്റി കാമ്പസിൽ നിന്ന് വഴുതി, സാദാ കോളേജുകളിൽ കോവണി കയറിയിറങ്ങി, പിന്നെ ഹൈസ്കൂൾ വളപ്പുകളിൽ ചുറ്റിനടന്നിട്ട്, ഒടുവിലതാ സർക്കാർ ഒത്താശയേതുമില്ലാത്ത ഒരു പ്രൈമറി സ്കൂളിൽ...

"മോളേ തല്ക്കാലം ഇതാ വിധിച്ചതെന്ന് കരുത്." തലയിൽ തഴുകി ആശ്വസിപ്പിക്കുന്ന അമ്മ. മകൾ കാണാതെ കണ്ണീരൊപ്പുന്ന അച്ഛൻ.

അച്ഛന്റെ സഹപ്രവർത്തകനായിരുന്ന നമ്പ്യാതിരി മാഷ് വീട്ടിൽ വന്നപ്പോഴാണ് അന്തോണിയുടെ സേക്രട്ട്ഹാർട്ടിനെപ്പറ്റി അറിയുന്നത്. പഴങ്കഥകൾ അയവിറക്കവേ മാഷ്, 'തെന്നാലിരാമൻ' എന്ന് അവർ ഓമനപ്പേരിട്ടിരുന്ന അന്തോണിയെന്ന ശിഷ്യനിലെത്തി.

"ഇപ്പോ എന്തോ അവന്റെ നെലയെന്നറിയോ? സ്കൂൾ മാനേജരാ. പത്തുകാശുള്ള ആർക്കും നടത്താവുന്ന പുതുപ്പള്ളിക്കൂടമില്ലേ. അതിലൊരെണ്ണം അവനും സംഘടിപ്പിച്ചു. ഫീസ് മനംപോലെ പിരിക്കാം. പഠിപ്പിക്കാൻ ആരേം വെക്കാം. മാഷമ്മാർക്ക് നക്കാപ്പിച്ച കൊടുത്താ മതി. ചോദിക്കാനോ പറയാനോ മേലും കീഴും ആരുമില്ല."

തെല്ലുനേരം വായ്പൊളിച്ചിരുന്ന അച്ഛൻ പറഞ്ഞു: "അന്തോണി രാഷ്ട്രീയത്തിലിറങ്ങിയെന്ന് കേട്ടിരുന്നു."

"അതെയതെ, നാം കരുതിയപോലെ മണ്ടൂസല്ല അവൻ. അതി ബുദ്ധിമാനാ. വലിയ കക്ഷിയിലൊന്നും അവൻ ചേരില്ല. അധികാരത്തിലേറണ ഈർക്കിലി പാർട്ടിയിലങ്ങ് കൂടും. ഇതേവരെ നാലോ അഞ്ചോ കക്ഷി മാറി. ഇപ്പഴും ഒരു മന്ത്രി കക്ഷത്തുണ്ട്."

രണ്ടുനാൾ കഴിഞ്ഞ് അച്ഛൻ പറഞ്ഞു: "ആ അന്തോണിയെ ഒന്നു ചെന്ന് കണ്ടാലെന്തെന്ന് ആലോചിക്ക്യാ ഞാൻ. അവന് എന്നെ വല്യ ഭയവും ആദരവുമായിരുന്നു. സഹായിക്കാണ്ടിരിക്കില്ല. സേക്രട്ട് ഹാർട്ടെന്ന് കേട്ടപ്പം വല്ല മിഷനറിമാരുടേതുമായിരിക്കുമെന്നാ ഞാൻ വിചാരിച്ചത്."

ഒന്നും മറുപടി പറയാതെ നിന്നപ്പോൾ അച്ഛൻ തുടർന്നു. "നമ്മുടെ സ്ഥിതി നീ കാണുന്നില്ലേ. പണ്ട് വാദ്ധ്യാർക്ക് ശമ്പളം കുറവായിരുന്നെങ്കിലും പരീക്ഷായോഗ്യതയ്ക്കൊത്ത പണി കിട്ടുമായിരുന്നു. ഇന്നിപ്പോ ആ പ്രതീക്ഷയൊന്നും വേണ്ട. നീ കൂടെ വാ. നമുക്ക് ചെന്നൊന്ന് കാണാം. നൂറെങ്കിൽ നൂറ്. നിനക്ക് നേരം പോകുകയും ചെയ്യും."

എതിരുപറയാൻ കഴിയാത്തതുകൊണ്ട് ഒപ്പം പോയി. അല്ലെങ്കിൽ തന്നെ അനന്തമായ കാത്തിരിപ്പ് ലജ്ജാനാശം വരുത്തിയിരുന്നു.

പുത്തൻ ബംഗ്ലാവിന്റെ പൂമുഖത്ത് കുടവയർ സ്വർണ്ണച്ചങ്ങലയാൽ അലങ്കരിച്ച് ആ മാന്യദ്ദേഹം വിശ്രമിക്കുകയായിരുന്നു. പഴയ ഗുരുനാഥനെ കണ്ടപാട് അയാൾ ചാടിയെണീറ്റു.

"ദ് ആര്... സാറോ.. വാ... വാ..."

ഭഗവൽ സന്നിധിയിലെത്തിയ കുചേലന്റെ മട്ട് അച്ഛനൊന്നു പരുങ്ങി.

ഉപചാരവും കുശലപ്രശ്നവും പുരാണം വായനയും കഴിഞ്ഞപ്പോൾ അച്ഛൻ കാര്യത്തിലേക്ക് കടന്നു. മകളുടെ യോഗ്യത തെല്ലൊന്നുപന്യസിച്ചു. "ഒടുവിൽ കഷ്ടപ്പെട്ട് ഡോക്ററുമായി. എന്ത് വിശേഷം!'

"അതെയതെ. ഇപ്പോ ഡോക്ടർമാർക്ക് ചെള്ളുവെലയാ. അങ്ങേ കവലേലൊണ്ടാരുന്ന ആശുപത്രി പൂട്ടിയപ്പഴ് നാല് ഡോക്ടറന്മാരാ ഇവിടെ വന്ന് എന്റെ കാല് പിടിച്ചത്. ഒരു വാദ്ധ്യാരുപണി കൊടുക്കണംന്ന്..."

"ഇത് ആ ഡോക്ടറല്ല..." അച്ഛൻ ഇടയ്ക്കുകയറി.

"എല്ലാം ഒന്നുതന്നെ സാറെ. ഡോക്ടർമാര് മാത്രമോ... നേഴ്സുമാരും വന്നു. ആയയായിട്ട് നിന്നോളാമെന്ന്... ഇക്കാലത്ത് പിള്ളേരെ പഠിപ്പിക്കാതിരിക്കാ ഭേദം." അന്തോണി ഇളകിച്ചിരിച്ചു. തന്റെ വിദ്യാഭ്യാസ ചിന്തകൾ പിന്നെയും കുറേ വിളമ്പി. അച്ഛൻ നിശ്ശബ്ദം എല്ലാം കേട്ടു.

"............ല്ലേ, പഴയ പള്ളിക്കൂടംമന്ത്രി അങ്ങേര് 'അന്തോണി രക്ഷപിടിച്ചോ'ന്ന് പറഞ്ഞോണ്ട് തന്നതാ. നല്ല കൈപുണ്യമുള്ളവനാ. ഇപ്പോ മുന്നൂറ്റിച്ചില്ലാനം പിള്ളേരൊണ്ട്. പതിമൂന്നു സാറന്മാരും. മാസാമാസം വല്ലതും തടയും... ഞാ സാറ് ഒരുകാര്യം പറഞ്ഞാല് ഒഴിയാൻ അന്തോണിക്ക് പറ്റോ? അല്ലേലും സാറ് വന്നത് നല്ല നേരത്തിനാ. ഇന്നലെ ഞാൻ ഒരണ്ണെത്തിനെയങ്ങ് കാച്ചി. ശമ്പളം പോരാന്ന് മുറുമുറുത്തു. 'ഇനിയിങ്ങോട്ട് വരണ്ടാ'ന്ന്

ഞാനും പറഞ്ഞു. ഞാനേ പണ്ടൊരു ചായക്കട നടത്തിയവനാ..." അന്തോണി വീണ്ടും കുലുങ്ങി ചിരിച്ചു.

"മോള് നാളെ മൊതല് വന്ന് പഠിപ്പിച്ച് പൊയ്ക്കോട്ടെ. ഇപ്പോ അഞ്ചാം ക്ലാസ് വരെ ഒള്ള്. ഇപ്പോ നമ്മുടെ മന്ത്രി വന്നിട്ടൊണ്ട്. അതിയാൻ പറഞ്ഞിരിക്ക്യാ. പത്താം ക്ലാസാക്കിത്തരാമെന്ന്. എന്റെ മന്ത്രീം മിശിഹാ തമ്പുരാനും സഹായിച്ചാല് ഞാനൊരു കോളേജും ഒപ്പിക്കും. ഇപ്പം അതിനൊരു വകുപ്പുണ്ട്. സെൽഫിഷിങ് എന്നോ മറ്റോ. സാർ കേട്ടിരിക്കും... കോളേജ് കിട്ട്യാല് മോളേ അങ്ങോട്ടാക്കാം. അപ്പഴ് കൂലി കൂട്ടിക്കൊടുക്കാം."

അച്ഛൻ ആ ഗുരുഭക്തിയിൽ സന്തുഷ്ടനായിരിക്കണം.

ശിഷ്യൻ ഗേറ്റ് വരെ വന്ന് ഗുരുനാഥനെ യാത്രയാക്കി.

വലിയ ഉൽക്കണ്ഠയോടെയാണ് ആദ്യത്തെ ശമ്പളത്തിന് ഒപ്പിട്ടത്. ബുക്കിൽ തുകയൊന്നും എഴുതിയിരുന്നില്ല.

പേനയടച്ചപ്പോൾ ക്ലാർക്ക് തന്ന നോട്ടുകൾ വാങ്ങി ഉള്ളം കൈയിലൊതുക്കി പുറത്തു കടന്നു. ഇടവഴിയിൽവച്ച് ആരും കാണാതെ എണ്ണിനോക്കി. നാനൂറ് രൂപ.

ശമ്പളത്തുക കേട്ടപ്പോൾ അച്ഛനൊന്ന് നിശ്വസിച്ചു. പിന്നെ സാന്ത്വനമെന്നോണം പറഞ്ഞു. "നാനൂറെങ്കിൽ നാനൂറ്.'

ലേശം അറച്ചുനിന്നിട്ടാണെങ്കിലും പറയാതിരിക്കാനായില്ല. "ദെവസോം പതിമൂന്ന് രൂപ കൂലി. വീട്ടുവേലക്കാരികൾക്ക് ഇതിനേക്കാൾ ശമ്പളമുണ്ട്.. മണ്ണു ചുമക്കാൻ പോയാലും.."

"സാരമില്ല മോളേ. ഈ തൊഴിലിനന്തസ്സൊന്ന് വേറെയാ. പണ്ട് ഞങ്ങളുടെ ഗതീം ഇതായിരുന്നു സമരം എത്ര നടത്തി. വാദ്ധ്യാന്മാര് മാന്യമായ ശമ്പളം വാങ്ങുന്നത് കണ്ട് കണ്ണുനെറഞ്ഞിട്ടാ ഇറങ്ങിപ്പോന്നത്.."

ഇത്തിരിനേരം ഏതോ ചിന്തയിലാണ്ടുപോയ അച്ഛൻ വീണ്ടും സാവകാശം പറഞ്ഞുതുടങ്ങി. "വീണ്ടും ആ പഴയ സ്ഥിതി വരികയാണ്. ഒക്കെ കാലത്തിന്റെ കളിയാന്ന് കരുതിയാ മതി. ഈയിടെ പത്രത്തിൽ വായിച്ചില്ലേ. സർക്കാർ സ്കൂളുകള് ഓരോന്നായിട്ട്പൂട്ടുകയാണ്. അന്തോണിമാരും അവരുടെ സ്കൂളുകളും പെരുകിപ്പെരുകി വരികയാ. ജനങ്ങൾക്കും അതുമതി. ഒരിരുപതു വർഷം കഴിയുമ്പോ സർക്കാർ ശമ്പളം വാങ്ങ്ണ മാഷ്മാർ എത്രയെണ്ണം കാണും? പണ്ട് കാരൂര് സാറ് എഴുതിയപോലെ സാറന്മാര് കുട്ടികളുടെ പൊതിച്ചോറ് മോഷ്ടിച്ചുണ്ണുന്ന കാലം ഇനീം വരും. മാഷന്മാരുടെ പുരോഗതി പുറകോട്ടാണന്നു വച്ചോ."

മണി മൂന്നുകഴിഞ്ഞു. അന്തോണിയുടെ മാരുതി പറന്നുവന്നു. ഹെഡ്മാസ്റ്റർ പിടഞ്ഞെണീറ്റ് വന്ന് എതിരേറ്റു. മാനേജർ നാലുപാടും ഒന്ന് കണ്ണോടിച്ചിട്ട് ആപ്പീസിലേക്ക് കയറി.

മനസ്സു വല്ലാതെ പതറി. യാചിക്കുവാൻ ഒരു മടി. മാനേജർ വരാതിരുന്നെങ്കിലെന്ന് ഹേമ ആശിച്ചുപോയി. എങ്കിൽ പണമില്ലാതെ മടങ്ങുന്നത് സ്വയം സാധൂകരിക്കാമായിരുന്നു.

അച്ഛന്റെ ചുമ വീണ്ടും മനസ്സിൽ മുഴങ്ങി.

അദ്ധ്യാപകരിൽ ആറുപേർ പെൻഷൻപറ്റിയവരാണ്. നാല് യുവതികൾ. പിന്നെ രണ്ടു ചെറുപ്പക്കാരും. നിസ്വാർത്ഥസേവനത്തിനും നേരം പോക്കിനുമാണ് ഇവിടെ വരുന്നതെന്ന മട്ടിലാണ് എല്ലാവരുടെയും സംസാരവും പെരുമാറ്റവും. ആ ഭാഗ്യശാലികളോട് തോന്നിയിരുന്ന അസൂയ അവസാനിപ്പിച്ചുതന്നത് ലോപ്പസ് സാറാണ്.

അറുപതിലെത്തിയിട്ടും യൗവനത്തിന്റെ പ്രസരിപ്പ് വിട്ടകലാത്ത ലോപ്പസ് സാറിനെ വാടിയ മുഖവുമായി ഒരു നാൾ കണ്ടപ്പോൾ ചോദിച്ചു.

"എന്താ സാർ, ഇന്നൊരു വല്ലായ്മ?"

അദ്ദേഹം ഒരു നിമിഷം തുറിച്ചുനോക്കി. ആ നില്പിൽ കണ്ണു നിറഞ്ഞു. പൊടുന്നനെ നിയന്ത്രണം തെറ്റി.

"കുട്ടിയെങ്കിലും ഇത് ചോദിച്ചല്ലോ. അതുമതി. മോളേ, ആയിരത്തിയഞ്ഞൂറ്റിപ്പതിനാല് രൂപ പെൻഷൻ വാങ്ങുന്നവനാണ്. ഞാൻ ഹെഡ്മാസ്റ്ററായും ഡി ഇ ഒ ആയും കളിച്ചു. എന്നിട്ടും ഈ കരിഞ്ചന്ത സ്കൂളിൽ സദാമാഷായി വന്നത് വേറെ ഗതിയില്ലാഞ്ഞിട്ടാ. കുട്ടികൾ നാലാ. മൂന്നെണ്ണം കോളേജിൽ പഠിക്കുന്നു. മൂത്ത കുട്ടി എം എയും ബി എഡും കഴിഞ്ഞ് കലംമോറിക്കൊണ്ടിരുപ്പാ. ഭാര്യക്ക് ഇന്നലെ മുതല് ബ്ലീഡിങ്. ആശുപത്രിയിലാക്കി. മരുന്നുവാങ്ങാൻ പോലും ഒരുവഴി കാണ്ണില്ല."

"ആരോടെങ്കിലും..."

"കടം വാങ്ങണം അല്ലേ? ആരോട്? ഇവിടുത്തെ സാറന്മാരോടോ? ഇവിടുള്ള എല്ലാറ്റിന്റെയും ഗതി ഒന്നുതന്നെ. നാന്നൂറോ അഞ്ഞൂറോ രൂപയ്ക്ക് പത്തുമുതൽ നാലുവരെ വായിട്ടലക്കാൻ വരുന്നത് ആരും അഹമ്മതി തീരാനല്ല. ഇവിടെ ഒന്നാം ക്ലാസിലെ ഒരു കുട്ടി കൊടുക്കുന്ന ഫീസ് എത്രയാണെന്നറിയാമോ? കോളേജില് പഠിക്കുന്ന എന്റെ മൂന്നു മക്കൾക്കും കൂടി മൂന്നുമാസത്തെ ചെലവിന് അത് വേണ്ട. കുഞ്ഞേ, നമ്മളീ കൊതീം അസൂയേം പറഞ്ഞിട്ടെന്താ..."

ആപ്പീസിൽനിന്ന് മാനേജരുടെ സംസാരം ഉയർന്നുപൊന്തുന്നു. ആരോടോ തട്ടിക്കയറുകയാണ്.

ഇക്കുറി പെൻഷൻ വാങ്ങി അച്ഛൻ മടങ്ങിവന്നത് ഒരു വലിയ പൊതിയുമായിട്ടാണ്. അച്ഛനൊഴികെ എല്ലാപേർക്കുമുള്ള ഓണക്കോടി.

അതുകണ്ടപ്പോൾ ഞെട്ടി. ഈ മാസം ആകെ വലയുമെന്ന് തീർച്ചയാക്കി. എങ്കിലും ഒന്നും പറഞ്ഞില്ല. അച്ഛനെ വേദനിപ്പിച്ചുകൂടാ.

പക്ഷേ, മകളുടെ മനസ്സ് അച്ഛൻ വായിച്ചുകഴിഞ്ഞു. ക്ഷമാപണസ്വരത്തിൽ പറഞ്ഞു. "ഓണമല്ലേ മോളേ. ആണ്ടിലൊരിക്കൽ വർണതല്ലേ?"

"അച്ഛനും കൂടി വാങ്ങാമായിരുന്നു."

അച്ഛൻ ചിരിച്ചതേയുള്ളൂ.

ശമ്പളം കിട്ടിയപ്പോൾ അച്ഛന് ഒരു മുണ്ടും ഷർട്ടും വാങ്ങി. അത് കൈനീട്ടി വാങ്ങുമ്പോൾ ആ കണ്ണുകൾ ഈറനായി. മുഖത്ത് മുമ്പൊന്നും കാണാത്ത ധന്യതയുടെ കിരണങ്ങൾ.

മഹാബലിയാണ് ചതിച്ചത്. ബജറ്റാകെ തകർത്തു.

ജനലഴികളിൽ അള്ളിപ്പിടിച്ച് നിന്ന്, അല്ലെങ്കിൽ ഇറയത്തെ കട്ടിലിൽ മലച്ചിരുന്ന് അച്ഛൻ ചുമയ്ക്കുന്നു.

പുതുതായി വാങ്ങിയ സ്കൂൾബസിന്റെ ഫോൺ. കുട്ടികൾ മുറികളിൽനിന്ന് പുറത്തേക്ക് പായുന്നു. ചങ്ങല ഊരിവിട്ടപോലെ.

മക്കളുടെ കൈതേടുന്ന അമ്മമാർ, ശാസിക്കുന്ന വേലക്കാരികൾ. അവർക്കിടയിൽ ചില പിതാക്കളും.

നിരത്തിൽ സ്കൂട്ടറും കാറും സ്റ്റാർട്ട് ചെയ്യുന്ന ശബ്ദം. പിഞ്ചു കണ്ഠങ്ങളിൽ നിന്നുയരുന്ന 'ഗുഡ്ബൈ.'

സ്കൂൾ തരിശാവുകയാണ്.

അദ്ധ്യാപകരെല്ലാം ഒഴിഞ്ഞപ്പോൾ ആപ്പീസ്റൂമിന്റെ മുന്നിലേക്ക് നീങ്ങി.

ബോബ് ചെയ്ത തലമുടിയും പാറിച്ച് നില്ക്കുന്ന ഒരു മദ്ധ്യവയസ്ക. അവരുടെ പട്ടുസാരിയിലുരുമ്മി രണ്ടാം ക്ലാസിലെ സ്വരൂപ്. അവൻ മന്ത്രിച്ചു. "മാത്ത്സ് ടീച്ചർ..."

ആ സ്ത്രീ ചുണ്ടിലെ ചായം പുരട്ടിയെടുത്ത് ചിരി നേദിച്ചു. ഒപ്പം ഒരു ഗുഡ് ഈവനിങ്ങും.

വെറുതെ ഒരു ലോഹ്യം ചോദിച്ചു: "എന്താ ഹെഡ്മാസ്റ്ററെ കാണണോ?"

ശബ്ദം കൃത്യമായി പതുക്കി ഞാൻ പറഞ്ഞു. "ഇല്ല. അന്തോണിച്ചായനെ കാണാനാ. ബിൽഡിങ് ഫണ്ട് രണ്ടുരൂപ കൊടുക്കാമെന്നേറ്റിരുന്നതാ. ടു തൗസന്റ്. സൗദീന്ന് വന്ന ഡ്രാഫ്റ്റ് ഇന്നലെ മാറിയതേയുള്ളൂ. നേരിട്ടു കൊടുക്കാൻ വന്നതാ..."

പ്യൂൺ പുറത്തുകടന്നപ്പോൾ ഹാഫ് ഡോറിലുണ്ടായ വിടവിലൂടെ അന്തോണി അവരെ കണ്ടിരിക്കും.

"വാ... വാ... കേറിവാ..."

അമ്മയും മകനും അകത്തുകയറി. അന്തോണിയുടെ ചിരിയിൽ കുഴച്ച സംസാരവും, ആ സ്ത്രീയുടെ കളകൂജനവും പുറത്തേക്കൊഴുകി. അനന്തശയനം സാറും ചിരിക്കാൻ കഷ്ടണിക്കുന്നുണ്ടായിരുന്നു.

ദാനകർമ്മം കഴിച്ച് അവർ പടിയിറങ്ങിയപ്പോൾ മെല്ലെ അകത്തുകടന്നു.

എന്തുവേണം എന്ന ചോദ്യം ധ്വനിപ്പിച്ച് മാനേജർ ഒന്നമർത്തി മൂളി. ഹെഡ്മാസ്റ്റർ 'ഫിഫ്റ്റി റുപ്പീസ്' അഡ്വാൻസിന്റെ വിഷയം അവതരിപ്പിച്ചു.

അന്തോണി ഹെഡ്മാസ്റ്ററുടെ മുഖത്ത് ദൃഷ്ടിയൂന്നിക്കൊണ്ടു പറഞ്ഞു. "ഇതിനൊന്നും സാറ് വളം ഇട്ടുകൊടുക്കാതെ. ആ അഡ്വാൻസ് ഏർപ്പാടൊക്കെ പള്ളിക്കൊടത്തിലല്ലാ. പെമ്പിള്ളാര് കരുതി ചെലവാക്കണം."

മാനേജർ മുഖം കനപ്പിച്ച് ഇത്തിരി നേരം ഇരുന്നിട്ട് ഉദാരശിരോമണിയുടെ ഭാവത്തിൽ പറഞ്ഞു: "ങാ നമ്മുടെ പഴയൊരു ആശാന്റെ കാര്യമല്ല്യോ... അതുകൊണ്ട് ഒരുതവണത്തേക്ക് കൊടുത്ത് തൊലയ്ക്ക്..."

അനന്തശയനം നിസ്സഹായനായി മിഴിച്ചിരുന്നു.

“ഇന്ന് ഫീസൊന്നും പിരിഞ്ഞില്ല്യോ സാറെ?”

“കളക്ഷൻ ഒരു മണിക്ക് ബാങ്കിലടച്ചു.”

“എങ്കില് നാളെ കൊടുത്തേക്ക്. പക്ഷേല് ഒന്നു പറഞ്ഞേക്കാം. ഇതൊരു തൊഴിലാക്കിക്കളേരുത്..”

മാനേജർ എണീറ്റു, ഹെഡ്മാസ്റ്ററും.

മാരുതി ഇളകി. മാനേജരെ യാത്രയാക്കി മടങ്ങിവന്ന അനന്തശയനം തൊണ്ടയിടറി പറഞ്ഞു: “സോറി മിസ് ഹേമ.”

ബസ് കൂലിക്ക് ഒരു രൂപ വേണം. ബാഗിൽ അൻപത് പൈസയേയുള്ളൂ. രാവിലെ ചില്ലറ വാങ്ങാൻ മറന്നു.

വഴി ചവിട്ടിത്തള്ളി.

കവലയ്ക്കടുത്ത് മുനിസിപ്പാലിറ്റി വക എക്സിബിഷൻ. ഓണം സ്പെഷ്യലാണ്.

ഒരു സ്റ്റാളിന്റെ പരസ്യം. മൈക്ക് തകർക്കുന്നു. ഇതൊരു നാഗകന്യക. പതിനാറാം നമ്പർ സ്റ്റാളിൽ. ആ സുന്ദരി നിങ്ങളോട് സംസാരിക്കും. ഏതു ചോദ്യവും ചോദിക്കാം. ഏത് വിഷയവും ചോദിക്കാം. ഇംഗ്ലീഷിലും ഹിന്ദിയിലും മലയാളത്തിലും തമിഴിലും ചോദിക്കാം. എല്ലാത്തിനും ശടശടേന്ന് ഉത്തരം തരും. വെറും അൻപത് പൈസ. സ്റ്റാൾ നമ്പർ പതിനാറ്. അവസരം പാഴാക്കാതെ കടന്നു വരൂ. നാഗസുന്ദരീ...

പ്രവേശനകവാടത്തിൽ ആ നാഗകന്യകയുടെ കൂറ്റൻ ചിത്രം.

അൻപത് രൂപ തരാമെങ്കിൽ ഒന്നോ രണ്ടോ മണിക്കൂർ നാഗകന്യകയായിരിക്കാമെന്ന് ആ മാനേജരോട് പറഞ്ഞാലോ? വെറും അൻപതുരൂപയ്ക്ക് പി എച്ച് ഡിയുള്ള ഒരു റെപ്റ്റയിൽ.. ഒരു റെപ്റ്റൈലസ് കർമ്മം.

ഡോക്ടർ ഹേമാനായർ ആ കവാടത്തിന് നേരെ ഒരടിവച്ചു.

www.ingramcontent.com/pod-product-compliance
Lightning Source LLC
LaVergne TN
LVHW100840051026
849519LV00006B/2376
* 9 7 8 9 3 8 7 8 4 2 2 2 9 *